ማውጫ

መቅድም 1

ይህን መጽሐፍ እንዴት መጠቀም እንደሚቻል 3

ለመሪዎች መመሪያ 5

1. እስልምናን የመካድ አስፈላጊነት 17

2. በመስቀሉ አርነት መውጣት 31

3. እስልምናን መረዳት 71

4. ሙሐመድና ተቀባይነት ማጣት 99

5. ከሸሃዳ ነፃ መውጣት 135

6. ከዚማ ነፃ መውጣት 171

7. ውሸት፣ የሐሰት የበላይነትና እርግማን 201

8. ነፃ ቤተክርስቲያን 227

ተጨማሪ መረጃዎች 253

የመልስ ቁልፎች 256

መቅድም

ዛሬ ዛሬ፣ ከዚህ በፊት ታይቶ የማይታወቅ ቁጥር ያላቸው የቀድሞ ሙስሊሞች ክርስቶስን ለመከተል እየመረጡ ነው። በሚያሳዝን ሁኔታ፣ ከእነዚህ ውስጥ ብዙዎቹ የዚህን ዓለም መግፋትና እንክብካቤ ከልክ በላይ አግኝተዋል። አንዳንድ የክርስቲያን ሀገራት መሪዎች 80% የሚሆኑት በመጀመሪያዎቹ ሁለት ዓመታት ውስጥ ወደ ኋላ እንደሚመለሱ ዘግበዋል። ስለዚህ እግዚአብሔር ምን እንድናደርግ ይጠይቀናል?

እ.ኤ.አ. በ 2002 ዶ/ር ማርክ ዱሪ በእስልምና አገዛዝ ውስጥ ላሉ ክርስቲያኖች ስለ ዚሚ አስተሳሰብና ከእስልምናና ከሙስሊሞች ፍርሃት እንዴት ነፃ መውጣት እንደሚችሉ ማስተማር ጀመሩ። ትምህርቱ ብዙውን ጊዜ ሰዎች ለጸሎት የሚቀርቡበት የአገልግሎት ጊዜን ጠብቆ የሚሆን ነበር። በእነዚህ ክፍለ-ጊዜዎች ከተሳተፉት መካከል ብዙዎች በኋላ የእግዚአብሔርን ሃያል ሥራ ተመልክተው መስክረዋል። አብዛኞቹም ለአገልግሎት ነፃነትና ኃይል እንደተሰጣቸው መስክረው ነበር። በኋላም ዶ/ር ዱሪ ሰዎችን ከእስልምና መንፈሳዊ እስራት ነፃ ለማውጣት ማስተማርን ቀጠሉ። እነዚህ ሁለት ትምህርቶች *"አርነት በምርኮ ውስጥ ላሉት"* *በሚል* በመጽሐፉ ውስጥ ተጣምረው ነበር።.

በዓለም ዙሪያ ያሉ የወንጌል አገልጋዮች እንደሚያውቁትና እንደሚጠቀሙበት *"አርነት በምርኮ ውስጥ ላሉት"* መጽሐፉ ወደ ብዙ ቋንቋዎች ተተርጉሟል።

"አርነት በምርኮ ውስጥ ላሉት" የሚለው መጽሐፍ ለሕትመት ከበቃ ጀምሮ ማለትም እ.ኤ.አ ከ2010 ጀምሮ ባሉት ዓመታት፣ የአንባቢያንን ፍላጎቶች በተሻለ ሁኔታ ግምት ውስጥ በማስገባት በተለይም ከሙስሊም ዳራ የመጡ የክርስቲያን አማኞች ሕብረትን ለማጠናከር የተለያዩ ዕርማትና ክለሳ እንደሚያስፈልግ ግልፅ ሆኗል።

በተጨማሪም የሥልጠና ፕሮግራምም አስፈላጊ ሆኖ ተገኝቶ ነበር። መጀመሪያ ላይ የመጽሐፉ መልእክት ፓወር ፖይንት ስላይዶችን በመጠቀም የሠላም ሚኒስትሪ ባዘጋጀው አስተማሪ ቪዲዮዎች ተደግፎ ነበር። እነዚህ ቪዲዮዎች በሌሎች ቋንቋዎች በተቀዳ ድምጽ ወይም በጽሑፍ ተተርጎመው ነበር።

ይህ የማስተማሪያ ፎርማት በተለያዩ አገሮች ጥቅም ላይ የዋለ ሲሆን የአገር ውስጥ አጋሮችም እንዲጠቀሙበት ሲሰለጥኑም ነበር። ነገር ግን፣ ዶ/ር ቤንጃሚን ሄገማን የሠላም ሚኒስትሪ ዳይሬክተር ኔልሰን ቮልፍ፣ ይህንን አካሄድ

በቤኒን ሀገር በጫካ ውስጥ ያሉ ክርስቲያኖችን የሚያገለግሉ መጋቢዎችን ማሰልጠን ስለሚቻልበት ሁኔታ ሲጠየቁ፣ “የማይቻል!” ነው ብለዋል። እናም በዚህ ምክንያት ሙሉ ለሙሉ የተለየ አቀራረብ በመጽሐፉ ውስጥ ቀርቧል ማለት ይቻላል። ከቤኒን የአስርት ዓመታት የማስተማር ልምድ በመነሳት ዶ/ር ሄገማን የስልጠና ፎርማትን አዘጋጅተዋል። *“አርነት በምርኮ ውስጥ ላሉት”* የሚለው መጽሐፍ ደግሞ ፎርማቱን ለማዘጋጀት የተጠቀሙበት ነው። ከዚህ ቀጥሎ ልናየው ያለው ይህ ፎርማት ትንንሽ የውይይት ቡድኖችንና ትዕይንቶችን ለማስተማሪያነት ይጠቀማል። በብዙ ከተፈተነም በኋላ የበአቶኑ፣ ፈረንሣይና ሃውሳ ቋንቋ ተናጋሪ መጋቢዎች በጋለ ስሜት ተቀብለውታል።

ይህ የሥልጠና አካሄድ የትኛውንም የትምህርት ደረጃ ታላሚ ሳያደርግ በተለያዩ አውዶች ውስጥ ለመሥራት የተዘጋጀ ነው። እንዲሁም ስልጠናውን የጨረሱ መሪዎች ወደ ራሳቸው አውድ ወስደው ሌሎችንም በተመሳሳይ አካሄድ እንዲያሰለጥኑ ይመከራል።

“አብ እንደ ላከኝ እኔ እናንተን እልካችኋለሁ” እንዲሁም “ሂዱና ሰዎችን ሁሉ ደቀ መዛሙርት አድርጉ” የሚለው የክርስቶስ ቃል እያቃጨለ ይሰማል። ኢየሱስ ምን ማለቱ ነበር? ከመሞቱ በፊት በነበረው ምሽት ላይ ደቀ መዛሙርቱ እግዚአብሔርን እንደሚያውቁና ከእርሱ ጋር እንደሚተባበሩ ገልጿል፡ ከእግዚአብሔር ጋር በስሙ፣ በእውነትና በፍቅሩ በማመናቸው አንድ ናቸው (ዮሐ. 17)። ወደ መከሩ ጌታ የምናቀርበው ጸሎትም *“አርነት በምርኮ ውስጥ ላሉት”* ከእስልምና የተመለሱቱ በኢየሱስ ክርስቶስ ከእግዚአብሔር ጋር አንድ ሆነው እንዲቆዩና ሙስሊሞችን በአገልግሎታቸው ወደ እውነቱ እንዲመጡ እየሰሩ ያሉ የወንጌል አገልጋዮችን ሁሉ እንዲረዳ ነው።

ይህ *“አርነት በምርኮ ውስጥ ላሉት”* የሚለውን ተሻሽሎ የቀረበው የማርክ ዱሪ መጽሐፍንና የቤጃሚን ሄገማን የስልጠና መምሪያን በአንድነት የያዘ እንደመሆኑ በዚህ ርዕሰ ጉዳይ ላይ ርዳታን ለሚፈልጉ የሚያግዝ እንደሚሆንና በተለያዩ ሀገራት ላሉት አብያተ-ቤተክርስቲያናትም በረከት እንደሚሆን ተስፋ እናደርጋለን።

ይህንን መገልገያ ለማሻሻል ጠቃሚ ምክሮችን ለሰጡን ብዙ ውድ ወንድሞችና እህቶች ከልብ የሆነ ምስጋና ማቅረብ እንወዳለን። ለዚህ ፕሮጀክት ያላቸውንም መሻትንም እናደንቃለን። በተጨማሪም የገንዘብ ድጋፋችሁንና የብዙ ቅዱሳን ጸሎቶች በማሰብ ሁላችሁንም ለማመስገን እንወዳለን። ያለ እነሱ ይህ ሥራ ፈጽሞ እዚህ ሊደርስ አይችልም ነበርና።

ማርክ ዱሪ፣ ቤንጃሚን ሄገማንና ኔልሰን ቮልፍ
ሰኔ 2022

አርነት በምርኮ ውስጥ ላሉት

የስልጠና መምሪያ

በጥርሳቸው ከመዘንጠል የጠበቀን እግዚአብሔር ይባረክ
ነፍሳችን እንደ ወፍ ከዐዳኝ ወጥመድ አመለጠች፤
ወጥመዱ ተሰበረ እኛም አመለጥን።

የሰማይና የምድር ፈጣሪ የእግዚአብሔር ስም ረዳታችን ነው።

መዝሙረ ዳዊት 124

ማርክ ዱሪና ቤንጃሚን ሄገማን

db
DEROR BOOKSz

አራተኛውን እትም ያካተተ "አርነት በምርኮ ውስጥ ላሉት"
"አርነት በምርኮ ውስጥ ላሉት" የቅጂ መብት © 2022 በማርክ ዱሪ
የጥናት መርጃ ምንጮች፤ የቅጂ መብት © 2022 በቤንጃሚን ሂገማን
መብቱ በህግ የተጠበቀ ነው።

ISBN 978-1-923067-16-5

ርዕስ፦ አርነት በምርኮ ውስጥ ላሉት፡ የስልጠና መምሪያ

የቅዱሳት መጻህፍት ጥቅሶች የተወሰዱት ከአዲሱ መደበኛ ትርጉም ነው።
የቅጂ መብት © 2001 በ Biblica, Inc.
https://www.stepbible.org/version.jsp?version=AmhNASV

የቡድን ውይይት ምልክት በFreepik ከ www.flaticon.com የተሰራ
ነው።

ስለ ማርክ ዱሪ መጽሐፍትና ጽሑፎች የበለጠ መረጃ ለማግኘት
www.markdurie.com ን ይጎብኙ።
ለ "አርነት በምርኮ ውስጥ ላሉት" ምንጮች በተለያዩ ቋንቋዎች፡ ይጎብኙ
www.Luke4-18.com
ዴሮር መጽሐፍት፡ ሜልበርን አውስትራሊያ
www.derorbooks.com

ይህን መጽሐፍ እንዴት መጠቀም እንደሚቻል

እንኳን ወደ *"አርነት በምርኮ ውስጥ ላሉት"* የስልጠና መምሪያ *መጽሐፍ* በደህና መጡ። የስልጠና መምሪያው፣ አዲስ እትም የማርክ ዱሪ መጽሐፍን*"አርነት በምርኮ ውስጥ ላሉት" ያካተተ ነው።* ስድስት ዋና ዋና ትምህርቶችንና ሁለት ተጨማሪ ትምህርቶችንም ይዟል።

ይህ የስልጠና መምሪያ የተዘጋጀው ለክርስቲያን ሰልጣኞች ነው። ክርስቲያኖች የተማሩትን በሥራ ላይ እንዲያውሉ እንዲያግዝ ተደርጎ ተዘጋጅቷል። *"አርነት በምርኮ ውስጥ ላሉት"* በሚለው መጽሐፍ ውስጥ ጸሎታችን እርስዎና ሌሎች በክርስቶስ ነፃነትን እንዲያገኙና በአርነት እንዲኖሩ እንዲረዳቸው ነው።

ይህን የስልጠና መምሪያ ተጠቅማችሁ የሥልጠና ኮርስን መምራት የሚፈለጉ ከሆነ እባክዎ በመጀመሪያ ከመጀመሪው ትምህርት በፊት ሊያገኙት የሚችሉትን የመሪዎች መመሪያን በቋንቋዎ ያንብቡና ይረዱ።

ከሌሎች አማኞች ቡድን ጋር በመሆን ይህንን ስልጠና እንዲከታተሉ እንመክርዎታለን። ከ3-5 ቀናት ውስጥ በኮንፈረንስ መልክ በሚሰጡ ስልጠና እንዲወሰድ ታቅዶ የተዘጋጀ መምሪያ ነው፥ ነገር ግን እንደየ አስፈላጊነቱ በተከታታይ የሳምንቱ ቀናት በትናንሽ ቡድኖች መካከል ሊደረጉ ይችላል።

የቁርአን ማጣቀሻዎች ቁ የሚለውን የአማርኛ ፊደል ይጠቀማሉ። ለምሳሌ፡ ሱራ 9፡29 የሚያመለክተው የቁኣን ምዕራፍ 9 ፡ ቁጥር 29ን ነው። በዚህ ስልጠና ላይ ስለ እስልምና አስተምህሮ ትክክለኛ ምንጮች ላይ ተመስርተው ይማራሉ። ማጣቀሻዎቹ ታማኝና ተቀዳሚ ኢስላማዊ ምንጮች መሆናቸውን ለማረጋገጥ የሚቻለው ሁሉ ጥረቶች ተደርገዋል። ለበለጠ በማርክ ዱሪ የተዘጋጀውን The Third Choiceን በመጠቀም አብዛኞቹን የቀረቡትን ማጣቀሻዎች ይመልከቱ።

ይህንን ግብአት በተለያዩ ዓለማት ለሚኖሩ ቤተ ክርስቲያናት በማዘጋጀት ሁሉንም ዓይነት ጥላቻና ጭፍን ፍርጃን እየተቃወምን፣ የሂሳዊ አስተሳሰብ በሁሉም ሃይማኖቶችና አለማዊ አመለካከቶች ላይ መተግበር እንዳለበት እናምናለን። ሙስሊምም ሆኑ ሙስሊም ያልሆኑ ሰዎች ህሊናቸውና እውቀታቸው እንደሚመራቸው ከትምህርቱ ጋር በመስማማትም ሆነ

ባለመስማማት ስለ እስልምና ወደ ራሳቸው አረዳድ የመምጣት መብት አላቸው።

የዚህን የስልጠና መምሪያና ሌላ ሊወርድ የሚችል ፒዲኤፍ ማግኘት ይችላሉ። *“እርነት በምርኮ ውስጥ ላሉት”*። ተጨማሪ ተያያዥ ምንጮችና ይህንን መጽሐፍ በ https://luke4-18.com/ ድህረ ገጽ ላይ ማውረድ (Download) ማድረግ ይችላሉ። ክርስቲያናዊ ሚኒስቲሪዎች እንደ ፍላጎታቸው https://luke4-18.com/ ላይ ያለውን ማንኛውንም ነገር ለማውረድ፣ ለማተምና ለማከፋፈል ፍቃድ አላቸው።

ይህ ስልጠና ሰዎችን እንዴት እንደረዳቸው ምስክርነቶችን ለመስማት እንዲሁም የማሻሻያ ሐሳቦችን ለመቀበል ሁሌም ደስተኞች ነን።

ለመሪዎች መመሪያ

አጠቃላይ መመሪያዎች

ይህ ስልጠና የሚሰጠው ሰዎች ከእስልምና እስራት መንፈሳዊ ነፃነት እንዲያገኙ ለመርዳት ነው።

የ *"አርነት በምርኮ ውስጥ ላሉት"* ስልጠና ለመምራት ካሰቡ እባክዎን እነዚህን ቀጥሎ ያሉትን መመሪያዎች በጥንቃቄ ያንብቡ።

ይህ የስልጠና መምሪያ የተዘጋጀው ሦስት ዓይነት ክርስቲያኖችን ለመርዳት ነው።

1. በክርስቶስ ነፃነታቸውን ለማግኘት የመረጡ ክርስቲያን ሆነው ከእስልምና ለተመለሱ ክርስቲያኖች።
2. በሙስሊሞች አከባቢ በሙስሊም የበላይነት ስር የሚኖሩ ወይም ቅድመ አያቶቻቸው ወይም ዘመዶቻቸው በሙስሊሞች ተጽዕኖ ውስጥ ለኖሩ ክርስቲያኖች።
3. የክርስቶስን የወንጌል መልዕክት ለሙስሊሞች ማካፈል ለሚፈልግ ሰው።

እነዚህ ሦስት ቡድኖች የራሳቸው የተለየ ፍላጎት ቢኖራቸውም ሁሉም ሰው (ሁሉም ዓይነት ክርስቲያኖች) ሁሉንም የዚህ ስልጠና ዋና ትምህርቶች የሆኑትን ከ1-6 ትምህርት ያለ ማቋረጥ እንዲወስዱ እንመክራለን።

ሁለት ተጨማሪ ትምህርቶች አሉ፤ ትምህርት 7ና 8። በተለይም ቀደም ሲል ሙስሊም ለነበሩ ወደ ክርስቲያንነት የተመለሱ፣ እነዚህ ሁለቱን በተጨማሪ መማር የሚኖርባቸው ስድስቱን ዋና ትምህርቶች ከጨረሱ በኋላ ብቻ ነው።

- ትምህርት 7 ከእስልምና ነፃ የመውጣት ዋና ዋና ጉዳዮችን ያብራራል። ውሸት፣ የውሸት የበላይነትና እርግማን በእስልምና ውስጥ የሚለውን ያስተምራል።
- ትምህርት 8 ከእስልምና እምነት የመጡ ሰዎች ጤናማ የሆነች ቤተ ክርስቲያን ውስጥ እንዴት ማደግ እንደሚቻል ትምህርት ይሰጣል። ይህ በቀድሞ ሙስሊሞች መካከል የሚሠሩትን ሁሉ ለመርዳት ታስቦ የተዘጋጀ ነው።

ይህ ስልጠና በተለየ መንገድ ሰዎች እንዲሰለጥኑ ታስቦ የተዘጋጀ ነው። ስለዚህ እዚህ ላይ የተገለጸውን አካሄድ በመከተል ስልጠናው እንዲሰጡ ይመከራል፣ ምክንያቱም ይህ የስልጠና መንገድ ተፈትኖ በማለፍ ለብዙዎች ሰልጣኞች ብዙ አዎንታዎ ጥቅሞችን አስገኝቷልና።

ይህ ስልጠና ከ 3 እስከ 5 ቀናት ውስጥ እንዲጠናቀቅ ታስቦ የተዘጋጀ ነው። በተከታታይ የሳምንታዊ መርሃግብሮችም ትንሽ ቁጥር ባለቸው ቡድኖች ውስጥ ስልጠናው ሊሰጥ ይችላል።

ስልጠና እየመራህ ከሆነ፣ የሚሳተፉት የተማሩትን ለሌሎች እንዲያካፍሉ አበረታታቸው። ይህንን ስልጠና እንደ ተሳታፊ የሚከታተል ሰው ወደ ራሱ አውድ ወስዶ ሌሎችን ወደ ስልጠናው እንዲወስድ ይረዳል ብለን እንጠብቃለን።

የስልጠና ዘዴ

ይህንን ስልጠና በቤት ውስጥ ከሚደረግ ትንሽ የቡድን አባላት ጀምሮ እስከ በመቶዎች የሚቆጠሩ ሰዎች ሊከተሉት የሚችሉት የስልጠና መምሪያ ነው። ከአምስት ወይም ከስድስት በላይ ሰዎች ስልጠናውን እየወሰዱ ከሆነ ተሳታፊዎቹ ወደ አራት ወይም አምስት አካባቢ በቡድን መከፈል አለባቸው። እነዚህ ቡድኖች ተመሳሳይ ሆነው ሳይበተኑ የሚቆዩና ሁሌም በስልጠናው ጊዜ አብረው የሚቀመጡ ይሆናል።

በስልጠናው ውስጥ የሚሳተፉት ሁሉ የዚህ የስልጠና መምሪያ ቅጂ እንዳላቸው አስቀድመው ያረጋግጡ። በስልጠናው መጀመሪያ ላይ ሁሉም ተሳታፊዎች ስማቸውን በመጽሐፋቸው የመጀምሪያው ገጽ እንዲጽፉ ይጋብዟቸው ማኑዋሎቻቸው የእነርሱ መሆናቸውን እንዲያውቁና ማስታወሻ እንዲይዙ ያበረታቷቸው። ከዚያም ትኩረታቸው ወደ ስድስቱ ዋና ዋና ትምህርቶች ይሆናል። የእያንዳንዱ ትምህርት ርዕስ፥ በእያንዳንዱ ትምህርት መጀመሪያ ላይ የተዘረዘሩትን የመማርያ ዓላማዎች፥ በእያንዳንዱ ትምህርት መጨረሻ ላይ ያሉትን ምንጮች (ቃላት፥ ስሞች፥ መጽሐፍ ቅዱስና ቁርኣን ውስጥ የሚገኙ ምንባባት) ለሁሉም ሰው በማብራራት የስልጠና መምሪያውን ለሁሉም ሰው ግልጽ ያድርጉላቸው። በእያንዳንዱ ትምህርት መጨረሻ ላይ ያሉ ጥያቄዎችና መልሶች በስልጠናው መመሪያ ጀርባ ላይ ይገኛሉ።

በእያንዳንዱ የስልጠና ቀን መጀመሪያ ላይ እያንዳንዱ ትንሽ ቡድን የራሳቸውን መሪና ጸሐፊ ይሾማሉ። የቡድን አባላት በዚህ ኃላፊነት ውስጥ ተራ በተራ እንዲሳተፉ ይበረታታሉ።

- መሪው የትናንሽ ቡድን ውይይቶችን ይመራል ሁሉም በቡድኑ ውስጥ የበኩላቸውን እንዲያደርጉ ያበረታታል። በስልጠናው ማኑዋል ጀርባ ላይ መልሶቹን በመመልከት ማመሳከር የሚችለው መሪው ብቻ ነው።
- ጸሐፊው ቡድኑ የ"የመክፈቻ ጥናት ርዕሰ ጉዳይ" ጥያቄን እንዴት እንደሚመልስ ማስታወሻ ይይዛል፣ በትምህርቱ መጨረሻ ላይ ለጥያቄና መልስ ክፍለ ጊዜ የሚቀርቡትን ማንኛውንም ጥያቄዎች ይመዘግባል ቡድኖች በመሪው ተጋብዘው ለጥያቄ መልስ ሲሰጡ ቡድኑን ወክሎ ምላሽ ይሰጣል።

በስልጠናው መጀመሪያ ላይ መሪው ትናንሽ ቡድኖች እንዴት እንደሚሠሩ በማብራራትና ቡድኖቹ በየቀኑ አዲስ መሪና ጸሐፊን መሾም እንዳለባቸው በማሳወቅ ተሳታፊዎች በአራት ወይም በአምስት ቡድን እንዲከፋፈሉ መመሪያ ይሰጣል። *ፕሬዚዳንቱ ብቻ* የጥያቄዎቹን መልሶች ለማየት ተፈቅዶለታል።

በእያንዳንዱ አዲስ የስልጠና ቀን መጀመሪያ ላይ መሪው ሁሉም መሪዎችና ጸሐፊዎች እንደወረዱ ያሰወቅና ትናንሽ ቡድኖች ለቀኑ አዲስ መሪዎችንና ጸሐፊዎችን ይሾማሉ (ከዚህ በታች ይመልከቱ)፡-

ለእያንዳንዱ ትምህርት የሥልጠና ቅደም ተከተል የሚከተለው ነው-

- መሪው የትምህርቱን መጀመር ለሁሉም ተሳታፊዎች ይገልጻል። ትምህርቱ በሚጀምርበት ጊዜ የስልጠና መምሪያ ውስጥ ወደ ገጹ እንዲዞሩ ይጋብዛል። እያዳንዳንዱ ትምህርት የገጽታ ምስል አለው።
- ምሳሊያዊ ትምህርቱ በትወና መልክ ለሁሉም ተሳታፊዎች ይቀርባል።
- መሪው ስለ ምሳሊያዊ ትምህርት (ለአንድ ወይም ለሁለት ደቂቃ ያህል) በአጭሩ ማብራሪያ ይሰጣል በትምህርቱ መጀመሪያ ላይ በስልጠናው መመሪያ ውስጥ ያለውን ዋና ምስል ትኩረት አድርጎ በአጭሩ ያብራራል።
- መሪው በትምህርቱ መጀመሪያ ላይ **የትምህርቱ ዓላማዎች**ን ለሁሉም ተሳታፊዎች ያነባል። ለምሳሌ፣ "የዚህ ትምህርት ዓላማ በገጽ [x] ላይ ይገኛል። እነዚህ ዓላማዎች ... [ሁሉንም ጮክ ብሎ ማንበብ] ናቸው።
- በመቀጠል የእያንዳንዱ ትምህርት ጥናተ ርዕሰ ጉዳይ እንደ ድራማ ሊቀርብ ይችላል። ለሁሉም ሰው ሊነበብም ይችላል። እንደ ድራማ ለማቅረብ ከመረጡ፣ የጥናት ርዕሰ ጉዳዩን ሁኔታ ቀደም ብሎ ሊለማመዱ ይችላሉ፡ ተሳታፊዎች እነዚህን ሁኔታዎች እንዲሰሩ

አበረታቷቸው። ከዚህ ድራማ (ወይም ንባብ) በኋላ ትንንሾቹ ቡድኖች ተሰብስበው በጉዳዩ ላይ ተወያይተው በመጨረሻው ላይ "እርሶ ቢሆኑ ምን ያደርጋሉ? ወይም ምን ምላሽ ይሰጣሉ?" የሚለውን ጥያቄ ተሳታፊዎች ይመልሳሉ። ከዚህም በኋላ የእያንዳንዱ ቡድን ጸሐፊ ቡድናቸው ጥያቄውን እንዴት እንደመለሰ ለትልቁ ቡድን ሪፖርት ያደርጋል።

- እያንዳንዱን ትምህርት ወደ ተከታታይ ክፍለ ጊዜዎች መከፋፈል ያስፈልጋል። ከመጀመሪያው ትምህርት በስተቀር አጭር ነውና ደግሞ በአንድ ክፍለ ጊዜ ውስጥ ሊከናወን የሚችል ነው።
- በአንድ ትምህርት ውስጥ ለእያንዳንዱ ክፍለ ጊዜ፣ ተሳታፊዎች ከሚከተሉት ደረጃዎች 1 እስከ 5 ይከተላሉ፡-

    1. መሪው ከገጽ ቁጥሮች ጋር በስልጠና መምሪያው ውስጥ በዚህ ክፍለ ጊዜ የትኞቹ ክፍሎች እንደሚጠኑ ያስታውቃል። (መሪው በእያንዳንዱ ትንሽ የቡድን ክፍለ ጊዜ ምን ያህል መሸፈን እንዳለበት የሚጠቁሙትን በጽሑፉ ውስጥ የቀረቡትን የመከፋፈል ምልክቶችን መከተል ሊመርጥ ይችላል።)

    2. ጥሩ የማንበብ ድምጽ ያለው ሰው ጽሑፉን ጮክ ብሎ ያነባል። (ስልጠናው የማከፋፈያ ምልክቶችን እየተከተለ ከሆነ አንባቢው ለጠቋሚው ያነብባል ይህም ከ10-15 ደቂቃዎች ይወስዳል)።

    3. ተሳታፊዎች በትናንሽ ቡድኖች ይከፋፈላሉና ለአሁኑ ክፍለ ጊዜ ጥያቄዎችን ይመራሉ። ጥያቄዎቹ በእያንዳንዱ ትምህርት መጨረሻ ላይ ሊገኙ ይችላሉ።

    4. ቡድኖቹ አሁን ባለው ክፍለ ጊዜ ለክፍሎቹ ጥያቄዎችን ተወያይተው መልስ ይሰጣሉ። በጥያቄዎች ብዛት ላይ በመመስረት ይህ ከ10-20 ደቂቃዎች ሊወስድ ይችላል። በዚህ ጊዜ መሪው እንዴት እየሄደ እንዳለ ከቡድን ወደ ቡድን እየተንቀሳቀሰ ይከታተላል።

    5. መሪው ከቡድኖቹ አንዱ ለዚያ ክፍለ ጊዜ እንደጨረሰ ሲመለከት ሁሉም ሌሎች ቡድኖችም እንዲጨርሱ ይጠይቃል። ከስልጠናው አካሄድ ጋር አብራችሁ ተጓዙ። ቀስስተኞችን አትጠብቁ።

    አጠቃላይ ትምህርቱ እስኪጠናቀቅ ድረስ ለቀሪዎቹ ክፍለ-ጊዜዎች ከደረጃ 1 እስከ 5 መድገም።

- በእያንዳንዱ ትምህርት መጨረሻ ላይ፣ ሁሉም ቡድኖች በዚያ ትምህርት ላይ ለጥያቄና መልስ ክፍለ ጊዜ ይመለሳሉ።

ትምህርት 5፣ 6 እና 7 በጸሎት ያበቃል። እባክዎን ጸሎቶችን ለመምራት ከዚህ በታች የተሰጠውን ምክር ይከተሉ።

ሦስት ሰዎች ሲናገሩ የሚያሳየው የውይይት ምልክት ነው፡-

ይህ ምልክት ለአፍታ ብቻ ትምህርቱን በማቆም ሁሉም የቡድን አባላት የሚወያዩበት ሰዓት መድረሱን የሚያመለክት ነው። በእርግጥ ይህ የእኛ አመለካከት ነው። የቡድን አባላቱ ጋር በመነጋገር የመወያያ ጊዜዎችን መሪው ከተሳታፊዎች ጋር በሚመቸው መልኩ ጊዜውን ሊወስን ይችላል። ሁሉም ቡድን በአንድ ጊዜ የሚወስዱት የስልጠና ትምህርቶች ሊለያዩ ይችላሉ ስለዚህ መሪው ምን ያህል ርዕሶችን መሸፈን እንደሚችሉ መወሰን ይችላል።

ምሳሌያዊ ትምህርቶች

እያንዳንዱን ምሳሌያዊ ትምህርት በድራማ ተተውኖ እንዲቀርብ ይመከራል። በዚህ መንገድ ለመጠቀም ከመረጡ፣ ሙሉውን ስልጠና ለማስተዋወቅ የሚረዳ ምሳሌያዊ ትምህርት አለ። ነገር ግን ለምሳሌያዊ ትምህርቱ አስቀድመው መዘጋጀት አለባቸው። ከመደበኛ የትምህርት ሰዓት መጀምር አስቀድመው ከግማሽ ሰዓት በፊት ከተገናኙ ለልምምድ የሚሆን ጊዜ ይኖራቸዋል።

ሙሉውን ስልጠና ለማስተዋወቅ ትምህርታዊ ምሳሌዎች

አንድ ሰው እላይ ወጥቶ ቢቆም የዛን ሰው ክብደት ሊሸከሙ የሚችሉ ከስድስት እስከ ስምንት የሚሆኑ ወንበሮችን ያዘጋጁ። በመቀጠልም ወንበሮቹን በመደዳ አስቀምጧቸው። ከዚያም የእያንዳንዱ ወንበር ፊት ቀጥሎ ላለው ወንበር ጀርባ በሰጠበት መልክ ተደርድረው ይቀመጣሉ። ከዚህም በመቀጠል አንድ ወጣት ተሳታፊ በሞባይል ስልኩ እያወራ በማስመሰል ወንበሮቹ ላይ ይራመዳል። ከዚያ የበለጠ ወንበሮቹን ለመራመድ ከባድ ያድርጉበት፣ በጣም አስቸጋሪ እስኪሆን ድረስ ወንበሮችን ክፍተታቸውን በማስፋት ይለያዩ። በመጨረሻም አንድ ሰው "መመሪያ" የሚል ወረቀት ይዞ ይገባል። ይህ ሰው መመሪያውን በእጁ እንደያዘ አስቀድሞ ወንበሮቹ ላይ ለመራመድ የተቸገረውን ሰው እጅ ይይዛል። ወንበሮቹንም በማስተካከል እንዲራመድ ያደርገዋል በዚህም መመሪያ

መጠቀም በራስ ለማድረግ እጅግ አስቸጋሪ የሆኑ ነገሮችን እንዴት ያለ አንዳች ችግር መከወን እንደሚያስችል ያስተምራል።

ለትምህርት 1 የሚሆን የምሳሌ ትምህርት

አንድ ሰው "ነፃ ነኝ! እኔ ነፃ ነኝ!" እያለ ክርስቲያን በመሆኑ ምን ያህል ነፃ እንደሆነ ይናገራል። ነገር ግን ሁል ጊዜ በእግሮቹ ላይ የታሰሩትን ሁለት ፍየሎች ችላ ብሏቸዋል አንደኛው ፍየል የቀኝ እግሩ ላይ ሁለተኛው ፍየል ደግሞ በግራ እግሩ ላይ ታስረዋል። ይህንን ትዕይንት በሌሎች እንስሳትም ሊሠራበት ይችላል። ለምሳሌ ሁለት በግ፥ ዶሮ ወይም ድመት ለድራማው ሊጠቀሙ ይችላሉ። እግሩ ስለታሰረ ለእርሱ ቀጥ ባለ መንገድ መሄድ እጅግ ከባድ ነው። መጀመሪያ በአንድ መንገድ ከዚያም በሌላ መንገድ እግሩን እየጎተተ ይራመዳል። ወደ መድረሻው ለመድረስ ቢታገልም እግሮቹ ላይ የታሰረውን ግን ማየት አልቻለም። ይህ ሰው ነፃ እንደሆነ ያስባል ነገር ግን ነፃ አይደለም። በፍጹም አይደለም!።

ለዚህ ድራማ የሚሆኑ እንስሳትን ማግኘት የማይቻል ከሆነ የትልቅ ፖስተር መጠን ያለው ወረቀት በማዘጋጀት በስዕል መልክ አንድ ሰው ሁለቱ እግሮቹ ከፍየል ጋር ታስረው የሚያሳይ ስዕል በመሳል ያስቀምጣል። አንድ ሰው ደግሞ ወደ ስዕሉ በመምጣት እያመለከተ እንዲህ ይላል "እኔ ከእስልምና የመጣሁ አማኝ ነኝ። ነፃ ነኝ! ነፃ ነኝ! "እያለ ለስዕሉ ይናገራል። በዚህም ስለ ነፃነቱ/ቷ ለአንድ ደቂቃ ያህል እንዴት ነፃ እንደሆነ ይናገራል ነገር ግን ይህንን ሁሉ ሲያደርግ ፍየሎቹን ችላ በማለትና አንድም ጊዜ ስለ እነርሱ ሳያወራ ነው። ይህ ሰው ከመድረኩ ዞሮ ከወጣ በኋላ አንድ ሌላ ሰው በመምጣት ወደ ፍየሎቹ በማመልከት ጥያቄ በሚጠይቅ መልኩ እጆቹን በአግራሞት ያንቀሳቅሳል።

ለትምህርት 2 ምሳሌያዊ ትምህርት

"ጥበቃ የሚደረግለት ሰው" የሚለውን ቃል ጫፉ ወፈር ባለ መጻፊያ የፊት መሸፈኛ ላይ በመጻፍ ለሰልጣኞች ካሳዩ በኋላ በወንበሩ ላይ ወደ ታሰረው ሰው በመሄድ ይህንን ጭንብል ሰውየውን ያስለብሱት። ከሃያ ሴኮንዶችም በኋላ ሰውዬውን ቀና ብሎ እንዲመለከትና ለመቆም እንዲሞክር ያድርጉ። ግን ሰውየው መቆም ያቅተዋል። ከዚህም በመቀጠል አንድ ሌላ ወጣት ሴት ወይም ወንድ "ቤዛ" የሚል ጽሑፍ በመያዝ ይህንን ታስሮ ጥበቃ የሚደረግለትን ሰው መዝሙረ-ዳዊት ምዕራፍ 23 ጮክ ብሎ በቃሉ እያለ ይፈተዋል። የተፈታውም ሰው ወደ ብርሃን (የስልክ መብራት ወይም አምፖል ሊሆን ይችላል) ይራመዳል።

ለትምህርት 3 ምሳሌያዊ ትምህርት

እንስሳ ወጥመድ ላይ ያለውን ማታለያ ምግብ ከበላ በወጥመዱ ይያዛል። ከወጥመዱ እጁን ወይም በወጥመዱ የተያዘበትን አካል እስካላስለቀቀ ድረስ ነፃ አይሆንም። አንድ ሰው እጁን ሊያስገባበት የሚበቃ ማሰሮ ይፈልግ ነገር ግን እጁን ለማውጣት ቢሞክር እጁን ለማውጣት የማያስችል ትንሽዬ ማሰሮ ይሁን። ማሰሮውንና ሽሃዳ የሚል ጽሑፍ የተጻፈበት ወረቀት ይያዙ። አንዳንድ የለውዝ ፍሬዎችን ወደ ውስጥ ያስገቡ። ከዚያም ሰውዬው የለውዙን ፍሬዎቹን ለመያዝ እጁን ቢያስገባም ነገር ግን እጁን ማውጣት አይችልም። ከዚያም ለሁሉም የለውዙን ፍሬዎች ለመውሰድ ሲሞክሩ ያጋጠማቸውን ችግር እየዘሩ ያሳያሉ። እጃቸውን ነፃ የሚያወጡበት ብቸኛው መንገድግን ፍሬዎቹን መተው ነው።

ለትምህርት 4 ምሳሌያዊ ትምህርት

አንዲት የተናደደች ሴትና ኮፍያ የለበሰ ሙስሊም ሰው በሁለት ወንበሮች ላይ ዓይናቸውን በመሸፈኛ ተሸፍኖ ተቀምጠዋል። "ሙስሊም አማኝ" የሚሉትን ቃላት በትልልቅ ፊደላት በሁለት ወረቀት ላይ ተጽፎ በእያንዳንዱ ሰው ደረት ላይ እንዲለጠፍ ወይም በአንገታቸው ላይ እንዲታሰር ይደረጋል። ብዙ ሰዎች በደስታ ጮክ ብለው እርስ በርሳቸው እየተነጋገሩ በደስታ ጩኸቶችን እያሰሙ የውዳሴ መዝሙር አብረው ይዘምራሉ። ነገር ግን ሙስሊሞቹን ምንም ሳያናገሩ ደጋግመው ገብተው በዙሪያቸው ይረማመዳሉ። ሙስሊሙ ሰው ሰዎቹ ወደ እርሱ በቀረቡ ቁጥር ሰይፍ ወይም ደግሞ ሜንጫ በአየር ላይ እያወራጨ ሰዎቹን እንዳይረብሹትና እንዳያናድዱት በምልክት ያስጠነቅቃቸዋል። በዚያ የነበሩት ሁሉ ከወጡ በኋላ አንድ ሰው ቀስ ብሎ መጥቶ የዚህ ሰው የአይን መሸፈኛ ሲያነሳ ማንም ሰው እንደሌለና ዝም ብሎ እንደ ተረበሸ እያሰበ ይገረማል።

ለትምህርት 5 ምሳሌያዊ ትምህርት

አንድ ወንድ ወይም ሴት መሬት ላይ ተኝተው፥ የተዳከሙና ራሳቸውን ከጥቃት ለመከላከል በተዘጋጀ ዓይነት አቀማመጥ በመጠባበቅ ሆነው ይታያሉ። “የተጣለ” የሚለው ቃል በደማቅ ህትመት በወረቀት ላይ ታትሞ በዚህ/ች ሰው ላይ ተለጥፏል። በአንደኛው ቁርጭምጭሚት በኩል አንድ ረጅም ገመድ ታስሮ ይታያል ይሁን እንጂ ገመዱ ከምን ጋር እንደታሰረ አይታወቅም። አንድ ቤዛ የሚሆን ሰው መጥቶ ገመዱን ፈትቶ ግለሰቡን በእርጋታ ወደ ወንበር ይመራዋል፣ አንድ ብርጭቆ ውኃም ቀና አድርጎ ይሰጠዋል። ጠጥተው እስኪጨርሱ ድረስ በትዕግስት ጠብቆ፣ ከዚያም ብርጭቆውን ወስዶ

ያስቀምጣል። "የተጣለ" የሚለውን ወረቀት ወስዶ ወንበሩ ላይ አስቀምጦት እግሩን በማጠብ በራሱ ልብሶች እግሮቹን ያደርቀዋል።

ለትምህርት 6 ምሳሌያዊ ትምህርት

አንድ ከኋላው ጠረጴዛ ያለ ሰው በወንበር ላይ ተቀምጦ ሚስቱ ደግሞ እጆቿን ትከሻው ላይ አድርጋ ሁለቱም በጠረጴዛው ላይ ተከፍቶ የተቀመጠውን መጽሐፍ ቅዱስ በዝምታ ይመለከቱታል። 3በጥበቃ ስር ያለ" የሚለውን ቃል በደማቅ ፊደላት በመለጠፊያው እንዲጻፍ ከተደረገ በኋላ ለሁሉም ሰልጣኞች እንዲያዩ ከተደረገ በኋላ በመለጠፊያ በወንበሩ ላይ የተቀመጠው ሰው አፍ ላይ ይለጥፉት። ከዚያም አንድ ሙስሊም የሚመስል ሰው ወደ ውስጥ በመግባት ሰላምታ መስጠት ይጀምራል። ከዚያም ዝም ብሎ በተቀመጠው ክርስቲያን ላይ ያፌዝበታል። ሚስቱም ሰውዬው ለሚጠየቀው ጥያቄ መልስ ለመስጠት ትሞክራለች። ክርስቲያኑ መጽሐፍ ቅዱስን በሁለት እጆች እንደያዘ ራሱን በመነቅነቅ ምላሽ ይሰጣል። በመጨረሻም ሙስሊሙ ሰቀባቸውና ትቷቸው ወጣ። ሚስትየው በባልዋ አፍ ላይ ያለውን የተለጠፈውን ታነሳለታለች በደስታም እንዲህ ትለዋለች "ሙስሊሙ እንዲመለስ ንግረው" ይህንንም እያለች ሙስሊሙ በሄደበት አቅጣጫ በፍጥነት ተከትላ ትሄዳለች። የተቀመጠው ሰው "እኔም እመጣለሁ! መጣሁ!" እያለ መጽሐፍ ቅዱሱን ይዞ እነርሱን ተከትሏቸው ይወጣል።

ለትምህርት 7 ምሳሌያዊ ትምህርት

በፀጥታ ሦስት ወንበሮችን በታዳሚዎች ፊት አንድ ሰው ያስቀምጣል። በአንደኛው በኩል አንድ ወንበር፣ የቀሩትን ሁለት ወንበሮች ደግሞ አንድ ላይ አድርጎ ለያይቶ ያስቀምጣቸዋል። ሁለቱ ወንበሮች "አርነት" የሚል ጽሑፍ በወረቀት ተጽፎ ተለጥፎባቸዋል። አንደኛው ግን "ኢስላም" የሚለው ተለጥፎበታል። ይህ አንድ ወንበር በክፍሉ ውስጥ ከምን ጋር እንደታሰረ የማይታይ ከወንበሩ ጋር የታሰረ ገመድ አለ። ይህ ገመድ "አርነት" ተብሎ ወደተጻፈው ወንበር ጋር ሊያደርስ የሚችል ቁመት የለውም እንዲሁም "ኢስላም" የሚለው ጽሑፍ ያለበት ወንበር ከማይታይ ነገር ጋር ስለታሰረ ሊያንቀሳቅሰው አልቻለም።

በወረቀት ላይ ደግሞ "እስረኛ" የሚል ቃል በደማቁ የተጻፈበትን ወረቀት ለተሳታፊዎች ካሳየ በኋላ "ኢስላም" ወደ ሚለው ወንበር በመሄድ እዚያ ወንበር ላይ የተቀመጠው ሰው ላይ ይህንን ወረቀት ይለጥፍበታል። አንድ ሰው "አርነት" ወደ ሚለው ወንበር ሄዶ በመቀመጥ መጽሐፍ ቅዱስ ከፍቶ ማንበብ ይጀምራል። ይህም ሰው ይህንን እስረኛ ሰው ወደ ክፍቱ ወንበር መጥቶ

መጽሐፍ ቅዱስ እንዲያነብ ይጋብዘዋል። ይህም ሰው ወደ አርነት ወንበር ለመሄድ ይሞክራል ነገር ግን ከገመዱ የተነሣ ይህንን ማድረግ አይችልም። ከዚያም ይህ ሰው ወደ እስረኛው ወንበር በመሄድ የእምቢ ምልክት ሊታይ በሚችልበት መልኩ ይለጥፍና ከሙስሊሙ ጀርባ ያለውን የማይታየው ገመድ በማንሳት ከራሱ ወንበር ጋር በአንድ ይገምደዋል ከዚያም ሁለቱም በአርነት ወንበር ላይ ይቀመጣሉ። በጋራም በመሆን "እስደናቂ ጸጋ" የሚለውን መዝሙር ወይንም ደግሞ የሚታወቅ መዝሙር ተመርጦ በጋራ ይዘምራሉ።

ለትምህርት 8 ምሳሌያዊ ትምህርት

አንዲት ልክ እንደ ሙስሊም ሴት የለበሰች ዓይኗን ተሸፍና በአንድ ሌላ ሙስሊም ወንድ እየተመራች ወደ አንድ ወንበር ትሄዳለች። "የሚያሰፍር" የሚል ጽሑፍ ተጽፎ በወረቀት በደረቷ ላይ ተንጠልጥሎ ይታያል። አብሯት ያለውም ሙስሊም "እጆችሽና እግሮሽ ቆሻሻዎች ናቸው" ብሏት ወንበር ላይ እንደተቀመጠች ትቷት ይሄዳል። እግሮቿና እጆቿ የቆሸሹ መሆናቸውን ታዳሚዎች ሁሉ ያዩታል በዚህም ጊዜ ሙስሊሟ ቀስ ብላ እያለቀሰች ነው። ከዚያም በውኃ መያዣ ውኃና ማበሻ ጨርቅ የያዘች ክርስቲያን ሴት በእርጋታ ወደዚህች ሴት ትመጣለች። ከዚያም የሙስሊሟን እጅ ታጥባለች እግሮቿንም ካጸዳች በኋላ በማበሻዋ ታደርቃለች። ከዚያም እጅ ለእጅ ተያይዘው ክርስቲያኗ የውኃ ዕቃውን ሙስሊሟ ደግሞ ጨርቁን ይዛ ይወጣሉ።

የትንንሽ ቡድን መሪዎች ሚና

በትንንሽ ቁጥር የተከፈሉ ቡድኖች መሪዎቻቸው ዋና ስራቸው አባላት በውይይት እንዲሳተፉ ማበረታታት ነው።

አንድ ቃል በደማቁ በትምህርቱ ጥያቄዎች ውስጥ ካለ ያ ማለት ያ ቃል አዲስ ቃል ስለሆነ ተሳታፊዎች ትኩረታቸውን ወደዚያ ቃል በማድረግ የቃሉን ትርጉም ግልጽ ለማድረግ ጊዜ መውሰድ እንዳለበቸው ያሳያል።

መሪው በዚህ ጊዜ በቡድናቸው ውስጥ ያሉ ሁሉም ሰዎች በውይይቱ ላይ እንዲሳተፉ ያበረታታል።

የቀረቡት ጥያቄዎች ሁሉም ሰው ትምህርቱን በአግባቡ መረዳቱን ለማረጋገጥ የሚያግዙ ናቸው። የቡድኑ አባላት ሁሉም በተነሳው ሐሳብ ላይ ለመወያየት ፍላጎት ማሳየታቸው በጣም ጥሩ ነው።

በውይይት ጊዜ ቡድኑ ከርዕሱ ውጪ የሚሆኑ ከሆነ መሪው ውይይቱን ወደ ርዕሱ ይመልሰዋል።

መሪው ውይይቱ እየሄደ ያለበትን መንገድ በሚገባ መከታተል ይገባዋል።

በውይይት ላይ የሚነሱትን ጥያቄዎች በሚመለከት በስልጠና መምሪያው መጨረሻ ገጽ ላይ ያሉትን መልሶች መመልከት የሚችለው መሪው ብቻ መሆን አለበት።

በትምህርት 5-7 ውስጥ ጸሎቶችን ስለ መመራት

በዚህ ትምህርት ያለው መመሪያ ደግሞ ሽሃዳን፥ የዚሚ አስተሳሰብን፥ ውሸትንና ርግማንን በመካድ እንዴት ጸሎትን እንደምንመራ እናያለን።

- የጸሎት መርሃ ግብርን ከትልቁ ቡድን ጋር አንድ ላይ በጋራ ሆኖ መጸለይ ይገባል። የቡድን አባላት ካሉበት ቡድን ሳይወጡ ባሉበት ሆነው ይጸልዩ ነገር ግን ሁሉም ቡድኖች በአንድነት እንዲሰበሰቡና በጋራ እንዲጸልዩ ከተፈለገ ከቡድናችው ወጥተው በአንድነት ተሰባስበው ሊጸልዩ ይችላሉ።

- በጸሎትም ጊዜ ሁሉም ሰው ለጸሎት እንዲቆም ጸሎቱን የሚመራው ሰው ይናገር። በጸሎት ጊዜ ሁሉም በንቁ አእምሮ ሆነው ጸሎቱን በጋራ መጸለይ አለባቸው።

- ከእያንዳንዱ የጸሎት ክፍለ ጊዜ በፊት የሚነበቡ የመጽሐፍ ቅዱስ ጥቅሶች በጥያቄና መልስ መልኩ ተቀምጠዋል። የጸሎቱ መሪ በመጀመሪያ ጥያቄዎቹን ያነባል፣ ከዚያም የመጽሐፍ ቅዱስ ጥቅሶችን ደግሞ ያነብላቸዋል። ከዚህ በኋላ ሁሉም ሰዎች በጋራ ቆመው ይጸልያሉ። የትምህርት 6ን "ከዚማ አስተሳሰብ ነፃ መውጣት" የሚለውን ርዕስ የሚማሩት ትምህርት 5 ላይ ከሽሃዳ ነፃ መውጣትን ከተማሩ በኋላ ነው። ይህ የተለመደው የትምህርት ስርዓት ነው። 'እውነትን ማግኛ' የመጽሐፍ ቅዱስ ጥቅሶች ከዚህ ቀደም በትምህርት 5 ላይ ስለተነበቡ በትምህርት 6 ላይ መድገሙ አስፈላጊ አይደለም።

- በትምህርት 5 "የሽሃዳን ጸሎት መካድ" የሚለውን ትምህርት ከተማሩ በኋላ ኢየሱስ ክርስቶስን ለመከተል ያለንን አቋም የሚያሳየውን አንቀጽና ጸሎት መጸለይ ያስፈልጋል። ከዚያም በጋራ ነፃ የወጡ ሰዎች ምስክርነት ይነበባል። ከዚህም በኋላ እውነትን የሚያስረዱ ጥቅሶችን ያነባል። ከዚያም ሁሉም ሰው አንድ ላይ "እወጃና ጸሎት ሽሃዳን ለመካድና ሃይሉን ለመስበር" ይላሉ።

- እነዚህ ጸሎቶች በተለያዩ መንገዶች በአንድነት ሊጸለዩ ይችላሉ፡-

- ሰዎች ከዚህ የስልጠና መምሪያ በቀጥታ አንድ ላይ በማንበብ ሊጸልዩ ይችላሉ።

- በስልጠናው ላይ ፕሮጀክተር ካለ ደግሞ ከስክሪኑ እየተመለከቱ በጋራ ሊጸልዩ ይችላሉ።

- ብዙውን ጊዜ መሪው አንዱን መስመር በመናገር ሌሎች ደግሞ እርሱ ያለውን እንዲደግሙ በመጠየቅም ሊደረግ ይችላል። የሚባለውን መድገም የሚለው መንገድ ተሳታፊዎች ድምጻቸውን ከፍ አድርገው የማይሉ ከሆነ ጥሩ ላይሆን ይችላል። ይህ መንገድ ተሳታፊዎች ቃሉን እንዲያስቡና ቃላቶቹን ከራሳቸው ጋር ለማዋኸድ ይረዳቸዋል በተጨማሪም በተሳታፊዎች መካከል የአንድነት መንፈስን የሚፈጥር መንገድ ነው።

- እነዚህ ጸሎቶች በሚደረጉበት ጊዜ ሁሉ የጸሎቱ መሪ የጸሎቱ ተሳታፊዎች በጸሎታቸው የርግማንን ኃይል ለመስበርና በምትኩም በረከት እንዲሆንላቸው እንዲጸልዩ ያሳስባል። ይህም የጸሎት መሪው ጸሎቱን በሚያከናውንበት ሰዓት ቀጥሎ ያሉትን ቁልፍ ነገሮች ማካተት ይኖርበታል፡

  - መሪው በጸሎቱ ጊዜ ከሕዝቡ ላይ ርግማን እንደ ተወገደ በልበ ሙሉነት እንደተሰበረ በሕዝቡ ላይ ያውጃል። ይህም ሕዝቡ በጸሎቱ ውስጥ በአንድነት የሚያደርጉት ወይም ደግሞ የጸሎቱ መሪ ሕዝቡን ወክሎ ሊያደርግ ይችላል። ለምሳሌ፣ መሪው በጸሎት እንዲህ ማለት ይችላል፡- “እስልምና ያመጣውን እርግማን ሁሉ ከሕይወታችሁ እሰብራለሁ። የእስልምናን መንፈሳዊ ኃይሎች በሙሉ ከሕይወታችሁ እሰብራለሁ።” ወይም ሕዝቡን በጸሎት እየመራ ከሆነ ከኔ በኋላ የሚከተለው ደግማችሁ በሉ በማለት ሊያደርግ ይችላል “እስልምና ያመጣውን እርግማን ሁሉ ከሕይወቴ እሰብራለሁ። ከሕይወቴ የእስልምናን መንፈሳዊ ኃይሎች እሰብራለሁ”።

  - በተመሳሳይም መሪው አጋንንትን እንዲያስወጡ ያዛል ወይም ደግሞ ሕዝቡ አጋንንቶቹ ራሳቸው ከመካከላቸው እንዲወጡ እንዲጸልዩ ይመራል። “በጌታችን በኢየሱስ ክርስቶስ ስም አጋንንት ሁሉ ለኢየሱስ እንዲገዙና አሁን ትተውህ እንዲሄዱ አዝዣለሁ ወይም "ልቀቀኝ" በማለት እንዲጸልዩ መሪው ሕዝቡን በጸሎት ይመራል።

- መሪው በመቀጠል ጸሎቶችን ያነበቡትን ተሳታፊዎች ከርግማን በተቃራኒ በጸሎት ውስጥ ያነበቧቸውን በረከቶች እያነበበ ይባርካቸዋል። ለምሳሌ በትምህርት 2 ላይ እንደተገለፀው የዚማን አስተሳሰብ ለመካድ ከተጸለየው ጸሎት በኋላ የጸሎቱ መሪ የአንደበታቸውን ቃል በመባረክ የሕይወትን ቃል በድፍረት በመባረክ ይጸልያል። ከዚያ ደግሞ ሸሃዳን የሚያስክደውን ጸሎት በመጸለይ ሕዝቡን በሕይወት፥ በተስፋ በማነሳሳት በእግዚአብሔር ፍቅር ይባርካል።
- በተጨማሪም የጸሎት ቡድን በማዘጋጀት ይህንን ጸሎት ሕዝቡ ካነበበው በኋላ ለሕዝቡ በቀጣይነት የሚጸልዩ ሰዎች ማዘጋጀት ያስፈልጋል። ለዚህም አንደኛው መንገድ የዘይት አገልግሎት ቢኖር ጥሩ ነው። ሰዎች ወደ ፊት እንዲመጡ በመጋበዝ ጸሎቱን ከጸለዩ በኋላ ዘይት በመቀባት ለእያንዳንዱ የጸሎት ቡድኑ አባላት በየግል ይጸልዩለታል። ይህም ከጸሎት ቡድኑ አባላት የሚጠበቅ እንደሆነ እንዲያውቁ የጸሎት ቡድኑን ማሰልጠን ያስፈልጋል።

ጥምቀት

እስልምናን በመተው ክርስቶስን ለመከተል የሚፈልግን ሰው በውኃ ከማጥመቃችን አስቀድመን በትምህርት 5 ላይ ያለውን "ክርስቶስን ለመከተል መወሰንን የሚገልጽ ጸሎትና ሸሃዳን በመካድ ኃይሉን ማፍረስ" የሚለውን ጸሎት በማንበብ ሊጸልይ ይገባል። ይህንንም ከማድረጉ በፊት ጸሎት ምን እንደሆነ በግልጽ እንዲማር ማድረግ ያስፈልጋል። ስለዚህ የሚጸልዩት ጸሎት ምን እንደሆነና ለምን እንደሚጸልዩ ግልጽ ይሆንላቸዋል ማለት ነው። ይህንንም ከጥምቀት ዝግጅት ጋር የእርሱ አካል ተደርጎ እንዲወሰድ እንመክራለን።

የአጋንንት መገለጫዎች

አንዳንድ ጊዜ ሰዎች እነዚህን ጸሎቶች ሲጸልዩ በተለያየ መልኩ አጋንንቶች እራሳቸውን ሊገልጡ ይችላሉ። ሊያለቅሱ ወይም ደግሞ ሊወድቁ ይችላሉ፣ ወይም መቁነጥነጥ ሊጀምሩ ይችላል። በዚህ ምክንያት ሰዎች ይህንን ጸሎት ለማድረግ ሲዘጋጁ በጋራ ሆነው በጸሎት መዘጋጀት አስፈላጊ ነው። አጋንንቶች ራሳቸውን የገለጡበት ያንን ሰው ለብቻው አድርጎ በርጋታና በልበ ሙሉነት አጋንንቱ ለቆት ይሄድ ዘንድ እንዲያዙ ማበረታታት ያስፈልጋል። እንዲሁም አንድ ወይም ከዚያ በላይ መሪዎችን ዓይኖቻቸውን ከፍተው በጸሎት ጊዜ ዙሪያውን በመመልከት ሁሉም ሰው እንዴት እንደሆነ እንዲከታተሉ ማድረግ ጥሩ ነው።

1

እስልምናን የመካድ አስፈላጊነት

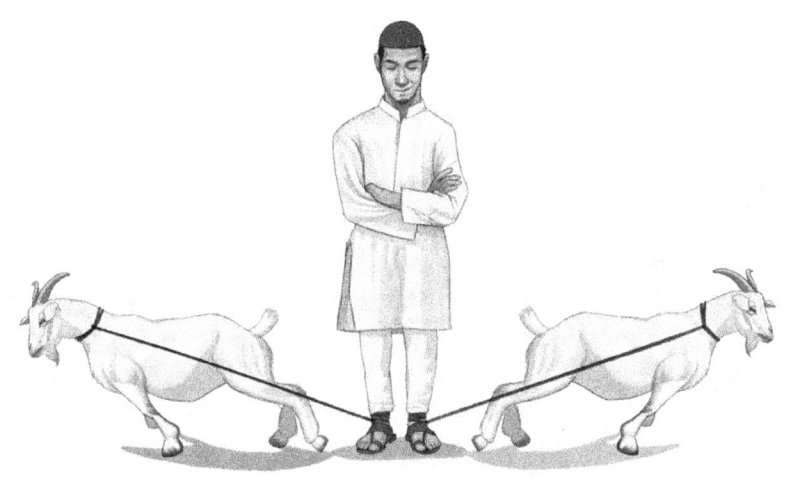

"ክርስቶስ ነፃ ያወጣን በነፃነት እንድኖር ነው!"
ገላትያ 5፡1

የትምህርቱ ዓላማዎች

ሀ) በእስልምና ውስጥ ያሉትን ሁሉን አቀፍ ኃይላት የመካድን አስፈላጊነት መረዳት።

ለ) የእስልምና ሉአላዊ መንፈሳዊ ኃይላት በሙስሊሞችና ሙስሊም ባልሆኑት ላይ የሚያደርሱትን ጥቃት ማብራራት።

ሐ) የጂሃዲስቶችን ተምሳሌት የሚከተለውን "ክርስቲያናዊ ጦረኝነት" አላስፈላጊነት መረዳት።

ሠ) ሙሐመድን በዳንኤል ራዕይ ውስጥ ከተጠቀሰው የተሸነፈው ነገር ግን "በሰው ኃያል ያልሆነው" ክፉ **ንጉሥ** ጋር ያለውን መመሳሰል ማነፃጸር።

የመክፈቻ ጥናት ርዕሰ ጉዳይ: እርሶ ቢሆኑ ምን ያደርጋሉ?

ይህን የማርክ ዱሪ መጽሐፍን እያነበብክ ሳለ አጎትህ ትንሽ የመኪና አደጋ ደርሶበት በአቅራቢያህ በሚገኝ ሆስፒታል ውስጥ እንዳለ የሚገልጽ የስልክ ጥሪ ደረሰህ። እሱን ልታየው ስትሄድ በጣም ወግ አጥባቂ ከሆነው የሺዓ ሙስሊም አማኝ ከሆነው አሊ ጋር አንድን ክፍል እንደሚጋራ ትረዳለህ። ለአጎትህ ከጸለይክ በኋላ አሊ ሊያናግርህ በመጓጓት እንዲህ ይልሃል፦ "በጣም ጥሩ ሙስሊም ለመሆን ተቃርበሃል። አንድ ጊዜ ብቻ ስለ ተከበረው ነቢያችን ሙሐመድ (ሰ.ዐ.ወ) ሰለላሁ ዐለይሂ ወሰለም ምሳሌ ከተማርክ በኋላ በነቢዩ ዒሳ ዐለይሂ ወሰለም ቃል እንደተገባለትና እንደሚመጣ ትንቢት እንደተነገረለት ታያለህ። ታላቁ ነቢያችን ሰለላሁ ዐለይሂ ወሰለም በምድር ላይ ከኖሩት ሁሉ እጅግ በጣም አዛኝ፣ አፍቃሪ፣ ሰላማዊ ሰው ነበሩ። ወደ እውነተኛው የአላህ መንገድ እንድትገቡ እጋብዛችኋለሁ።" ቢላችሁ ምን መልስ ትሰጣላችሁ?

እንዴት ትመልሳላችሁ? ምን ታደርጋላችሁ?

አስቸኳይ ርዳታ

ይህ ምስክርነት አስቀድሞ ሙስሊም የነበረ ኋላም ክርስትናን የተቀበለ ክርስቲያን ምስክርነት ሲሆን እስልምናን ክዶ ክርስቲያን ከሆነ በኋላ አርነት እንደተቀበለ ይመሰክራል።

ያደግኩት በምዕራቡ ዓለም በሚገኝ ሙስሊም ቤተሰብ ውስጥ ነው። በዚያም መስጂድ እየተከታተልኩ በአረብኛ መጸለይን ተማርኩ። ከዚያ ውጪ ሳድግ ያን ያህል ሃይማኖተኛ አልነበርኩም። ከዩኒቨርስቲ ትምህርቴን ጨርሼ ለመውጣት በምዘጋጅበት ጊዜ በነበረኝ ፍለጋ ነው ነገሮች መለወጥ የጀመሩት። በዚህ ጊዜ ወደ መጨረሻው አከባቢ ኢየሱስ ክርስቶስ ማን እንደ ሆነ አወቅሁ፣ እናም ነፍሴን እንደሚያድን አመንኩ።

በዩኒቨርሲቲው ግቢ ውስጥ የክርስቲያን ተማሪዎች ቡድንን ተቀላቀልኩ። ከዚያም በየሳምንቱ አንድ ተማሪ ተራ በተራ የመጽሐፍ ቅዱስን መልእክት ያካፍላል ይህንንም በየተራ እናደርገው ነበር። ክርስቲያን ሆኜ አንድ ዓመት እንኳ ሳይሞላኝ፣ በአንድ ወቅት እኔም አንድ የመጽሐፍ ቅዱስ ክፍል ላካፍል እንደምችል ጠየቁኝ። ላካፍል በቀጠረልኝ ምሽት ለጸሎት ወደ አንዱ የዩኒቨርስቲው ቤተ መጻሕፍት ገባሁ። ልናገር የነበረው መልእክት ደግሞ "ኢየሱስ ስለ እኔ ሞቶአል፥ እኔስ ለኢየሱስ እሞታለሁን? የሚል ነበር።

መጸለይ ስጀምር በጣም ልዩ ነገር ተፈጠረ። አንገቴን እንደ ታነኩ ወይም ጎሮሮዬን ጭምድድ ተደርጌ እንደታያዝኩ ዓይነት ስሜት ተሰማኝ። ይህ ስሜት ሲቀጥልና እየጠነከረ ሲሄድ ድንጋጤ መጣብኝ። ከዚያም አንድ ድምጽ ተሰማኝ፣ "እስልምናን ካድ! እስልምናን ካድ!" ጌታ እንደሆነ አውቅ ነበር። በተመሳሳይ ጊዜ፣ አእምሮዬ ውስጥ በማሰላሰል እንደዚህ አልኩ፡- "ጌታ ሆይ፣ በቅርብ ጊዜ ውስጥ እስላም 'አልሆንኩም' ወይም ምንም እስላማዊ ልምምዶችን አላደረግኩም አልኩ።

ሆኖም የመታፈን ስሜቱ ቀጠለሎ ነበር "በኢየሱስ ስም እስልምናን እክዳለሁ" አልኩኝ። ይህ ሁሉ የሚሆነው ጸጥታ በሞላው የዩኒቨርስቲው ቤተ መጽሐፍ ውስጥ ነበር። ወዲያው በጉሮሮዬ አካባቢ ያለው የመታፈን ስሜት ለቀቀኝ። ታላቅ የእፎይታ ስሜት ተሰማኝ! ወደ ጸሎትና ወደ ፕሮግራሙ ዝግጅት ተመለስኩ። በስብሰባው ላይ ጌታ በእውነት በስልጣን ተገለጠና ተማሪዎችም በጌታ ፊት በጉልበታቸውናና ፊታቸው ወድቀው ወደ ጌታ ሲጮሁና እራሳቸውን ለእርሱ ሲያቀርቡ የነበረውን ነገር ሁሉ አስታውሳለሁ።

ዛሬ በዓለም ላይ ካሉት አስቸኳዩ አስፈላጊው ነገር እስልምናን መካድ ነው። ይህ ለምን እንደሚያስፈልግና እንዴት ማድረግ እንደሚቻል ይህ መጽሐፉ ያብራራል። ክርስቲያኖች ከእስልምና ቁጥጥር እንዲሁም ደግሞ ከእስልምና መንፈሳዊ ተጽእኖ ነፃ እንዲሆኑ ለመርዳት የሚሆን መረጃና የጸሎት መመሪያዎችን ይሰጣል።

የዚህ መጽሐፍ ቁልፍ ሐሳብ የእስልምና መንፈሳዊ ኃይል የሚተገበረው በሁለት ኪዳኖች ወይም ስምምነቶች ሲሆን እነርሱም *ሸሃዳ*ና ዚማ ናቸው። ሸሃዳ ሙስሊሞችንና ዚማ ደግሞ ሙስሊም ያልሆኑትን በእስላማዊ ሕግ ከተወሰኑ ሁኔታዎች ጋር ለማስተዳደር የሚሆን ነው።

ማወቅ ያለባችሁ ነገር፡-

- ሙስሊም የነበረ ነገር ግን በእስልምና ውስጥ ያለውን የሸሃዳ ቃል ኪዳንና በውስጡ ያሉትን በመካድ እንዴት ነፃ እንደሚሆንና
- ክርስቲያን የሆነ ነገር ግን በሸሪዓ ሕግ በሚመራ ቦታ የሚደርስበትን የበታችነት ጫና እንዴት ተቋቁሙ እንዴት ነፃነቱን እንደሚያውጅ በዚማ አስተሳሰብ ያለውን እንዴት መካድ እንዳለበት ማወቅ አለበት።

ክርስቲያኖች ሁለቱንም ቃል ኪዳኖች በመካድ ትክክለኛ ነፃነታቸውን ማወጅ ይችላሉ። ለዚህ ሸሃዳ ማለትም ከላይ ያሉትን ለማስተማር እስልምናን ለመካድ ጸሎቶች በዚህ መጽሐፍ ተካተዋል።

ሁለቱ ኪዳናት

በአረብኛ "እስልምና" የሚለው ቃል 'መገዛት' ወይም 'እጅ መስጠት' የሚል ትርጉም አለው። የሙሐመድ ሃይማኖት ሁለት ዓይነት መገዛትን ለዓለም ያቀርባል። አንደኛው የእስልምናን ሃይማኖት የተቀበለ ሰው መገዛት ሲሆን። ሌላኛው ደግሞ ሙስሊም ያልሆነ ሰው ሳይለወጥ ወይም እስልምናን ሳይቀበል ነገር ግን ለእስልምና የበላይነት እጅ መስጠት ነው።

ወደ እስልምና የተለወጠ ሰው የሚያደርገው ኪዳን ሸሃዳ ይባላል።ይህም የሙስሊም እምነትን መቀበሉን ሚያረጋግጡበት ነው። ይህ በአላህ አንድነትና በሙሐመድ ነብይነትና በነዚህ ሁሉ ላይ ያለውን እምነት በመናገር መቀበልን ማሳያ ነው።

ለእስላማዊ የፖለቲካ የበላይነት እጁን የሰጠ ነገር ሙስሊም ያልሆነ ሰው ቃል ኪዳን ደግሞ ዚማ ይባላል። የእስልምና የሕግ ተቋም በዚህ የዚማ ኪዳን መሠረት

እስልምናን ሳይቀበሉ ነገር ግን በመካከላቸው ሲኖሩ እንዴት መኖር እንዳለባቸው የሚደነገግ ለክርስቲያኖች የሚሰራ ሕግ ነው።

እስልምና ሰዎች ሸሃዳን በመናገር እስልምናን እንዲቀበሉ ወይም ደግሞ ዚማን ተቀብለው እንዲኖሩ ያስገድዳል። ይህንን መቃወም አስፈላጊ ነው።

ብዙ ክርስቲያኖች አንድ ከእስልምና የወጣ ሰው እስልምናን በግልጽ መካድ እንዳለበት ያውቃሉ። ነገር ግን ብዙ ክርስቲያኖች ሙስሊሞች በብዛት በሚኖሩበት አከባቢ ያሉ ክርስቲያኖች ከእስልምና በሚመጣ መንፈሳዊ ትፅዕኖ ውስጥ እንዳሉ ሲሰማ ይደነቃሉ። ይህንንም ለመቃወም የዚማን ቃል ኪዳን በግል በመቃወም የፍርሃትንና በሙስሊሞች በክርስቲያኖች ላይ የሚደረግን የበላይነት ለመቃወም እነዚህን ነገሮች መረዳት አስፈላጊ ነው።

በዚህ ጥናታችን ከእነዚህ ሁለት መንታ ኪዳኖች ጀርባ ያሉትን መርሆችን የምናጠና ይሆናል። እነዚህ ሁለት መንታ ኪዳኖች ሸሃዳና ዚማ ናቸው። በዚህም የክርስቶስ የሕይወቱን ሃያልነት፤ ለመንፈሳዊ ነፃ መወጣት የሚያስፈጉትን ነገሮች ሁሉ በመስቀሉ እንደተጠበቀለን ወደ መረዳት እንደምትመጡ እንጋብዛለን። የመጽሐፍ ቅዱስ መርሆች ተሰጥተዋል እንዲሁም ክርስቶስ ያስገኘውን ይህንን ነፃነት እንዴት በጸሎት የራሳችን እንደምናደርግም የምንማረው ይሆናል።

የሉዓላዊነት ሽግግር

ብዙ የእስልምና አስተማሪዎች ሉዓላዊነት የአላህ ብቻ ስለመሆኑ አተኩረው ያስተምራሉ። ይህን ሲሉም የሸሪዓ ህግ ከሌሎች የፍትህ ወይም የስልጣን መርሆዎች በልጦ መምራት አለበት ማለታቸው ነው።

የዚህ መጽሐፍም ዋና ሐሳብ የክርስቶስ ተከታዮች ከእግዚአብሔር ውጪ ለሌሎች ያለመግዛት መብትና ማንኛውም መንፈሳዊ ኃይላትን የመካድ ግዴታ እንዳለባቸው ማሳወቅ ነው።

እንደ ክርስቲያናዊ አረዳድ ወደ ክርስቶስ መዞር ማለት በአንድ ነፍሳችን ላይ ከክርስቶስ በቀር ገዢ ሊሆን የሚፈልጉ መንፈሳዊ ኃይሎች መቃወምና መካድ ማለት ነው። ጳውሎስ በቆላስያስ ለሚኖሩ አማኞች በጻፈው መልዕክቱ በእምነት ወደ ክርስቶስ መምጣት ምን እንደሆነ ሲያብራራ ከሌላ መንግስት ወደ ክርስቶስ መንግስት መምጣት እንደሆነ ጽፏል፦

> እርሱ ከጨለማ አገዛዝ ታደገን፤ በሚወድደው ልጁ መንግስትም አሻገረን፤ በእርሱም መዋጀትን በደሙ አግኝተናል፤ ይህም የኀጢአት ይቅርታ ነው። (ቆላስይስ 1: 13-14)

በዚህ መጽሐፍ ውስጥ የቀረበው መንፈሳዊ መርህ የዚህ የመጽሐፍ ቅዱስ ክፍል ሐሳብ ከአንድ መንግስት ወደ ሌላ መንግስት የመዘዋወር ትግበራ ነው። ክርስቲያን አማኞች በጌታችን በኢየሱስ መዋጀት በኩል ወደ ክርስቶስ አገዛዝ የመጡ ናቸው። ከዚህ የተነሣ የጨለማው አገዛዝ አይገዛቸውም የዚህም የጨለማው መንግስት አገዛዝ መርህ በነሱ ላይ አይሰራም።

አማኞች ከእስልምና የሚጠየቁትን የተገዙ ጥያቄ እምቢ በማለት የሚጠይቁት ጥያቄ በወመለድ ያገኙት መብት ነው። እስልምናንም በመቃወም ከየት እንደወጡና ወደ የትኛውም መንግስት እንደተቀላቀሉ ሊረዱ ይገባል። ይህ መጽሐፍ ይህንን እውቀት እንዲሁም ደግሞ ያወቅነውን ደግሞ ለመተግበር የሚያስችሉ በቂ መመሪያዎችን የያዘ ነው።

ሰይፍ መልስ አይሆንም

የእስልምና የበላይ የመሆን ፍላጎትን ለመቃወም ብዙ መንገዶች አሉ። ይህም ሰፊ የሆነ ብዙ ዓይነት እንቅስቃሴዎችን የሚጠይቅ ነው። ፖለቲካዊና የማሕበረሰብ ንቅናቄዎች፥ የሰብዓዊ መብት ተከራካሪዎች፥ የትምህርት ስርዐትና ሚዲያዎችን በመጠቀም እውነቱን ለሰዎች ግልጽ ማድረግ ይቻላል። በአንዳንድ ማሕበረሰቦችና ሕዝቦች መካከል አንዳንድ ጊዜ ወታደራዊ ምላሽ የሚያስፈልግበትም ጊዜ አለ ነገር ግን መቼም ቢሆን ሰይፍን መምዘዝ ለኢስላማዊ ጂሃድ መፍትሔው አይሆንም።

ሙሐመድ ተከታዮቹን እምነቱን ወደ ዓለም እንዲያሰራጩ ባዘዛቸው ጊዜ ሙስሊም ላልሆኑ ሰዎች እንዲያቀርቡላቸው የሰጣቸው ሦስት አማራጮች ናቸው። አንደኛው መለወጥ ወይንም እስልምናን መቀበል ነበር (ሸሃዳ)፥ ሁለትኛው ደግሞ ለእስልምና የበላይነት እንዲገዙ (ዚማ)ና እነዚህ ሁለቱን ለማይቀበሉ ደግሞ ሰይፍ ነበር።ሕይወታቸውን ለማዳን መዋጋት፥ መግደልና መገደል አስተምሯል (ቁ9፡111፣ እንዲሁም ቁ2፡190-193፣ 216-217፤ ቁ9፡5፣ 29 ይመልከቱ)።

በወታደራዊ ተቃውሞ ጂሃድን መቃወም በጦርነት መሸነፍን ብቻ ሳይሆን መንፈሳዊ አደጋንም የሚያመጣ ነው። የአውሮፓ ክርስቲያኖች እስላማዊ ወረራዎችን ለመከላከል በወታደራዊ መንገድ ሲከላከሉ ለብዙ ሺህ ዓመታት ሰይፍ ሲማዘዙ ኖረዋል። የአይቤሪያ ፔንዝዌላን ከእስልምና ወረራ ነፃ ለማውጣት ወደ ስምንት መቶ አመታት ፈጅቶ ነበር። በ846 ዓ.ም አረቦች ሮምን ካሸነፉ በኋላ ከአመታት በኋላ ከሙስሊሞች ጋር ተዋግተው በርዕሰ ሊቃነ ጳጳሳት ሊዮ አራተኛ ሁሉም ክርስቲያን አብያተ ክርስቲያናትንና ከተማውን ከወረራ እንዲጠብቅ በስተላለፉት መልዕክት ክርስቲያኖች ብርቱ ውጊያን አድርገው

የአይቤሪያን ፔንዝዌላን መልሰው መቆጣጠር ችለውም ነበር። በዚህ ውጊያ ላይ ሕይወታቸውን ላጡ ርዕሰ ሊቃነ ጳጳሳቱ ሊዮ አራተኛ ገነትን እንደሚወርሱ ቃል ገብተውላቸው ነበር። ስለዚህ እነዚህን ማሳያዎች ይዘን ሙስሊሞች በሚሄዱበት በዚያው መንገድ በመከተል ያደረግናቸው የእስልምና የበላይነትን የማስቆም ሙከራ ማሰብ እንችላለን። የሆነ ሆኖ ግን ለሃይማኖት በሚደረግ ውጊያ ወይም ጦርነት ላይ ለሚሞቱ የዘላለምን ሕይወት ቃል የገባላቸው ኢየሱስ ሳይሆን ሙሐመድ ነው።

የእስልምና ኃይል ግን ወታደራዊ ወይም ፖለቲካዊ ሳይሆን መንፈሳዊ ነው። በውጊያ ድልም የእስልምና ሃይማኖት የሚፈልገውን መንፈሳዊ ነገሮች አሳክቷል። ሃይማኖታዊ ፍላጎቶቹን በሸሪዓ ሕጎች በተቋማትና በሸሃዳና በዚማ እንዲሁም በወታደራዊ ኃይል በመጠቀም ሃይማኖቱን ያስፋፋል። በዚህ ምክንያት ሰዎችን እዚህ ባለው ትምህርት መሠረት እንዴት ከእስልምና ጭቆና ነፃ እንደሚወጡ መንፈሳዊ አርነትን እንደሚያገኙ በግልጽ እንማራለን። ክርስቲያኖችም ስለ መስቀሉ ያላቸውን ክርስቲያናዊ መረዳት ከዚህ ስልጠና በማግኘት ከእስልምና መንፈሳዊ ተፅዕኖ ነፃ እንዲወጡ ታስቦ የተዘጋጀ ነው።

"በሰው ኃይል አይደለም"

በዳንኤል መጽሐፍ ውስጥ ከታላቁ እስክንድር መንግሥት በኋላ በተከሰቱት መንግሥታት ስለሚነሳው ገዥ፣ ከክርስቶስ ልደት ስድስት መቶ ዓመታት በፊት የተሰጠ አስደናቂ ትንቢታዊ ራእይ አለ።

> “በዘመነ መንግሥታቸው በስተ መጨረሻ፣ ዐመፀኞች ፍጹም እየከፉ በሚሄዱበት ጊዜ፣ አስፈሪ ፊት ያለው አታላይ ንጉሥ ይነሣል። 24 እጅግ ብርቱ ይሆናል፤ ነገር ግን በገዛ ኀይሉ አይደለም። አሠቃቂ ጥፋት ይፈጽማል፤ የሚያደርገው ሁሉ ይከናወንለታል፤ ኀያላን ሰዎችንና ቅዱሳኑን ሕዝብ ያጠፋል። 25እያጭበረበረ ይበለጽጋል፤ ራሱንም ታላቅ አድርጎ ይቈጥራል። በሰላም ተደላድለን ተቀምጠናል ሲሉ፣ ብዙዎችን ያጠፋል፤ በልዑላን ልዑልም ላይ ይነሣል፤ ይሁን እንጂ እርሱም ይጠፋል፤ ነገር ግን በሰው ኀይል አይደለም።” ዳንኤል 8፡ 23-25

የዚህ **ንጉሥ** ባህሪያትና ድርጊቶች ከሙሐመድና ከሌጋሲው ጋር ተመሳሳይነት ያላቸው ናቸው። እስልምና የበላይ እንዲሆን ያለውን ፍላጎትና ለስኬት ያለው ጥማት፥ አሳችነት ፥ የሌሎች ሐብት ንብረት መውረስ እነዚህ ነገሮች ሁሉ ለሙሐመድ ኃይልን አስገኝቶለታል። ከተሰቀለውና የሁሉ ጌታ ከሆነው ከእግዚአብሔር ልጅ ኢየሱስ በተቃራኒው የሙሐመድ ታሪክ የክርስቲያኖችንና የአይሁድ ማሕበርሰብን የሚያጠፋ ነበር።

እንደ እስላማዊ ምንጮች ዘገባ ሁሉ ይህ የዳንኤል ትንቢት ግብረ-ገባዊና መንፈሳዊ ውድቀትን የተላበሰው የሙሐመድ ሕይወትን የሚተነበይ ይሆንን? ሙሐመድን የሚያመለክት ትንቢት ከሆነ፣ የዳንኤል ትንቢት በመጨረሻ ከዚህ **ንጉሥ** ቀጥሎ በሚመጣው "ንጉሥ" ኃይል ድል እንደሚቀዳጅ ተስፋ ይሰጣል፣ ነገር ግን ይህ ድል "በሰው ኃይል" እንደማይሆን በትንቢቱም ተነግሯል። ይህን "ጨካኝ ንጉሥ" ለማሸነፍ ፖለቲካዊ፣ በወታደራዊ ወይም ኢኮኖሚያዊ መንገዶች በመጠቀም ማሸነፍ አይቻልም።

ይህ ማስጠንቀቂያ እስልምና በሌሎች ላይ የበላይ የመሆን መብት እንዳለው ስለሚቆጥር ትክክለኛ ነው። ከዚህ መብት ይገባኛል ጥያቄ በስተጀርባ ያለው ኃይል ደግሞ መንፈሳዊ ነው። ስለዚህ ውጤታማ የሆነና መፍትሔ የሚያመጣው ተቃውሞ በመንፈሳዊ መንገድ ነው። ሌሎች የተቃውሞ ዓይነቶች፣ ወታደራዊ ኃይልን ጨምሮ፣ የእስልምናን የበላይ ለመሆን ያላቸውን ፍላጎት ለመቆጣጠር አስፈላጊ ሊሆኑ ይችላሉ፣ ነገር ግን የችግሩን ምንጭ ከስሩ መፍታት አይችሉም።

ከእስልምና መንፈሳዊ ተጽዕኖ ለአንዴና ለመጨረሻ ጊዜ ነፃ መውጣት የሚቻለው በክርስቶስና በመስቀሉ ኃይል በማመን ነው። ይህ መጽሐፍ የተጻፈው ከዚህ እምነት በመነሳት ነው። ሽሃዳው የሰውን ነፍስ ከሚገዛው ሁለቱ ስልታዊ መንገዶች አማኞች ነፃነታቸውን እንዲያገኙ ነው።

የጥናት መመሪያ

ትምህርት 1

መዝገበ ቃላት

ቃል ኪዳን
ሸሃዳ
ዚማ
ሸሪአ ሕግ
ጂሃድ
ሪኮንኩዊስታ
የኢቤሪያ ባሕረ ሰላጤ
ኮንኪስታዶር
ሰራሰናውያን

አዳዲስ ስሞች

- የሮማው ጳጳስ ሊዮ አራተኛ (ከ 847-855 ዓ.ም.) በአገልግሎት ላይ የቆዩ
- ታላቁ እስክንድር ከክርስቶስ ልደት በፊት (356-323 ዓክልበ.)

በዚህ ትምህርት ውስጥ መጽሐፍ ቅዱስ

ቆላስይስ 1፡13-14
ዳንኤል 8፡23-25

በዚህ ትምህርት ውስጥ የቁርኣን ምንባባት

ሱራ 2፡190፣ 193፣ 217 ሱራ 9፡29፣111

ጥያቄዎች ትምህርት 1

- አነስተኛ ቡድን አባላት እራሳቸውን ያስተዋውቁና የቡድኑን መሪና ጸሐፊን ይመርጣሉ።
- በጉዳዩ ላይ ተወያይ።

አስቸኳይ ፍላጎት

1. መንፈስ ቅዱስ ለቀድሞው ሙስሊም መልእክቱን ለክርስቲያኖች ከማቅረቡ በፊት ምን እንዲያደርግ አዘዘው?

2. ዱሪ ለብዙ ሰዎች በጣም አስፈላጊ ከሆኑ ነገሮች መካከል አንዱ አድርጎ የሚያስበው ነገር ምንድነው?

3. በእስልምና ውስጥ ለሁለቱ መንፈሳዊ ቃል ኪዳኖች የአረብኛ ስሞች ምንድናቸው?

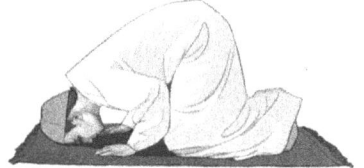

4. ነፃ መውጣትና ሸሃዳን መካድ ያለበት ሰው ማን ነው?

5. በእስልምና የሸሪዓ ሕግ ከሚፈጥረው የበታችነት ስሜት ነፃ መውጣት ያለበት የትኛው ሰው ነው?

ሁለቱ ኪዳናት

6. በሙሐመድ እምነት የተደነገጉት ሁለት ዓይነት መገዛቶች የትኞቹ ናቸው?

7. '**ሸሃዳ** የእምነት መግለጫ ኑዛዜ' ምንን ያመለክታል?

8. የ**ዚማ** ቃል ኪዳን ምን ማለት ነው?

9. የእስልምናን የበላይነት መንፈሳዊ ተጽእኖ በተመለከተ ብዙ ክርስቲያኖችን ሊያስገርም የሚችለው ምንድን ነው?

የሉዓላዊነት ሽግግር

10. ሉዓላዊነት 'ለአላህ ብቻ ነው' የሚለው ሐረግ ለሙስሊም የሃይማኖት ሊቃውንት ምን ያመለክታል?

11. እያንዳንዱ ክርስቲያን ወደ ክርስቶስ ሲመለስ የሚክደውና የሚቀበለው ምንድን ነው?

12. ክርስቲያኖች የተዛወሩት ከየት ነው? ወደ ምን ተዛውረዋል?

ሰይፍ መልስ አይደለም

13. ዱሪ የጠቆሟቸው ክርስቲያኖች ሊሳተፉባቸው የሚችሏቸውን በርካታ ተግባራት ምንድን ናቸው?

14. ሙሐመድ ለተከታዮቹ ድል የተደረጉት ሙስሊም ያልሆኑ ሰዎች እንዲያቀርቡ ያዘዛቸው ሦስት ምርጫዎች ምን ምን ነበሩ?

15. ዱሪ ክርስቲያኖች ለሙስሊም አቁቂዎች የሰጡትን የነውጠኝነት ምላሽ በመቁቀስ አንዳንድ ጳጳቶችን ዘርዝረዋል። በአይቤሪያ ባሕረ ገብ መሬት ውስጥ ሪኮንኩዊስታ ተብሎ የሚጠራው የክርስቲያን ሙስሊም አቁቂዎችን የመመከት እርምጃ ምን ያህል ጊዜ ወሰደ?

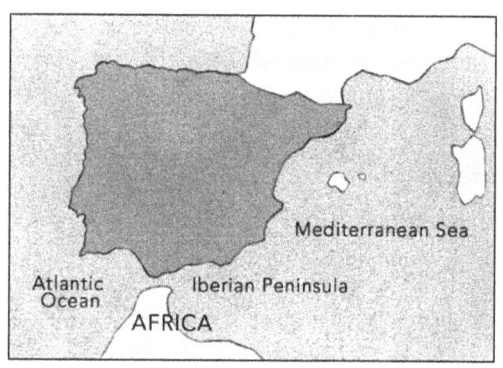

16. በ846 ዓ.ም የሙስሊም ሳራሴኖች ሮምን ሲወርሩ፣ ርዕሰ ሊቃነ ጳጳሳት ሊዮ (ከ847 እስከ 855) በ853 ክርስቲያን ወታደሮች ከአረብ ወራሪዎች ጋር ቢዋጉ ምን ቃል ገቡላቸው?

POPE LEO IV

17. ዱሪ እንዳሉት የእስልምና የኃይል ሥረ መሠረት ምንድን ነው?

“በሰው ኃይል አይደለም”

18. በዱሪ መሠረት፣ የሙሐመድ ውርስ ተመሳሳይነት ያለው ከማን ጋር ነው?

19. በዳንኤል ራዕይ ከተገለጸው ጨካኝ ንጉሥ ጋር እንዲመስል ያደረጉትን የእስልምናን የተለያዩ ገፅታዎች ልብ በሉ (አረፍተ ነገሮቹን ሙሉ)

- የእስልምና ስሜት...

- የእስልምና ረሃብ ለ...
- የእስልምና አጠቃቀም...
- እስልምና ጥንካሬንና ኃይልን በመውሰድ...
- እስልምና ስልጣኔዎችን ድል በመንሳት...
- እስልምና የሚቃወመው...
- የእስልምና ዱካ የ...

20. በመጨረሻ ድል የሚመጣው እንዴት ነው?

21. ከእስልምና እስራት የይገባኛል ጥያቄዎች ነፃ መውጣት የሚችሉት ብቸኛ ሁለት ቁልፎች የትኞቹ ናቸው?

2
በመስቀሉ አርነት መውጣት

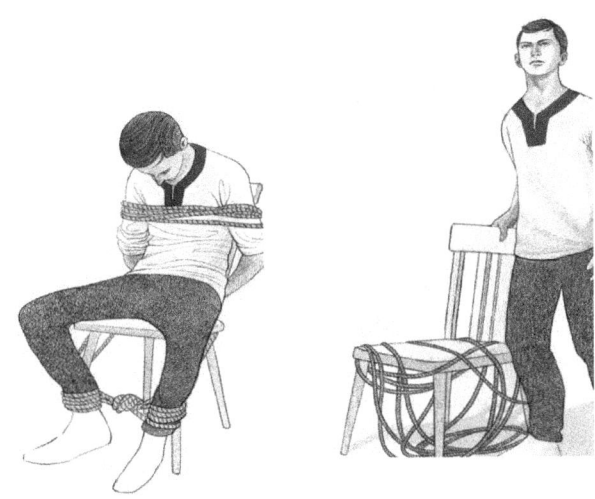

" እርሱ ቀብቶኛልና፤ ለታሰሩት መፈታትን፣ ለታወሩትም ማየትን እንዳውጅ"

ሉቃስ 4:18

የትምህርቱ ዓላማዎች

ሀ) ኢየሱስ ሰዎችን ነፃ ለማውጣት ቃል እንደገባ መረዳት።

ለ) ነፃነታችንን መጠየቅ እንደምንችል መረዳት።

ሐ) በመጽሐፍ ቅዱስ ውስጥ የሰይጣንን የመጠሪያ ስሞች ለይተን እንድናውቅና ትርጉማቸው ምን እንደሆነ መረዳት።

መ) የሰይጣን ኃይል በመስቀሉ እንደተሰበረና አሁን እኛ ከእርሱ መንግስት መውጣታችንን መረዳት።

ሠ) ከክፉ ኃይሎች ጋር ትግል ውስጥ መሆናችንን ማወቅ።

ረ) ሰይጣን እኛን ለመወንጀል የሚጠቀምባቸውን ስድስት መንገዶችና ለእነዚህ መንገዶች ደግሞ እንዴት ንቁ መሆን እንደምንችል ማወቅ።

ሰ) ሰይጣን በሰው ሕይወት ውስጥ አጋጣሚዎችንና ዕድሎችን እንዴት እንደሚጠቀም ማወቅ።

ሸ) ሰይጣን እኛን ለማጥቃት የሚጠቀምባቸውን ዕድሎችንና አጋጣሚዎችን ለመዝጋት የሚያስፈልጉ መንገዶችን መለየት መቻል።

ቀ) ኢየሱስ ክርስቶስ ለደቀ መዛሙርቱና ለአማኞች በሙሉ የሰጠውን መንፈሳዊ ስልጣን ማወቅና መረዳት በዚህም ሰዎችን ከመንፈሳዊ እስራት አርነት እንዴት እንደምናወጣ መረዳት።

በ) 'የቀጥተኝነት መርህ'ንና ለምን ነፃነታችንን መጠየቅ አስፈላጊ እንደሆነ መረዳት።

ተ) ሰዎችን ነፃ እንዲወጡ ለመርዳት የሚያስፈልገውን አምስት ቅድመ ተከተል መገንዘብ።

የመክፈቻ ጥናት ርዕሰ ጉዳይ: እርሶ ቢሆኑ ምን ያደርጋሉ?

እርስዎ የቤተክርስቲያን የወጣቶች አገልጋይ ኖትና ከእስልምና ዳራ የመጡ በርካታ ታዋቂ አማኞችን የሚያካትት ትልቅ ሀገር አቀፍ የወጣቶች ኮንፈረንስ ላይ ተጋብዘዋል። እንዲያርፉ የተዘጋጀው በአንድ ትምህርት ቤት ግቢ ውስጥ ሲሆን የተመደቡበት ክፍል ውስጥ አራት ጥሩ የማረፊያ አልጋዎች አሉበት። አብረውህ ከሚኖሩት መካከል ሁለቱ ሀሰንና ሁሴን መንትያ ልጆች ናቸው። እነዚህ ወገኖች ከእስልምና የመጡ ክርስቲያኖች ናቸው። ሌላኛው አራተኛው ሰው በዕድሜ የገፋው ፓትሪክ ሲሆን ወደ መኝታ ከመሄዱ በፊት እርስዎንና ሌሎቹ ሁለቱን መንትያ ልጆች አብረውት እንድትጸልዩ ይጋብዛችኋል። ሁላችሁም በደስታ ተቀብላችኋልና ፓትሪክ ከመንፈሳዊ ሃይላት የሚመጣን ተግዳሮት እግዚአብሔር ጥበቃ እንዲያደርግ መጸለይ ይጀምራል። ከጠዋቱ 4 ሰአት ላይ ሀሰን መጮህ ጀመረ በመንፈሳዊ አሠራር የተጠቃም ይመስላል። ፓትሪክ፣ ሁሴን እርሶ ለመጸለይ በሃሰን ዙሪያ ተሰብስባችኋል። በዚህ ጊዜ ፓትሪክ ሲጸልይ ሀሰን እጅግ መፍራት ጀመሯል።

ፓትሪክ ሁሴንን እንዲህ አለው፣ "ከእስልምና ከወጣህ ጊዜ ጀምሮ በፊት የገባሃቸውን ቃል ኪዳኖችና የፈጸምካቸውን ስምምነቶች ክደሃቸዋልን?

ሁሴን ፊቱ የተደናገጠ ይመስላልና "አዎ በጣም ያስገርማል እንደዚያ አላደረግንም ነበር" አለ። በእስልምና ውስጥ እያለን እንደዚህ ዓይነት ነገር ሰርተን አናውቅም። ወደ መስኪድ መሄድ ብቻ ነበር። አሁን ግን እኛ ክርስቲያኖች ነን። ወንድሜ ሀሰን እንደማንኛውም ሰው በዚህ ነገር ተጨንቋል። በእርግጥ ይህ ከአንድ ሃይማኖት ጋር ምንም ግንኙነት የለውም። ከዚያም ሁሴን ወደ አንተ ትኩር ብሎ እየመለከተ "አንድ ነገር መካድ እንዳለብን ታስባለህን?" ብሎ ጠየቀ ደገመና "አንዳች የሰይጣን ኃይል ከኋላችን እየተከታተለንስ ነውን? ብሎ ይጠይቆታል። ታዲያ እርሶ በዚህ ሰዓት ምን ብለው መልስ ይሰጣሉ?

እርሶ ቢሆኑ ምን ይላሉ?

ሬዛ እስልምናን ትቶ ኢየሱስ ክርስቶስን ለመከተል የወሰነ ወጣት ነበር። አንድ ቀን ምሽት በተደረገ ስብሰባ እስልምናን በመቃወም ጸሎት እንዲጸልይ ተጋበዘ። ይህን በፈቃደኝነት ማድረግ ጀመረ። ነገር ግን ጸሎቱን መጸለይ እንደጀመረ "የሙሐመድን መንገድ ሁሉ እክዳለሁ" ለማለት ሲሞክር ሙሐመድ የሚለውን ስም መጠራት ባለመቻሉ በእጅጉ ተደነቀ። በዚህም በእጅጉ ተደናገጠ ምክንያቱም ምንም እንኳን በሙስሊም ቤተሰብ ውስጥ ቢያድግም እስልምናን ሆነ ልምምዱን ለረጂም ጊዜ አድርጎ አያውቅም ስለነበር ነው። በዚህ ጊዜ የክርስቲያን ጓደኞቹ በኢየሱስ በኩል ያለውን ስልጣን በማስታወስ ይህንን እንዲል አበረታቱት ነገር ግን በመጨረሻም ሙሐመድንና መንገዱን የሚያስክደውን ጸሎት በመጸለይ ጨረሰ።

በሬዛ ሕይወት ከዚያን ምሽት ጀምሮ ሁለ ታላላቅ ለውጦች ሆነው ነበር። አንደኛው ሬዛ ለረጂም ጊዜ በሌሎች ላይ ቶሎ የመቆጣት የነበረውን የረጂም ጊዜ ባሕሪ መተዉ ነበር። ሁለተኛው ደግሞ ሬዛ በአገልግሎቱ ለሰዎች ወንጌልን በመስበክና ደቀ-መዛሙርት በማድረግ አገልግሎቱ ውስጥ እጅግ ውጤታማ የሆነበት ነው። ይህ ክስተት በሬዛ አገልግሎት እጅግ ቁልፍ አጋጣሚ ሆኖ ያለፈ ክስተት ነበር። ከዚህ ጊዜ ጀምሮ ሬዛ ወንጌልን በነፃነት ማስተምር ጀመረ።

በዚህ ትምህርት ከሰይጣን ኃይል ነፃ እንዴት ልንወጣ እንደምንችል በትኩረት የምንረዳበት ነው። በዚህም ከእስልምና እስራት ነፃ የምንወጣበትን መንገድ ያዘጋጅልናል።

እነዚህም መርሆች በዚህ ትምህርት ተብራርተው የቀረቡ ሲሆን መርሆቹ በእስልምና ላይ ብቻ ሳይሆን በተለያዩ ሁኔታዎች ውስጥ ሊጠቅሙን የሚችሉ ናቸው።

ኢየሱስ ማስተማር ጀመረ

ጳውሎስ በሮሜ ላሉ ክርሲያኖች በጻፈው መልዕክቱ እንዲህ ብሎ ነበር "ለእግዚአብሔር ልጆች ወደ ሆነው ወደ ከበረው ነፃነት እንዲደርስ ነው" (ሮሜ 8:21)። ይህ "የከበረ ነፃነት" ሁሉም ክርስቲያን በዳግም ልደት ያገኘው መብት ነው። ይህም የሚያስደንቅ ፀጋና እጅግ የከበረ ውርሳችን ነው። ይህም እግዚአብሔር ኢየሱስን አምነው ለሚከተሉት ሁሉ እንዲያገኙና የራሳቸው እንዲያደርጉ የፈቀደው ነው።

ኢየሱስ በመጥመቁ ዮሐንስ እጅ ከተጠመቀ በኋላ ወደ ምድረ በዳ ሄዶ ለአርባ ቀን ከጾመና ከጸለየ በኋላ ዲያብሎስ ያቀረበውን ፈተና ድል ካደረገ በኋላ በመጀመሪያው አገልግሎቱ ያስተማረው ስለ ነፃነት ነበር። በተወለደበትና በሚኖርበ በናዝሬት ምኩራብ ገብቶ እንዲያስተምር የኢሳይያስን ጥቅልል

ሲሰጡት ስልሳ አንደኛውን ምዕራፍ እንዲህ ብሎ አነበበ። ክፍሉ ስለ ነፃነት ነው የሚናገረው፡-

> "የጌታ መንፈስ በእኔ ላይ ነው፤ ለድኾች ወንጌልን እንድሰብክ፣
> እርሱ ቀብቶኛልና፤ ለታሰሩት መፈታትን፣ ለታወሩትም ማየትን
> እንዳውጅ፣
> የተጨቈኑትን ነፃ እንዳወጣ፣ የተወደደችውንም የጌታን ዓመት እንዳውጅ
> ልኮኛል።"
>
> ከዚያም መጽሐፉን ጠቅልሎ ለአገልጋዩ መልሶ ሰጠውና ተቀመጠ፤
> በምኵራብ የነበሩትም ሁሉ ትኵር ብለው ይመለከቱት ነበር። እርሱም፣
> "ይህ በጆሯችሁ የሰማችሁት የመጽሐፍ ቃል ዛሬ ተፈጸመ" ይላቸው
> ጀመር። (ሉቃ 4:18-21)

ይህንን በሚያደርግበት ቅጽበት የሁሉም ዓይኖች በኢየሱስ ላይ እንዳፈጠጡ ነበር።አንብቦ ሲጨርስ የተናገረው ነገር ደግሞ እጅግ በጣም የሚያስቆጣ ነበር። ኢየሱስ በነቢዩ ኢሳያስ እግዚአብሔር የሰጠውን ነፃ የመውጣት ተስፋ የሚፈጽመው እርሱ ራሱ መሆኑን በግልጽ ተናገረ። በዚህ ምኩራብ ተቀምጠው ያሉት ሁሉም ይህ ሰዎችን ከእስራት ነፃ የሚያወጣውን ኢየሱስ ተገናኙት። እርሱም በተጨማሪ በመንፈስ ቅዱስ የተቀባ፥ መሲሕ፥ በእግዚአብሔር የተመረጠው **ንጉሥ** ቃል የተገባላቸው አዳኝ መሆኑን አወጀ።

ኢየሱስ በዚያ ያሉትን ሁሉ ወደዚህ ነፃነት ይመጡ ዘንድ እየጋበዛቸው ነው። እርሱ የምስራቹን ይዞ መጥቷል። ይህም ዜና ለድሆች ተስፋ፥ ለታሰሩት መፈታትንና ለተጨቆኑት ነፃ መውጫቸው የምስራች መሆኑን እየሰበከላቸው ነበር።።

ኢየሱስ በሄደበት ቦታ ሁሉ ለሕዝቡ እውነተኛ ነፃነትን ለሕዝቡ በተለያየ መንገድ ሲሰጣቸው ነበር። ወንጌላትን ስናነብ ኢየሱስ ለሕዝቡ መልካምን ሲያደርግ እንደነበር እንረዳለን። ተስፋ ሌላቸው ተስፋን፥ የተራቡትን እየመገበ በሰይጣን ኃይል የታሰሩትን ነፃ በማውጣትና የታመሙትን እየፈታ ይመላለስ ነበር። ኢየሱስ ዛሬም ለሰዎች ነፃነትን ይሰጣል። እያንዳንዱ ክርስቲያን ኢየሱስ የሰጠውን ነፃነት ማጣጣም ይኖርበታል።

ኢየሱስ በምክራብ "የተወደደችውንም የጌታ ዓመት" ለሕዝቡ ሲያውጅ ነበር። ይህ የጌታ ዓመት እግዚአብሔር ሕዝቡን ከታሰሩበት እስራት በኃይልና በፍቅር ነፃ ሊያወጣቸው የወደደው ጊዜ እንደነበር መናገሩ ነበር። በዚህም ነው ሕዝቡ ነፃ የወጡት።

ይህንን በሚያነቡበ ጊዜ የእግዚአብሔርን ጸጋ በሕይወትዎ ለመካፈል የተወደደችው ሰዓት ይህች እንደሆነች ያምናሉን?

የመምረጫው ጊዜ

እንደዚህ ቢሆን ብለው ያስቡ እርሶ በአንድ በሩ በተቆለፈበ ክፍል ውስጥ ታስራችኋል። በየቀኑም ምግብና ውኃ ይቀርብላችኋል። ከዚያ መውጣት አይችሉም። በዚያ እስረኛ ናችሁ ነገር ግን ምግብና ውኃ እይቀረበ በዚያ መኖር ትችላላችሁ። እስቲ እንደዚህ ያስቡ፡ - እርሶ ያሉበት ክፍል በሩ ተከፈተ። በዚህ ጊዜ ሁለት አማራጮች አሏችሁ አንደኛው በዚያ ለመኖር መምረጥ ሲሆን ሁለተኛ ደግሞ ከዚያ ቤት መውጣት ነው። ከዚያም በመውጣት በውጪ ያለውን ሕይወት ማየት ይችላሉ። ታስረው ካሉበት ቤት ለመውጣት መምረጥ አለብዎት። ነፃ ለመሆን የማይመርጡ ከሆነ እንደተቆለፈበት ይኖራሉ ማለት ነው።

ጳውሎስ በገላቲያ ለሚኖሩት በጻፈው መልዕክቱ " ክርስቶስ ነፃ ያወጣን በነፃነት እንድንኖር ነው" (ገላትያ 5:1)። ኢየሱስ ክርስቶስ የመጣው ታስረው ያሉትን ነፃ ለማውጣት ነው። አንድ ጊዜ እርሱ የሚሰጠንን ነፃነት ካወቅን ስለዚህ ልንመርጠው እንችላለን። ነፃ እንደ ወጣ ሰው ለመኖር ትመርጣላችሁ?

ጳውሎስ ነፃነታችንን ለመጠበቅ ንቁና ዝግጁ መሆን እንደሚያስፈልገን መግለጹ ነበር። ነፃነታችንን ጠብቀን ለመኖር ነፃ መሆን ሲባል ምን ማለት እንደሆነ መረዳት፣ ከዚያም ነፃነታችንን ተጠቅመን በዚያ መመላለስ ይኖርብናል። ኢየሱስን ስንከተል “ጸንተን በመቆም” “የባርነትን ቀንበር” እንዴት መራቅ እንደምንችል መማር ያስፈልገናል።

ይህ ትምህርት የተነደፈው ሁሉም ሰው ነፃ ለመሆን እና ከዚያም እንደ ነፃ ሰው ለመኖር እንዲመርጥ ለመርዳት ነው።

በሚቀጥሉት ጥቂት ክፍሎች ውስጥ ስለ ሰይጣን ተግዳሮቶች፣ ከሰይጣን ኃይል ወደ ልጁ መንግሥት እንዴት እንደምንሸጋገርና ስለምንሳተፍበት መንፈሳዊ ውጊያ እንማራለን።

ሰይጣንና መንግሥቱ

መጽሐፍ ቅዱስ እኛን ለማጥፋት የሚፈልግ ጠላት እንዳለን ይናገራል። ስሙ ደግሞ ሰይጣን ይባላል። እርሱ ብዙ ረዳቶች አሉት። ከእነዚህ ከእነዚህ የርሱ ረዳቶች መካከል አንዳንዶቹ አጋንንት ይባላሉ።

ኢየሱስ በዮሐንስ ወንጌል ምዕራፍ 10 ቁጥር 10 ሰይጣንን "ሌባ" በማለት ገልጾታል።ሰይጣንን ከሰዎች ጋር ያለውንም መንገድ ሲገልጽ "ሌባው ሊሰርቅ ሊያርድ ሊገድልና ሊያጠፋ ብቻ ይመጣል።እኔ ግን ሕይወት እንዲኖራቸውና እንዲትረፈረፍላቸው መጥቻለሁ" አለ። እንዴት ያለ ትልቅ ልዩነት ነው! ኢየሱስ ሕይወት ማለትም የተትረፈረፈ ሕይወት ይሰጣል፤ ሰይጣን ጥፋት፣ ውድመትና ሞትን ያመጣል። ኢየሱስም ሰይጣንን "እርሱ ከመጀመሪያው ነፍሰ ገዳይ ነበር" ብሎ ነግሮናል (ዮሐንስ 8:44)።

በወንጌሎችና በአዲስ ኪዳን መልእክቶች መሠረት ሰይጣን በዚህ ዓለም ላይ እውነተኛ ነገር ግን የተገደበ ኃይልና ስልጣን አለው። መንግሥቱም "የጨለማው አገዛዝ" (ቆላስይስ 1፡13) ተብሎ ተጠርቷል፡ እርሱም፡-

- "የዚህ ዓለም ገዥ" (ዮሐንስ 12:31)
- "የዚህ ዓለም አምላክ" (2ኛ ቆሮንቶስ 4:4)
- "መንፈሳዊያን ኀይላት ገዢ" (ኤፌሶን 2:2)
- "በማይታዘዙት ላይ አሁን የሚሠራው መንፈስ" (ኤፌሶን 2፡2)

እንዲያውም ሐዋርያው ዮሐንስ መላው ዓለም በሰይጣን ቁጥጥር ሥር እንደሆነ "እኛ የእግዚአብሔር ልጆች እንደ ሆንን መላው ዓለምም በክፉው ሥር እንደ ሆነ እናውቃለን።" በማለት አስተምሮናል። (1 ዮሐንስ 5:19)

መላው ዓለም በክፉው ቁጥጥር ሥር እንደሆነ ከተረዳን በሁሉም የዚህ ዓለም ባህሎች፣ አስተሳሰቦችና ሃይማኖቶች ውስጥ የሰይጣንን ሥራ የሚያሳዩ ማስረጃዎችን ስንመለከት ሊያስደንቀን አይገባም። ሰይጣን በቤተ ክርስቲያን ውስጥም እንኳን ንቁ ነው።

በዚህ ምክንያት በእስልምና ውስጥ ያለውን የሰይጣን አሻራ ንጽረተ ዓለሙንና መንፈሳዊ ኃይሉን እንረዳለን። ነገር ግን አስቀድመን እኛም ሰዎችን ከዚህ ክፉ አገዛዝ እንዴት ነፃ እንደምናወጣ መረዳት አለብን።

ታላቁ ዝውውር

የትሪንቲ ኮሌጅ፥ ኦክስፎርድ ባልደረባ የሆኑት ጄ.ኤል. ሁልደን የጳውሎስን ሥነ-መለኮታዊ የንጽረተ ዓለም አጠቃላይ ምልከታቸውን ጽፈዋል። ጳውሎስ እንዲህ ይላል፡-

> ... ስለ ሰው ያለው ፍርጃ። ሰው ኀጢአተኛና ከእግዚአብሔር በፈቃዱ የተለየ ብቻ ሳይሆን መላለሙን በራሱ አምባገነናዊ አገዛዝ ስር ማድረግ ለሚፈልገው አጋንንታዊ ኀይል እስረኛም ነው። ሕግንንም ሰዎች

> ለእግዚአብሔር እንዲታዘዙበት ሳይሆን ለዚህ አምባገነናዊ አገዛዙ የሚጠቀምበት ነው። ይህም የሰው ከእግዚአብሔር መለየት በሁሉም ሰዎች ላይ የሆነ ሲሆን አይሁዳዊ ወይም ደግሞ አሕዛብ ተብሎ ልዩነት የለም ሁሉም በአዳም በኩል ያለምንም ልዩነት ወደዚህ ሁኔታ መቁተዋል።[1]

ሆልደን በመቀጠል በጳውሎስ የዓለም አተያይ የሰው ልጆች ከዚህ ባርነት ወደ ነፃነት መሻገር እንደሚያስፈልጋቸው ገልጿል:- "የአጋንንት ኃይላትን በሚመለከት ሰዎች በቀላሉ የሚያስፈልጋቸው ከእርሱ ቁጥጥር ነፃ እንዲወጡ ነው። ለዚህም ቁልፍ የሆነ እስራት ነፃ እንዲወጡ ክርስቶስ በሞቱና በትንሳኤ አሳይቷል። ይህም በኃጢአት ላይና የሰውን ልጅ በሚያስሩ የአጋንንት የክፋት ኃይሎች ላይ ድል አምጥቷል።

ምንም እንኳን ክርስቲያኖችም ብንሆን 'በዚህ ጨለማ ዓለም' ውስጥ እንኖራለን (ኤፌሶን 6:12፤ ከፊልጵስዩስ 2:15 ጋር አወዳድር)። ይህ ማለት በሰይጣን አገዛዝና ቁጥጥር ሥር ሆነናል ማለት ነው? በፍጹም! ወደ ኢየሱስ መንግሥት ተሻግረናል።

ኢየሱስ በራዕይ ለጳውሎስ ራሱን ሲገልጥና ወደ አሕዛብ ለመላክ ሲጠራው በእርሱ አገልግሎት የሰዎች የልቦና ዓይኖች እንደሚከፈቱና "ከጨለማ ወደ ብርሃን ከሰይጣንም ሥልጣን ወደ እግዚአብሔር ትመልሳቸዋለህ" ተነግሮታል (ሐዋ 26:18)። እነዚህ ቃላት ሰዎች በክርስቶስ ከመዳናቸው በፊት በሰይጣን ቁጥጥር ሥር እንደነበሩ ነገር ግን በክርስቶስ በማመናቸው ከክፋው አገዛዝ ተዋጅተው ከጨለማ ሥልጣን በመውጣት ወደ እግዚአብሔር መንግሥት እንደተሸጋገሩ የሚያመለክት ነው።

ጳውሎስ ለቆላስይስ ክርስቲያኖች በጻፈው ደብዳቤ ላይ ስለ እነርሱ እንዴት እንደሚጸልይ ተናግሯል።

> ... በቅዱሳን ርስት በብርሃን ተካፋዮች ለመሆን ያበቃንን አብን እንድታመሰግኑ ነው። እርሱ ከጨለማ አገዛዝ ታደገን፤ ወደ ሚወድደው ልጁ መንግሥትም አሻገረን (ቆላስይስ 1: 12-14)

አንድ ሰው ወደ ሌላ ሀገር ተሰዶ ቢሄድ በአዲሱ አገሩ የዜግነት ጥያቄ ሊያቀርብ ይችላል። ይህን ለማድረግ ግን ቀድሞ የነበረውን ዜግነት መተው ሊኖርበት ይችላል። በክርስቶስ ያለው መዳን እንዲህ ነው፡ ወደ እግዚአብሔር መንግሥት ስትገቡ አዲስ ዜግነት ትቀበላላችሁና የድሮ ዜግነታችሁን ትተዋላችሁ።

---

1. J. L. Houlden, *Paul's Letters from Prison*, p. 18.

ለኢየሱስ ክርስቶስ ገዢነት ያለህን ታማኝነት ሙሉ በሙሉ ማስተላለፍ በንቁ አዕምሮ ሆን ተብሎ መሆን ይገባዋል እንጂ በግድ የለሽነት የእሱ አገዛዝ ዜጋ መሆን የለበትም። ይህ የሚከተሉትን ዋና ነገሮችን ሊያካትት ይችላል:

- ሰይጣንንና ክፉትን ሁሉ መካድ
- በእናንተ ላይ አምላካዊ መጽሐፍ ቅዱሳዊ ያልሆነ ስልጣንን ካደረጉ ሌሎች ሰዎች ጋር ያለውን ግንኙነት ሁሉ መተው
- አባቶቻችሁ ለናንተ ብለው የገቡትን ወይም በማንኛውም መንገድ የተወከላችሁበትን መጽሐፍ ቅዱሳዊ ያልሆኑትን ቃል ኪዳኖች ሁሉ መካድና ማፍረስ
- ለሰይጣን በነበረ ታማኝነት የመጡ መጽሐፍ ቅዱሳዊ ያልሆነ መንፈሳዊ ችሎታዎች መካድ
- እጃችሁንና ሙሉ የሕይወታችሁን መብት ለገዢው ኢየሱስ አስረክቡ። ኢየሱስ የልባችሁ ጌታ እንዲሆን ከዚህ ቀን ጀምሮ ወደ ልባችሁ እንዲገባ ጋብዙት

ጦርነት

አንድ የእግር ኳስ ተጫዋች ከአንድ የእግር ኳስ ቡድን ወደ ሌላኛ ከተዘዋወረ ለዚያ ለአዲሱ ቡድን መጫወት አለበት። ከዚህ በኋላ ለቀድሞ ቡድኑ መጫወት አይችልም። ወደ እግዚአብሔር መንግሥት ስንዘዋወር እንዲህ ነው። ለኢየሱስ ቡድን እየተጫወቱ ለሰይጣን ቡድን ግቦችን ማስቆጠር ማቆም አለብን።

በመጽሐፍ ቅዱስ መሠረት በእግዚአብሔርና በሰይጣን መካከል መንፈሳዊ ውጊያ እየተካሄደ ነው። ይህ በእግዚአብሔር መንግሥት ላይ ዓለም አቀፍ የሆነ በእግዚአብሔር መንግስት ላይ የታወጀ ጦርነት ነው (ማርቆስ 1፡15፤ ሉቃስ 10፡ 18፤ ኤፌሶን 6፡12)። ማንም ከዚህ ጦርነት ገለልተኛ ሊሆን የማይችልበት የሁሉ መንግስት ጦርነት ነው። በዚህም ጦርነት ክርስቲያኖች ክርስቶስ በመስቀል ላይ ባደረገው ድል ላይ ቆመው ከጨለማው መንግስት ጋር የሚያደርጉት ጦርነት ላይ ተሳታፊ ሆነው ራሳቸውን ማግኘት ይኖርባቸዋል። ይሁን እንጂ የዚህ ጦርነት አሸናፊ ምንም ጥርጥር የሌለው ነገር ነው። ክርስቶስ ድል አድርጎታል ድልንም ለክርስቲያኖች ደግሞ ይሰጣቸዋል።

የክርስቶስ ተከታዮች የክርስቶስ ወኪሎች ናቸው። ስለዚህ አሁን ከጨለማው ገዢ ኃይሎች ጋር በየቀኑ ጦርነት ውስጥ ተጠምደዋል። የክርስቶስ ሞትና ትንሳኤ ደግሞ በእነዚህ ጨለማ ኃይላት ላይ ድል አድራጊነትን ይሰጠናል። ዲያብሎስንም

ለመቃወም ላለንም ኃይል የክርስቶስ ሞትና ትንሳዔ መሰረት ነው። የዚህ ጦርነት ቀጠና ሰዎችን ሁሉ፡ ማሕበረሰብንና ብሔርን ያካለለ የጦርነት ግንባር ነው።

ቤተ ክርስቲያን በዚህ ጦርነት የጦር ግንባር ልትሆንም ትችላለች። ሐብቶቿም ለክፉ አላማ ሊውል ይችላል።

ይህ ወሳኝና ከባድ ጉዳይ ነው። ነገር ግን፣ ጳውሎስ ይህ የዚህን ጦርነት ድል አይቀሬ መሆን የገለጠው የጨለማው ገዢን በመስቀል ሞት ድል ነስቶ ለሕዝቡ የኀጢአትን ስርየት በማምጣት በዚህም ጠላት ዲያብሎስ ትጥቁን እንደ ፈታና እንደ ተዋረደ እንደ ተሸነፈም እንዲህ ሲል በመጻፍ ነው፡ -

> እናንተም በበደላችሁና የሥጋችሁን ኀጢአታዊ ባሕርይ ባለ መገረዝ ሙታን ሳላችሁ፣ እግዚአብሔር ከክርስቶስ ጋር ሕያዋን አደረጋችሁ፤ ኀጢአታችንንም ሁሉ ይቅር አለን፤ ሲቃወመንና ሲጻረረን የነበረውን የዕዳ ጽሕፈት ከነሕግጋቱ በመደምሰስ፣ በመስቀል ላይ ቸንክሮ ከመንገድ አስወገደው። የአለቆችንና የባለሥልጣናትንም ማዕረግ በመግፈፍ በመስቀሉ ድል ነሥቶ በአደባባይ እያዘራቸው እንዲታዩ አደረገ። (ቆላስይስ 2:13-15)

ይህ ምንባብ ከሮማውያን ከድል በኋላ የሚያደርጉትን 'የድል ጉዞ' የሚባል ምስል ከሳችን አቀራረብን ይጠቀማል። ጠላትን ድል ካደረጉ በኋላ ድል አድራጊው ጄኔራልና ሠራዊቱ ወደ ሮም ከተማ ይመለሳሉ። ድሉን ለማክበር ጄኔራሉ ታላቁን ሰልፍ ይመራል። በዚህ ድል የተሸነፉ ጠላቶች በሰንሰለት ታስረው በከተማው ጎዳናዎች እንዲታዩ ይደረጋል። ትጥቃቸውንና መሳሪያዎቻቸው ተወስዶባቸዋል። የሮም ሕዝብም በታላቅ ደስታ ድል አድራጊዎችን እያበረታቱና የተሸነፉትን ጠላቶች እየተሳለቁባቸው ይመለከታሉ።

ጳውሎስ የመስቀልን ትርጉም ለማስረዳት የሮማውያንን የድል ጉዞ ምስል እየተጠቀመ ነው። ክርስቶስ ስለ እኛ ሲሞት የኃጢአትን ኃይል ሰበሯል። በእኛ ላይ የተሰነዘረው ውንጀላ በመስቀል ላይ ቸንክሮት ዞር አድርጓል። የነዚህ ክሶች መሰረዝ የጨለማ ሀይሎች ሁሉ እንዲያዩ በማድረግ የሆነ ነው። በዚ ምክንያት ሰይጣንና እኛን ለማጥፋት የሚፈልጉ ኃይላቱ በሙሉ በእኛ ላይ ምንም ኃይል የሌላቸው እንደሆኑ አሳይቷል። ምክንያቱም ከዚህ በኋላ በእኛ ላይ ምንም ክስ ሊያሰሙ አይችሉም። በሮማውያን የድል ጉዞ እንደ ሆነው ዓይነት ጠላቶች ሆነዋል። ተሸንፈው፣ ትጥቅም ፈትተው፣ በአደባባይ ተዋረድዋል።

በመስቀሉ በኩል በዚህ የጨለማ ስልጣንና አለቆች ላይ ድልን ተጎናጽፏል። ይህ ድል ክፉ ኃይሎች የመግዛት ስልጣናቸውን የሚነጥቅ ሲሆን ይህም ሰዎች

ፈቅደውም ሆነ ሳይፈቅዱ በማወቅ ሆነ ባለማወቅ ከዚህ በፊት የነበረባቸውን የዲያብሎስ ኃይል አስወግዶታል።

ይህ ታላቅ መርህ ነው፡ ሰይጣን በእኛ ላይ ለሚጠቀምባቸው ዘዴዎችና ውንጀላዎች ሁሉ መስቀሉ የድልና የአርነት መክፈቻ ቁልፍን ይሰጣል።

በሚቀጥሉት ሁለት ክፍሎች የሰይጣንን እንደ ከሳሽ ያለውን ሚና ሰዎችን ለመክሰስ የሚጠቀምባቸውን ስልቶች እንመለከታለን። ይህንንም ከተማርን በኋላ ሰይጣን ሰዎችን አስሮ ለማስቀመጥ የሚጠቀምባቸውን ስድስት መንገዶች ማለትም፡ - ኃጢአትን፣ ይቅር አለማለትን፣ ቃልን፣ የነፍስ ቁስልን፣ ውሸትን (በእግዚአብሔር ያልሆነ እምነት)ና በትውልድ የሚመጣ ኃጢአትንና የእርሱ ውጤት የሆነውን ደግሞ እርግማንን እንመረምራለን። ለእያንዳንዱ ለሰይጣን የክፋት ስልት የሚሆን መድኃኒቱንም እንገልጻለን። ክርስቲያኖች ነፃነታቸውን የሚጠይቁበትና እነዚህን ተጽዕኖዎች ከሕይወታቸው የሚያጠፉበትን መንገድ እንጠቁማለን። እነዚህ ሁሉ ጉዳዮች አስፈላጊነታቸውን የምናውቀው ከእስልምና እስራት ነፃ ለመውጣት አስፈላጊ መሆን ስናስተውል ነው።

ከሳሹ

ሰይጣን እኛን ለመቃወም የሚጠቀምባቸው ስልቶች አሉት። ስለ እነዚህ ስልቶቹ በማወቅ እርሱን ለመቃወም የምንቆም ይሆናል። ስለዚህ ትኩረት መስጠት አለብን። ክርስቲያኖች የሰይጣንን ሸንገላዎች አውቀውና ተረድተው እርሱን ለመቃወም ዘወትር መዘጋጀታቸው አስፈላጊ ነው።

ጳውሎስ በኤፌሶን 6:18 ላይ ክርስቲያኖች 'የነቁ መሆን' እንዳለባቸው ጽፏል። በተመሳሳይም ጴጥሮስ ክርስቲያኖችን "ራሳችሁን የምትገዙ ሁኑ፣ ንቁም፤ ጠላታችሁ ዲያብሎስ የሚውጠውን በመፈለግ እንደሚያገሣ አንበሳ ወዲያ ወዲህ ይዞራልና። (1 ጴጥሮስ 5:8) ይለናል። ነቅተን ለመጠበቅ ምን ያስፈልገናል? የሰይጣንን ውንጀላዎች በንቃት መከታተል አለብን።

መጽሐፍ ቅዱስ ሰይጣንን "ከሳሽ" (ራእይ 12:10) ይለዋል፤ በዕብራይስጡ ደግሞ 'ሰይጣን' የሚለው ቃል በትክክል 'ከሳሽ' ወይም 'ተቃዋሚ' ማለት ነው። ይህ ቃል በፍርድ ቤት በህግ ቋንቋ ተቃዋሚ በሚለው ጥቅም ላይ ውሏል። 'ሰይጣን' የሚለው ቃል በመጽሐፍ ቅዱስ ውስጥ በመዝሙር 109 ላይ በዚህ መንገድ ጥቅም ላይ ውሏል:- "ክፉ ሰው በላዩ ሹም፤ ከሳሽም [ሰይጣን] በቀኙ ይቁም። ሲፈረድበት ጥፋተኛ ይባል። (መዝሙር 109:6–7)። በተመሳሳይ ሁኔታ

ዘካርያስ 3:1–3 በሊቀ ካህናቱ በኢያሱ ቀኝ ቆሞ በእግዚአብሔር መልአክ ፊት የከሰሰውን "ሰይጣን" በማለት ምሳሌያዊ አገላለጽ ጠቆስታል። ሌላው ምሳሌ ሰይጣን ኢዮብን ለመፈተን ፍቃድ እግዚአብሔርን ሲጠይቅ ኢዮብን በእግዚአብሔር ፊት ከሰታል (ኢዮብ 1፡9-11)።

ሰይጣን የሚከሰው በማን ፊት ነው? በእግዚአብሔር ፊት እንደሚከሰን እናውቃለን። በሌሎች ፊትም ይከሰናል። እሱ [ሰይጣን] በሌሎች ሰዎች ንግግርና በራሳችን ሐሳብም ይከሰናል። በእነዚህ ክሶችም ተጎድተን ክሶቹንም አምነን ተገድበን እንድንኖር ይፈልጋል።

ሰይጣን በምን ይወቅሰናል? እርሱ በኃጢአታችን ይወቅሰናል እናም በማንኛውም አኗኗራችን፣ በአንድም ሆነ በሌላ መልኩ በእርሱ ፈተና በወደቅንበት በዚያ ተጠቅሞ ይከስሰናል።

የሰይጣን ክስ ሁሌም በውሸት የተሞላ መሆኑንም መገንዘብ አለብን። ኢየሱስ ስለ ሰይጣን እንዲህ ብሏልና፡-

> እናንተ የአባታችሁ የዲያብሎስ ናችሁ፤ የአባታችሁንም ፍላጎት ለመፈጸም ትሻላችሁ። እርሱ ከመጀመሪያ ነፍሰ ገዳይ ነበር፤ በእርሱ ዘንድ እውነት ስለሌለ በእውነት አልጸናም፤ እርሱ ሐሰተኛ፣ የሐሰትም አባት በመሆኑ ሐሰትን ሲናገር፣ የሚናገረው ከራሱ አፍልቆ ነው። (ዮሐንስ 8:44)

ሰይጣን የሚጠቀምባቸው የውሸት ዘዴዎች ምንድን ናቸው? ምንም እንኳን ቢከሰንም ጸንተን የምንቆመው በምንድነው? ለምሳሌ፣ በ1ኛ ቆሮንቶስ መልዕክቱ ላይ ጳውሎስ ክርስቲያኖች ይቅር ባይነትን እንዲለማመዱ አሳስቧቸዋል። ይህ ለምን አስፈላጊ ሆነ? ጳውሎስ ይህንን ሲመልስ "ይህንም የምናደርገው ሰይጣን መግቢያ ቀዳዳ እንዳያገኝ ነው፤ የእርሱን ዕቅድ አንስተውምና።" (2ኛ ቆሮንቶስ 2፡11) በማለት መልስ ሰጥቶናል። ጳውሎስ ሰይጣን እንዴት እንደሚሰራ ማወቅ እንደምንችል እየነገረን ነው። አንዱ የሰይጣንን ስልት እኛ ሌሎችን ይቅር እንዳንል አድርጎ የሚያቀርበው ክስ ስለሆነ ከዚህ ክስ ነፃ ለመውጣት ሁል ጊዜም ሰዎችን ይቅር ለማለት መፍጠን ይኖርብናል ማለት ነው። በዚህም ከሰይጣን ክስ እናመልጣለን።

ሰይጣን ሌሎች ስልቶችም አሉት። ነገር ግን እዚህ ላይ ስድስቱን ዋና ዋና ስልቶቹን እንመለከታለን። አማኞችን ለመክሰስና እንዴት እሱን መቃወም እንደምንችል እንመለከታለን። እነዚህ ስድስት ስልቶች፡-

- ኃጢአት
- ይቅርታ አለማድረግ

- የነፍስ ቁስሎች
- ቃላት (እና ምሳሌያዊ ድርጊቶች)
- ውሸት
- የቅብብሎሽ ሀጢያትና እርግማኖች ናቸው።

እንደምንመለከተው፣ መንፈሳዊ ነፃነት ለማግኘት ዋናው እርምጃ ሰይጣን በእኛ ላይ ሊሰነዝረው የሚችለውን ክሶች ሁሉ እየጠራን በግልጽ እንደማንቀበል ማሳየት ነው። ይህ የሚመለከተው የሱ ውንጀላ በአንዳንድ እውነት ላይ የተወሰነ መሰረት ያለው ወይም ሙሉ በሙሉ ውሸት መሆኑን ማወቅ አለብን።

ክፍት በርና ዕድል ፈንታ

እነዚህን ስድስት ቦታዎች ከመመልከታችን በፊት ሰይጣን በሰዎች ላይ የሚናገረውንና አንቆ የሚይዝባቸውን አንዳንድ የክስ ስሞችን ማስተዋወቅ አለብን። ሁለት ዋና የክስ ስሞች አሉት እነዚህም 'ክፍት በር'ና 'የታሰረ እግር' ናቸው።

ክፍት በር አንድ ሰው ባለማወቅ፣ ባለመታዘዝ ወይም በግዴለሽነት ለሰይጣን የሚሰጠው መግቢያ ሲሆን ሰይጣንም ሰውየውን ለማጥቃትና ለመጨቆን የሚጠቀምበት መግቢያ በር ነው። ኢየሱስ ሰይጣንን ለመስረቅ፣ ለመግደልና ሊያጠፋን እድሎችን ለመፈለግ የሚንቀሳቀስ "ሌባ" እንደሆነ የገለጸውን ማስታወስ ይኖርብናል (ዮሐንስ 10:10)። ደህንነቱ የተጠበቀ ቤት በሮቹ ሁሌም የተዘጉ ናቸው። እነዚህም በሮች ደህንነቱ በሚያስተማመን ቁልፍም የተቆለፈባቸው በሮች ነው።

የታሰረው እግር ደግሞ ሰይጣን በሰዎች ልብ ሰዎች የራሱ እንደሆኑ የሚያሳይ የሆነን ክፉ ባሕሪ ነው።

ጳውሎስ አንድ ክርስቲያን ቁጣን በልብ በመያዝ ለዲያብሎስ ዕድል ሊሰጥ የሚችልበትን አጋጣሚ ሲገልጽ " ተቈጡ፤ ነገር ግን ኀጢአት አትሥሩ፤ በቍጣችሁ ላይ ፀሓይ አይግባ፤ ለዲያብሎስም ስፍራ አትስጡት (ኤፌሶን 4:26-27)። "ስፍራ" ተብሎ የተተረጎመው የግሪክኛ ቃል τόπον ነው። '*topos* ' የሚኖርበት ቦታ' ማለት ነው። ዋና ቃሉ ደግሞ "ህ*topos* " ማለት 'ዕድል መስጠት' ማለት ነው። ጳውሎስ አንድ ሰው በቁጣ ላይ ቢወድቅ ኃጢአት ሊሆን እንደሚችል ከመናገር በላይ መንፈሳዊውን መሠረት ለሰይጣን አሳልፎ እንደሚሰጡ እየተናገረ ነው። ከዚያም ሰይጣን ያንን መሬት ተቆጣቁሮ ለክፉ

ሽሃዳ ሊጠቀምበት ይችላል። አንድ ሰው ቁጣን በመያዝ ሰይጣንን ሊደገፍ ይችላል ማለት ነው።

በዮሐንስ 14፣ ኢየሱስ ሰይጣን በእርሱ ላይ ምንም ስልጣን እንደሌለው ሲናገር የሕግ መብት እንዳለው የሚያሳይን ቋንቋ ተጠቅሞ ፡-

> የዚህ ዓለም ገዥ ስለሚመጣ ከእንግዲህ ወዲህ ከእናንተ ጋር ብዙ አልናገርም። እርሱም በእኔ ላይ ሥልጣን የለውም፤ ነገር ግን እኔ አብን እንደምወድድ፣ አባቴ ያዘዘኝንም እንደማደርግ ዓለም እንዲያውቅ ነው። (ዮሐንስ 14:30-31)

ሊቀ ጳጳስ ጄ.ኤች በርናርድ በመጽሐፍ ቅዱስ ማብራሪያው ስለዚህ አንቀጽ እንዲህ ሲል ጽፏል፡ - ሰይጣን. . . ሊያስረው በሚችልው በእኔ ስብዕና ላይ ምንም ስልጣን የለውም።[2] በእርግጥ እዚህ ያለው ቅኔ ሕጋዊ ነው። ዲ.ኤ. ካርሰንም እንደዚህ ገልጾታል፡-

> "እሱ በእኔ ላይ ምንም ሥልጣን የለውም" የሚለው አባባል "በእኔ ላይ ምንም የክስ ቃል የለውም" የሚልን ቅኔያዊ ትርጉምን የሚይዝ ነው። ይህም በህግ የቋንቋ አውድ ውስጥ በተደጋጋሚ ጥቅም ላይ የዋለውን የዕብራይስጡን ቃል በማስታወስ ነው። ትርጉሙም "በእኔ ላይ ምንም ማለት አይችልም" ወይም "በእኔ ላይ ምንም ስልጣን የለውም"... ዲያቢሎስ ይህንን ለማድረግ የሚችለው በኢየሱስ ላይ በቂ ክስ ካቀረበ ብቻ ነው።[3]

ሰይጣን በኢየሱስ ላይ ምንም ስልጣን የሌለው ለምንድን ነው? ኢየሱስ ኃጢአት የሌለበት ስለሆነ ነው። እሱ "አባቴ ያዘዘኝን እንደማደርግ" ብሏል። (ዮሐንስ 14:31፤ በተጨማሪም ዮሐንስ 5:19ን ይመልከቱ)። ለዚህም ነው ሰይጣን በእርሱ ላይ ማንኛውንም ሕጋዊ የሆነ የወንጀል ክስን ማቅረብ ያልቻለው። ሰይጣን ሊጠቀም የሚችለው ምንም ክስ ኢየሱስ የለበትም።

ኢየሱስ ምንም ኀጢአት ሳይኖርበት ተሰቀለ። ይህ ለመስቀሉ ኃይል በጣም አስፈላጊ ነገር ነው። ኢየሱስ ምንም ኀጢአት ሰላልነበረበት ስቅለቱን ለኢየሱስ ሕጋዊ ቅጣቱ ነው ብሎ አይናገርም። የጌታችን መሲሁ ሞት ንጹሕ መሥዋዕት ሆኖ ለሌሎች የቀረበ መሥዋዕት እንጂ ሰይጣን በኢየሱስ ላይ የፈጸመው ቅጣት አይደለም። ክርስቶስ ለሰይጣን በማንኛውም መንገድ ተግዝቶለት ከነበረና

---

2. J. H. Bernard, *A Critical and Exegetical Commentary on the Gospel According to John*, vol. 2, p. 556.
3. D. A. Carson, *The Gospel According to John*, pp. 508-9.

በዚህም ምክንያት ከሞተ ሞቱ የኀጢአተኛ ሞት ይባል ነበር። ነገር ግን፣ኢየሱስ ንፁህ ስለነበር፣ ሞቱ ለዓለሙ ሁሉ ኃጢአት ውጤታማ የሆነ መስዋዕት ሊሆን የቻለ ነው።

በሕይወታችን ውስጥ ስለላሉ ክፍት በሮችና የሁለት እግር ማቆሚያዎች ምን ማድረግ እንችላለን? የተከፈቱ በሮችን መዝጋትና የሁለት እግር ማቆሚያ በታዎችን ማስወገድ እንችላለን። መንፈሳዊ ነፃነታችንን ለማግኘት እነዚህ እርምጃዎች አስፈላጊ ናቸው። ሁሉንም የተከፈቱ በሮች በመዝጋትና በሕይወታችን ውስጥ ያሉትን ሁሉንም እግሮች በማስወገድ መንፈሳዊ ነፃነታችንን መጠበቅ አለብን።

ግን ይህን እንዴት ማድረግ እንደሚቻል? እያንዳንዱን ስድስት በታዎች አንድ በአንድ እንመልከታቸው። እስልምና ሰዎችን እንዴት እንደሚያስተሳስራቸው ስናስብ ሁሉም ጠቃሚ ነጥቦች ይሆናሉ።

ኃጢአት

ክፍቱ በር የሠራነው ኀጢአት ከሆነ የሠራነውን ኀጢአት ንስሃ በመግባት በሩን ልንዘጋ እንችላለን። የመስቀሉ ኃይል የዚህ ሂደት ቁልፍ ነው። ክርስቶስ ስለ አዳነን እርሱን ምሕረትን በመጠየቅ፣ የእግዚአብሔርን ይቅርታ ማግኘት እንችላለን። ዮሐንስ እንደጻፈው፣ “የኢየሱስ ደም... ከኃጢአት ሁሉ ያነፃናል” (1ኛ ዮሐንስ 1፡ 7)። ከኃጢአት ከነፃን ኃጢአት በእኛ ላይ ምንም ኃይል የለውም። ጳውሎስ እንደጻፈው፡ “በደሙ ጸድቀናል” (ሮሜ 5፡9)። ይህ ማለት እግዚአብሔር እንደ ጻድቅ ያየናል ማለት ነው። ንስሐ ስንገባና ወደ ክርስቶስ ስንመለስ፣ እርሱ ለኀጢአት እንደ ሞተና እንደተቀበረ ከእርሱ ጋር እንቀበራለን፡ ከኢየሱስ ጋርም አንድ እንሆናለን። ከዚያም ሰይጣን ምንም ዓይነት ክስ ሊመሰርትበትን የማይችል ሰው እንሆናለን። ኃጢአታችን “ተከድኖአልና” (ሮሜ 4፡7) ሰይጣን በእኛ ላይ ሥልጣን የሌለበት ሰው እንሆናለን። እኛን ከሚከሰበት ክስ ነፃ ወጥተናል።

ይህ በተግባር እንዴት ይሠራል? አንድ ሰው ያለማቋረጥ የመዋሸት ልማድ እየታገለው ከሆነ፣ ያ ሰው ይህ ተግባሩ ትክክል እንዳልሆነ በመረዳት በእግዚአብሔር ፊት ስህተት መሆኑን በማወቅ ኀጢአቱን መናዘዝና ንስሀ በመግባት በክርስቶስ ስራ ይቅርታን ማግኘት መቻል አለበት። ይህን ማድረግ ከቻለ መዋሸትን ራሱን መካድና መተው ይችላል። በሌላ በኩል ሰውየው መዋሸትን ከወደደ፣ ጠቃሚ ሆኖ ከተሰማውና ለመተው ምንም ፍላጎት

ከሌለው፣ ከውሸት ለነፃ ለመሆን የሚደረግ ማንኛውም ጥረት ከንቱ ሊሆን ይችላል። እናም ሰይጣን ደግሞ በዚህ ሰው ላይ ሊጠቀምበት ይችላል።

በንስሐ፣ ኃጢአታችንን በመካድና በክርስቶስ መስቀል በመታመን የኃጢአትን በር መዝጋት እንችላለን። በዚህ መንገድ ሰይጣን በኛ ላይ ኃጢአታችንን የመጠቀም መብቱን እንነፍገዋለን።

ይቅር አለማለት

ሌላው ሰይጣን በኛ ላይ ሊጠቀምበት የሚወደው ስልት ይቅርታ አለማድረግን ነው። ይቅርታ ኢየሱስ ብዙ ጊዜ ያስተማረው ትምህርት ነው። ሌሎችን ይቅር እስካልን ድረስ እግዚአብሔር ይቅር እንደማይለን ኢየሱስ ተናግሯል (ማር. 11፡ 25-26፤ ማቴዎስ 6፡14-15)።

ይቅርታ የማናደርገው አንድ ሰው ስህተት ፈጽሞ ወይንም ደግሞ ክፉኛ ጎድቶን ሊሆን ይችላል። ነገር ግን ይህ ሰይጣን በኛ ላይ ክስ ለመመስረት ሕጋዊ መብት ሊሰጠው ይችላል። ጳውሎስ ለቆሮንቶስ ሰዎች በጻፈው ሁለተኛ መልእክቱ ስለዚህ ጉዳይ እንዲህ ሲል ጽፏል።

> እናንተ ይቅር የምትሉትን ሰው እኔም ይቅር እለዋለሁ፤ በርግጥ ይቅር የምለው ነገር ካለ፣ በክርስቶስ ፊት ይቅር የምለው ስለ እናንተ ስል ነው። ይህንም የምናደርገው ሰይጣን መግቢያ ቀዳዳ እንዳያገኝ ነው፤ የእርሱን ዕቅድ አንስተውምና። (2 ቆሮንቶስ 2:10-11)

ይቅር ባይ አለመሆናችን በሰይጣን እንድንታለል በር የሚከፍተው ለምንድን ነው? ይህ የሆነበት ምክንያት ይቅርታ ባይ አለመሆናችንን በኛ ላይ እንደ ክስ ማጠናከሪያ ሊጠቀምበት ስለሚችል ነው። ሆኖም ጳውሎስ እንደተናገረው 'የእርሱን ዕቅድ የማናውቅ' ከሆነ ይቅርታን በመለማመድ የእሱን ሰበብ ማስወገድ እንደሚያስፈልገን እናውቃለን።

ይቅር ባይነት ሦስት ገጽታዎች አሉት፡ ሌሎችን ይቅር ማለት፡ የእግዚአብሔርን ይቅርታ መቀበልና አንዳንዴ እራሳችንን ይቅር ማለት ናቸው። ይህ የይቅርታ መስቀል ምልክት[4] እነዚህን ሦስት ገጽታዎች እንድናስታውስ ይረዳናል። አግድም መስመር ሌሎችን ይቅር እንድንል

4. The Forgiveness Cross is from Chester and Betsy Kylstra, *Restoring the Foundations*, p. 98.

ያስታውሰናል። ቀቁ ያለው መስመር ደግሞ የእግዚአብሔርን ይቅርታ እንደተቀበልን ያሳስበናል። ክቡ እራሳችንን ይቅር እንድንል ያስታውሰናል።

ይቅርታ ማለት ሌላው ሰው የሰራውን በደል እንረሳዋለን ማለት አይደለም። ሰውየውን ብቻ ማመን አለብን ማለትም አይደለም። ይልቅ ሌሎችን ይቅር ማለት በእግዚአብሔር ፊት የመክሰስ መብታችንን መተው ማለት ነው። የበደሉንን ሰዎች ከምናቀርብባቸው ክሶች ነፃ እንለቃቸዋለን ማለት ነው። በጽድቅ እንዲፈርድባቸው ለእግዚአብሔር አሳልፈን ሰጥተን ጉዳዩን ለእግዚአብሔር እናስረክባለን። ይቅርታ ስሜት ብቻም አይደለም ውሳኔም ጭምር ነው።

ከእግዚአብሔር ይቅርታን መቀበልም ሆነ የበደሉንን ደግሞ እኛም ይቅር ማለት አስፈላጊ ነው፣ ምክንያቱም ይቅርታ የበለጠ ኃያል እንደሆነ የምንረዳው እኛ ይቅርታ እንደተደረገልን ስናውቅ ነው (ኤፌሶን 4፡32)።

በዚህ የሥልጠና ማኑዋል መጨረሻ ላይ ባለው ተጨማሪ መርጃዎች ትምህርት ውስጥ 'የይቅርታ ጸሎት' አለ።

የነፍስ ቁስሎች

የእግሮች ማቆሚያ በነፍስ ቁስል ምክንያት ሊከሰት ይችላል። የነፍስ ቁስሎች ከሥጋ ቁስሎች የበለጠ ሊጎዱን ይችላሉ። በአካል መጎዳታችን ነፍሳችንንም ሊያቆስለው ይችላል። አንድ ሰው አሰቃቂና አስፈሪ ጥቃት ደርሶበታል እንበል። ከዚህ በኋላ ለረጅም ጊዜ በፍርሃት ሊሰቃይ ይችላል። ሰይጣን ያንንም ፍርሃት ተጠቅሞ በሰው ላይ የበለጠ ፍርሃት እንዲያድርባቸው ሊያደርግ ይችላል።

አንድ ጊዜ እኔ [የዚህ መጽሐፍ ደራሲ][5] ስለ እስልምና በማስተማር ላይ ሳለሁ ደቡብ አፍሪካዊት ሴት ቀረበችኝና ከአስር አመት በፊት በእስልምና እምነት ተከታይ የሆኑ ሰዎች በአሰቃቂ ሁኔታ ሰላደረሱባት ነገር ነገረችኝ። በአካባቢው በሚገኝ አንድ ሴሚናሪ ጥያቄ መሰረት ቤተሰቦቿ ከእስልምና ለተቀየሩ ሁለት ሰዎች በእንግድነት በቤታቸው ተቀብለዋቸዋል። ይህም ጊዜ የአስቸጋሪውና ጎጂው ጊዜ መጀመሪያ ነበር። ወደ ቤታቸው የመጡት ሁለቱ እንግዶች በጣም ጨካኞች ነበሩ፡ በእርሷና በቤተሰቧም ያለማቋረጥ ያሾፉ ነበር። ግድግዳው ላይ ይገፈትሯታል። "አሳማ" ይሏታል፣ ይረግሟታል፣ አልፎ ተርፎም ምራቃቸውንን ይተፉባታል። በቤቷ ዙሪያ በተለያዩ ቦታዎች በትናንሽ ወረቀቶች በአረብኛ የተፃፉ ወረቀቶችን አገኘች። ቤተሰቡ ከቤተክርስቲያናቸው እርዳታ ጠየቁ ነገር ግን ማንም በሚሉት ነገር አላመኑባቸውም። በመጨረሻ እነዚህን 'እንግዶች' ከቤት

5. ማርክ ዱሪ፡ የዚህ ትምህርት አዘጋጅ

ማስወጣት የሚችሉት ለእነርሱ ማረፊያ በማዘጋጀት እንደሆነ አመኑ። ከዚያም ሴትየዋ እንዲህ ስትል ትጽፋለች፣ "በዚህ ጊዜ፣ በገንዘብ፣ በመንፈሳዊ፣ በስሜታዊና በአካል ተዳክመንና ድንጋጤ ውስጥ ነን። ከእንግዲህ በራሴ አልተማመንም፣ ለከንቱ ነገር ጥሩ እንደሆንኩ ይሰማኛል ምክንያቱም እነሱ እንደ ቆሻሻ ቆጥረውኛል። ስለ ኢስላማዊ እስራት እንደማስተምር ከሰማች በኋላ፣ እሷን ያስጨነቃትን ፍራቻና በራስ መተማመን ማጣት መንፈስ እንደ ገጠማት ነገረችኝ። የፈራቻቸውን ነገሮች እንዲለቋትና ከአሰቃቂ ገጠመኞቿ እንድትፈወስ አብረን ጸለይን። በሚያስደንቅ ሁኔታ ተፈወሰችና እንዲህ አለች፡ - "ለዚህ ሰማያዊ ሹመት ጌታን አመሰግነዋለሁ... አሁን ነፃነት ይሰማኛል እናም ጌታን እንደ ሴት ለማገልገል ብቁ ነኝ። አምላክ ይመስገን!" በኋላ ጻፈችልኝ፡-

> አሁንም ጌታን እናገለግላለን ከበፊቱ የበለጠ እንወደዋለን የሙስሊሙን ባህልና እምነት ብዙ ተምረናል እናም በዚህ ሁሉ ጠንካራ ሆነናል። ሙስሊሞችን በጌታ ፍቅር እንወዳለንና መቼም በጌታ ፍቅር መውደዳችንን አንቆምም ማለት እንችላለን። ኢየሱስ እያንዳንዳቸውን ምን ያህል እንደሚወዳቸው በሕይወታችን እናሳያቸዋለን።

ሰዎች በነፍስ ቁስል ሲሰቃዩ ሰይጣን ለእነሱ ውሸት ሊመገባቸው ይሞክራል። ውሸቶቹ ሁሉ እውነት አይደሉም ነገር ግን ህመሙ በእውነት ስለሚሰማው ሰውዬው የሰይጣንን ውሸት ሊያምናቸው ይችላል። ለዚህች ሴት የሰይጣን ውሸት ዋጋ እንደሌላትና መልካምነቷም የማይረባ እንደሆነ ማሳየት ነበር።

ከእንደዚህ ዓይነት ውሸቶች ነፃ ለማውጣት እነዚህን አምስት ደረጃዎች ተግባራዊ ማድረግ እንችላለን፡-

1. በመጀመሪያ ግለሰቡ ስለ ህመሙ የሚሰማውን ለጌታ በመንገር ነፍሱን በጌታ ፊት እንዲያፈስ ጋብዝ።
2. ከዚያም ቁስሉን እንዲፈውስ ወደ ኢየሱስ በጋራ ጸልዩ።
3. ከዚያም ሰውዬው የበደሏቸውን ሰዎች ይቅር ይበላቸው።
4. ከዚያም ሰውዬው ፍርሃትንና ሌሎች ጉዳቶችን በመካድ በእግዚአብሔር መታመንን ያውጅ።
5. ከዚያም ሰውየው በደረሰበት ጉዳት ምክንያት ያመናቸውን የሰይጣን ውሸቶች በመናዘዝ ይካዳቸው

ይህ ከተደረገ በኋላ፣ የእግሩ ገመድ ስለተወገደ የሰይጣንን ጥቃቶች በተሳካ ሁኔታ መቋቋም ይቻላል።

ቃላት

ቃላት በጣም ኃይለኛ ሊሆኑ ይችላሉ። ቃላችንን በመጠቀም ሌሎችንና እራሳችንን ማሰር እንችላለን። በዚህ ምክንያት ሰይጣን ቃላችንን ሊጠቀምብን ይሞክራል። ኢየሱስ እንዲህ አለ።

> “ነገር ግን እላችኋለሁ፤ ሰዎች ስለ ተናገሩት ከንቱ ቃል ሁሉ በፍርድ ቀን ይጠየቁበታል። ምክንያቱም ከቃልህ የተነሣ ትጸድቃለህ፤ ከቃልህም የተነሣ ይፈረድብሃልና።” (ማቴዎስ 12:36-37)

ኢየሱስ “ “ነገር ግን ለእናንተ ለምትሰሙ እላችኋለሁ፤ ጠላቶቻችሁን ውደዱ፤ ለሚጠሏችሁም መልካም አድርጉ፤ የሚረግሟችሁን መርቁ፤ ለሚበድሏችሁም ጸልዩ። ” በማለት ቃላችንን ለመርገም ሳይሆን ለመባረክ እንድንጠቀም አስተምሮናል። (ሉቃስ 6:27-28)

ግድ የለሽ ቃላትን እንዳንናገር የኢየሱስ ማስጠንቀቂያ ስዕለት፣ ቃል ኪዳኖችና የገባንባቸውን ቃል ኪዳኖች ጨምሮ በሁሉም ንግግራችን ላይ ይሠራል። ኢየሱስ ደቀ መዛሙርቱን እንዳይምሉ የሰጣቸውን ምክንያት ተመልከት።

> እኔ ግን እላችኋለሁ፣ ፈጽሞ አትማሉ... ስትነጋገሩ ቃላችሁ “አዎ” ወይም “አይሆንም” ይሁን። ከዚህ ውጪ የሆነ ሁሉ ከክፉው የሚመጣ ነውና። (ማቴዎስ 5:34፡ 37)

ታዲያ ለምን መሐላ አትምልም? ኢየሱስ “ከክፉው” የሚመጣ ከሰይጣን እንደሆነ ገልጿል። ሰይጣን መሐላ እንድንገባ ይፈልጋል ምክንያቱም ቃላችንን ሊጠቀምብንና ሊጎዳን ስለሚፈልግ ነው። በዚህም ለጠላት ክስ በውስጣችን መደላደልን ስለሚፈጥር ነው። የተናገርናቸው ቃላት ኃይላቸውን ባንረዳም ይህ ግን እውነት ነው።

በመጥፎ መንገድ እንዲሁም ልንከተለው ባልተገባንበት እግዚአብሔር ለእኛ ባላለው መንገድ ላይ እንድንጓዝ ያስገደደን ስዕለት ከተሳልን ወይም ቃል ኪዳን ከገባን (ምናልባትም ከሥርዓተ አምልኮ ተግባራት ጋር) በኋላ ምን ማድረግ እንችላለን?

በዘሌዋውያን 5፡4-10 እስራኤላውያን አንድ ሰው “ግድ የለሽ መሐላ”ን በሚምልበት ጊዜ በዚህም መሃላ በመሐላቸው ምክንያት በደለኛ ሆኖ ቢገኝ ምን ማድረግ እንዳለባቸው የሚገልጽ ማብራሪያ አለ። ከዚህ መሃላ ነፃ የሚወጣበት መንገድ ተዘጋጅቷል። ሰውዬው ለካህኑ መስዋዕት ማምጣት አለበት፡ ካህኑም ለዚህ ኃጢአት ያስተሰርያል፡ ከዚያም ሰውዬው ከቸልተኝነት መሐላ ነፃ ይሆናል።

መልካሙ ዜና በመስቀሉ ምክንያት ከእንደዚህ ዓይነት ቃል ኪዳኖች፣ ከገባንበት መሐላና ስዕለት በሙሉ ነፃ መውጣት መቻላችን ነው። የኢየሱስ ደም “ከአቤል ደም የሚበልጥ ቃል መናገሩን” መፅሃፍ ቅዱስ ሲያስተምረን ድንቅ ነው።

> እናንተ ግን ወደ ጽዮን ተራራ፣ ወደ ሰማያዊት ኢየሩሳሌም፣ ወደ ሕያው እግዚአብሔር ከተማ መጥታችኋል፤ በደስታ ወደ ተሰበሰቡት ወደ አእላፋት መላእክት፣ ስማቸው በሰማይ ወደ ተጻፈው ወደ በኵራት ማኅበር ቀርባችኋል፤ የሁሉ ዳኛ ወደ ሆነው ወደ እግዚአብሔር፣ ፍጹምነትን ወዳገኙት ወደ ጻድቃን መንፈሶች፣ የአዲስ ኪዳን መካከለኛ ወደ ሆነው ወደ ኢየሱስ፣ እንዲሁም ከአቤል ደም የተሻለ ቃል ወደሚናገረው ወደ ተረጨው ደም ደርሳችኋል። (ዕብ 12:22-24)

ይህ ማለት የኢየሱስ ደም በተናገርነው ቃል ምክንያት በእኛ ላይ ያሉትን እርግማኖች ሁሉ የመሻር ኃይል አለው ማለት ነው። በተለይም በኢየሱስ ደም ውስጥ ያለው ቃል ኪዳን ከፍርሃት ወይም ከሞት ጋር የገባናቸውን ስምምነቶች በሙሉ ይሽራል እንዲሁም ሽሮልናል።

የአምልኮ ሥርዓቶች፡ ከደም ስምምነቶች ነፃ መውጣት

እኛን ለማሰር የቃላትን ኃይል ስንወያይ ቆይተናል። በዕብራይስጡ ቅዱሳት መጻሕፍት ውስጥ፣ በቃል ኪዳን ራስን የማሰር መደበኛ መንገድ በደም ቃል ኪዳን ነበር። ይህም ቃላትን ከአምልኮ ሥርዓቶች ጋር በማጣመር ያካተተ ነው።

በዘፍጥረት 15 ላይ እግዚአብሔር ከአብርሃም ጋር ታዋቂ የሆነውን ቃል ኪዳን በገባ ጊዜ፣ በመሥዋዕት የተፈጸመ ቃል ኪዳን ነበር። አብርሃምም እንስሳ አቀረበ፣ አረደው፣ የእንስሳቱንም አካል መሬት ላይ አኖረ። ከዚያም የእግዚአብሔርን መኖርና በቃል ኪዳኑ መሳተፉን የሚወክለው የሚጨስ ነበልባል በእንስሳው አካል መካከል አለፈ። ይህ ሥርዓት “ይህን ቃል ኪዳን ባፈርስ እንደዚች እንስሳ ልሁን” ማለትም “የታረድሁና ወደ ቅንጣቶች የተቆረጥሁ” ልሁን የሚል እርግማን የያዘ ነው።

እግዚአብሔር በነቢዩ ኤርምያስ በኩል በሰጠው ማስጠንቀቂያ ላይ ይህ ተንጸባርቋል፡-

> ኪዳኔን ያፈረሱትንና በፊቴ የገቡትን የኪዳኑን ቃል ያልፈጸሙትን ሰዎች ሥጋውን ሁለት ቦታ ከፍለው በመካከሉ እንዳለፉት፣ እንደ እንቦሳው አደርጋቸዋለሁ። የይሁዳንና የኢየሩሳሌምን መሪዎች፣ የቤተ መንግሥቱን ባለሟሎች፣ ካህናቱንና በእንቦሳው ሥጋ መካከል ያለፉትን ሕዝብ

ሁሉ፣ ነፍሳቸውን ለሚሹ ጠላቶቻቸው አሳልፌ እሰጣለሁ፤ ሬሳቸውም ለሰማይ ወፎችና ለምድር አራዊት መብል ይሆናል። (ኤርምያስ 34:18-20)

እንደ ጥንቆላ ያሉ የአምልኮ ሥርዓቶች በደም መስዋዕትነት አንድን ሰው በስምምነት ሊያስሩ ይችላሉ። በእንደዚህ ዓይነት የአምልኮ ሥርዓቶች ሞት ሊጠራ ይችላል። ከትክክለኛ ደም ጋር ሳይሆን በምሳሌያዊ ሁኔታ በሚደረግ ቃል ኪዳን ልክ እንደዚያ ምሳሌ ይሁንብኛ ማለት ነውና። ለምሳሌ ራስን የማጥፋት እርግማን በመናገር፡ የሞት ምልክት ያለበትን ልብስ በመልበስ ወይም በሬሳ ሳጥን ውስጥ መተኛት ወይም ልብን እንደተወጋ በሚያሳይ ምሳሌዎች በመሳሰሉ የአምልኮ ሥርዓቶች ውስጥ ሞትን በመፈጸም የቃል ኪዳን ስምምነት ሊፈጸም ይችላል። (በኋላም ከእስልምና ጋር በተያያዘ እንዲህ ያለውን ሥርዓት እንደ ምሳሌ እንመለከታለን።)

ተምሳሌታዊ የሞት ሥነ ሥርዓቶችን ጨምሮ የደም ስምምነቶች በሰውየው ላይና አንዳንዴም በዘሮቻቸው ላይ የሞት እርግማን ያስከትላሉ። ይህ በመንፈሳዊው ዓለም አደገኛ ነው ምክንያቱም እንዲህ ዓይነቶቹ የአምልኮ ሥርዓቶች ለመንፈሳዊ ጭቆና በሮችን ክፍት ያደርጋሉ። በመጀመሪያ ሰውየውን ከስምምነቱ ቅድመ ሁኔታዎች ጋር ያስራሉ፣ ከዚያም የተገደለው ሰው እንዲገደል ወይም እንዲሞት የቃል ኪዳኑን እርግማን ለመፈጸም መንፈሳዊ ፍቃድን ያዘጋጃሉ ማለት ነው።

አንድ ክርስቲያን ሴት ለብዙ ትውልዶች የእርሷ ማሕበረሰብ በእስልምና አገዛዝ ውስጥ ይኖሩ ነበር። በብዙ ቅዠት ውስጥ ሆነው እሷም ምንም ግልጽ ማብራሪያ በሌለበት ሙሉ በሙሉ ምክንያታዊ ባልሆነ መልኩ ራስን በማጥፋት ሐሳቦች ተጨናንቃ ነበር። ሳናግራትና ስጸልይ ሌሎች የቤተሰቧ አባላት፣ በቀደሙት ትውልዶች፣ እንደዚህ በቃላት የማይገለጹ የሞት ፍርሃት ቅዠት ያሰቃያቸው እንደነበር ሊታወቅ ቻለ።አባቶቿ በእስላማዊ አገዛዝ ሥር ይኖሩ ስለነበሩና በዚማ ቃል ኪዳን ስር ስለነበሩ እንደሆነ ገባኝ። *ዚማ* የመገዛት ቃል ኪዳን ነው፣ ስለዚህ የሞት ፍርሃት እያስጨቃት ነበር። ክርስቲያን ወንድ አያቶቿ በየዓመቱ የሚከፍሉትን ግብር ሲከፍሉ የሚያልፉበት የተለየ ሥርዓት ነበር።*ጂዝያ በዚማ ቃል ኪዳን መሰረት* መገዛትን ለማሳየት የሚከፈል ክፍያ ነው። የዚሁ ሥርዓት አካል ሆነው ለእስልምና እጃቸውን ለመስጠት የገቡትን ቃል ኪዳን ካፈረሱ የአንገታቸውን መቆረጥ ለማመልከት አንገታቸው ላይ ይመቱ ነበር (ይህን ሥርዓት በትምህርት 6 ላይ እንነጋገራለን)። በዚህ ላይ ከሴቲቱ ጋር ጸለይኩ፡ የሞትን ኃይል ገሠጽነውና ከዚህ የራስ ጭንቅላት መቁረጥ ጋር የተያያዘውን የሞት እርግማን በጸሎት ሰበርን። ከእነዚህ ጸሎቶች በኋላ፡ የዚህ ሥርዓት ኃይልን ተሰበረ፡ ከሞት ቅዠቶችና ሀሳቦች ታላቅ እፎይታንም አገኘታለች።

አምላካዊ ያልሆኑ እምነቶች (ውሸት)

ሰይጣን በእኛ ላይ ከሚጠቀምባቸው ስልቶች አንዱ ውሸትን መመገብ ነው። እነዚህን ውሸቶች ስንቀበልና ስናምን እኛን ለመወንጀል፣ ለማደናገርና ለማታለል ሊጠቀምብን ይችላል። ሰይጣን "ሐሰተኛ የሐሰትም አባት" መሆኑን ፈጽሞ አትርሱ (ዮሐንስ 8፡44)። ቀደም ብሎ በተወራው የደቡብ አፍሪካዊቷ ሴት ታሪክ ትምህርት ውስጥ፣ የእርሱ ውሸቱ "ዋጋ የላትም" የሚል እንደ ነበር አስታውሱ።

የበሰልን የኢየሱስ ክርስቶስ ደቀ መዛሙርት ስንሆን ከዚህ በፊት እውነት ነው ብለን የተቀበልናቸውን ውሸቶች እንዴት ለይተን እንደምንረዳ እንማራለን። እነዚህ ውሸቶች ወይም ፈሪሃ አምላክ የሌላቸው አስተሳሰቦች በሕይወታችን ውስጥ በተለያየ መንገድ ሊታዩ ይችላሉ፡ በምንናገረው ነገር፣ በምናስበውና በምናምንበትና በራሳችን ንግግሮች ውስጥ ማንም ሰው በማይሰማበት ጊዜ የምናስበው ወይም ለራሳችን የምንናገረው ነው። ከአምላካችን ያልሆኑ እምነቶች ምሳሌዎች፡ -

- "ማንም ሊወደኝ አይችልም."
- "ሰዎች ሊለወጡ አይችሉም."
- "በፍፁም ደህና አልሆንም"
- "እኔ አንድ መሠረታዊ ችግር አለብኝ"
- "ሰዎች ስለ እኔ እውነቱን ካወቁ ይጠሉኛል."
- "እግዚአብሔር ፈጽሞ ይቅር አይለኝም"

አንዳንድ ውሸቶች የማህበረሰባችን ባህል አካል ሊሆኑ ይችላሉ። ለምሳሌ "ሴቶች ደካሞች ናቸው" ወይም "ወንዶችን ማመን አትችሉም"። እኔ ከእንግሊዝ (አንግሎ-ሳክሰን) ባህል የመጣሁ ነኝ በባህሌ ውስጥ ካሉት ውሸቶች አንዱ ወንዶች ስሜታቸውን ማሳየት ስህተት ነው ይባላል "እውነተኛ ወንዶች አያለቅሱም" የሚል የእንግሊዞች አባባል አለ። ሰዎች ይህንን "የላይኛው ከንፈር መንከስ" ብለው ይጠሩታል። ግን ይህ እውነት አይደለም። አንዳንድ ጊዜ እውነተኛ ወንዶችም ያለቅሳሉ!

እንደ ደቀ መዛሙርት ወደ ብስለት እያደግን ስንሄድ የባህላችን አካል የሆኑትን ውሸቶች መቃወምንና በእውነት መተካትን እንማራለን።

ያስታውሱ: በጣም ፍጹም የሆነው ውሸት ያ እውነት እንደሆነ ይታሰባል። አንዳንድ ጊዜ ፈሪሃ አምላክ የሌለው እምነት እውነት እንዳልሆነ በአዕምሯችን ብናውቅ እንኳ፣ በልባችን ውስጥ እውነት ሆኖ ሊሰማን ይችላል።

ኢየሱስ እንዲህ በማለት አስተምሮናል፡-"ኢየሱስም በእርሱ ያመኑትን አይሁድ እንዲህ አላቸው፤ "በትምህርቴ ብትጸኑ እናንተ በእውነት ደቀ መዛሙርቴ ናችሁ፤ 32 እውነትንም ታውቃላችሁ፤ እውነትም ነፃ ያወጣችኋል።"(ዮሐንስ 8:31-32)

መንፈስ ቅዱስ ያመንናቸውን ውሸቶች ለይተን እንድናውቅና እንድንቁላቸው ይረዳናል (1ኛ ቆሮንቶስ 2፡14-15)። ኢየሱስን ስንከተልና የዓለምን ውሸቶች መቃወምን ስንማር አስተሳሰባችን ሊድንና ሊለወጥ ይችላል። ጳውሎስ በዚህ መንገድ አእምሯችንን ማደስ እንደምንችል ገልጿል።

> መልካም፣ ደስ የሚያሰኝና ፍጹም የሆነውን የእግዚአብሔር ፈቃድ ምን እንደ ሆነ ፈትናችሁ ታውቁ ዘንድ በአእምሯችሁ መታደስ ተለወጡ እንጂ ይህን ዓለም አትምሰሉ። (ሮሜ 12:2)

መጥፎው ዜና ውሸት ለሰይጣን መደላድልን መስጠት መቻሉ ነው። መልካሙ ዜና እውነትን በመጋፈጥ እነዚህን መሠረተ ልማቶች ማስወገድ መቻላችን ነው። እውነቱን ስንገነዘብ የተቀበልነውን ማንኛውንም ውሸት መናዘዝ፣ መጣልና መካድ እንችላለን።

በዚህ የሥልጠና ማኑዋል ተጨማሪ መርጃዎች ትምህርት ውስጥ ውሸትን ለመቋቋም ጸሎት ተቀምጧል።

የዘር ኀጢአትና ይዘው የሚመጡት እርግማኖቹ

ሌላው ሰይጣን በእኛ ላይ ሊጠቀም የሚችልበት ስልት የዘር ኃጢአት ነው፣ የአባቶቻችን ኃጢአት። እነዚህ እኛን ክፉኛ የሚጎዱ እርግማንን ይዘው ሊመጡ የሚችሉ ኀጢአቶች ናቸው።

አንድ የተለየ ኃጢአት ወይም መጥፎ ባህሪ ከአንድ ትውልድ ወደ ሌላው የተላለፍባቸውን ቤተሰቦች ቀደም ብሎ አንድ ላይ አይተናል። ስለዚህ "ፍሬ ከዛፉ ርቆ አይወድቅም" የሚል የእንግሊዞች አባባል የሚያሳየውም ይህንኑ ነው። ቤተሰቦች ለሰይጣን ክፍት በር በመስጠት ትውልዶቻቸውን የሚነካ መንፈሳዊ ውርስ ሊያስተላለፉ ይችላሉ። የመጀመሪያው ትውልድ ቀጥሎ የሚመጣውን በኀጢአት ስለሚያስርና በዚህም ምክንያት እርግማን ከትውልድ ወደ ትውልድ ክፉ ነገርን ስለሚያስተላልፍ መንፈሳዊ እስራት ብዙ ትውልዶችን ሊያጠቃ የሚችል ነው።

አንዳንድ ክርስቲያኖች በትውልድ ውስጥ የሚተላለፍ መንፈሳዊ እስራትን ተቀባይነት የሌለውና ምንም ምክንያታዊ ያልሆነ ጽንሰ ሐሳብ አድርገው ይቆጥሩታል። ነገር ግን እነርሱ ራሳቸው የወላጆች ባሕሪ በልጆች ላይ ተጽዕኖ ሊያመጣም እንደሚችል ይናገራሉ። ለምሳሌ አባት ውሸታም ከሆነ ልጆች አባታቸውን በማየት ብቻ ውሸታም መሆኑን ሊማሩ ይችላሉ። ወይም ደግሞ አንዲት እናት የወለድችውን ልጅ ብትራገም ልጇ ከዚህ የተንሳ ደካማ የሆነ በራስ መተማመን የሌለው ሊሆን ይችላል።ከዚህም የተለየ ሌላ መንፈሳዊ ውርስ አለ ይህም ከወላጆች የሚወረስ ነው።

ቃል ኪዳኖች፣ እርግማኖችና በረከቶች ጋር በተያያዘ መለው የመጽሐፍ ቅዱስ አተያይ ከዚህ መንፈሳዊ ውርስ ጋር ይስማማል። መጽሐፍ ቅዱስ እግዚአብሔር ከእስራኤል ሕዝብ ጋር እንዴት ቃል ኪዳን እንደገባ፣ እንደ ዓለም አቀፍ ማኅበረሰብ እንደሚያደርጋቸውና በእነርሱና በዘሮቻቸው ላይ የሚፈጸም የበረከትና የመርገም ሥርዓት እንዲኖራቸው እንደሚያደርጋቸው ይገልጻል—በረከት ለሺህ ትውልድና እርግማን ሦስተኛው ወይም አራተኛው ትውልድ ድረስ ይዘልቃል (ዘጸአት 20፡5፤ 34፡7)።

እግዚአብሔር ከሰዎች ጋር በትውልዶች መካከል በዚህ መንገድ በቃል ኪዳን ከተሳሰረ፣ ሰይጣን በሰው ልጆች በትውልዶች መካከል እንደዚህ ዓይነት ችግሮችን እንደሚፈጥር በቀላሉ መረዳት ይቻላል። ሰይጣን “ቀንና ሌሊት በአምላካችን ፊት ሲከሰቸው የነበረው” (ራእይ 12:10) የሚቻለውን ሁሉ በእኛ ላይ የሚጥል “ከሳሽ” መሆኑን እናስታውስ። በአባቶቻችን ኃጢአት ምክንያት ይከስነናልና ይወቅሰናል። ለምሳሌ፣ የአዳምና የሔዋን ኃጢአት በትውልዶቻቸው ላይ ታላቅ እርግማኖችን ፈጥሯል። እነዙህም በወሊድ ጊዜ የሚደርስ ሥቃይን ጨምሮ (ዘፍጥረት 3፡16) በሴቶች ላይ የወንዶች የበላይነት (ዘፍጥረት 3:16)፣ ኑሮን ለማሸነፍ ከባድ ድካም (ዘፍጥረት 3: 17-18) በመጨረሻም ሞትና መበስበስ (ዘፍጥረት 3፡19) ናቸው። ይህ “የጨለማ ዘመን” የሚሰራው በዚህ መንገድ ነው። ሰይጣን ያውቀዋል፣ በእኛም ላይ ይጠቀምበታል።

መጽሐፍ ቅዱስ በእነዚህ ጉዳዮች ላይ እግዚአብሔር ሰዎችን በወላጆቻቸው ኃጢአት ተጠያቂ የማይሆኑበት ጊዜ እያንዳንዱ ሰው ለራሱ ኃጢአት ተጠያቂ ሊሆን ያለበት ዘመን እንደሚመጣ በትንቢት ይናገራል፡

> “እናንተ ግን፣ ‘ልጅ ስለ አባቱ ኀጢአት ለምን አይቀጣም?’ ትላላችሁ። ልጁ ቀናና ትክክለኛውን ነገር ስላደረገ፣ ሥርዐቴንም ሁሉ በጥንቃቄ ስለ ጠበቀ በሕይወት ይኖራል። መሞት የሚገባት ኀጢአት የሠራችው ነፍስ ናት። ልጅ በአባቱ ኀጢአት አይቀጣም፤ አባትም በልጁ ኀጢአት አይቀጣም። ጻድቁ

> የጽድቁን ፍሬ ያገኛል፤ ኃጢአተኛውም የኃጢአቱን ዋጋ ይቀበላል። (ሕዝቅኤል 18:19-20)

ይህን ጥቅስ ትምህርት ስለ መሲሐዊው ዘመን፣ ስለ ኢየሱስ ክርስቶስ መንግሥት እንደሚናገር ትንቢት መረዳት አለብን። ይህ በሰይጣን አገዛዝ ሥር በሚሠራው "የጨለማው ዓለም" መሠረታዊ ለውጥ አይደለም። ነገር ግን ስለ ሚመጣው ዓለም፣ በተወደደው በእግዚአብሔር ልጅ መንግሥት መምጣት ስለሚለወጠው ዓለም የተሰጠ ተስፋ ነው። ይህ የተስፋ ቃል ነው፣ በአዲሱ ቃል ኪዳን እግዚአብሔር እያንዳንዱን ሰው እንደ ኃጢአቱ መጠን እንደሚጠይቃቸው ብቻ ሳይሆን፣ ሰዎችን በወላጆቻቸውና በአባቶቻቸው ኃጢአት የማሰር የሰይጣን ኃይል በኢየሱስ ክርስቶስ ሞትና ትንሣኤ እንደሚሰበርም የተሰጠ ተስፋ ነበር።

ስለዚህ የአሮጌው ሕግ ቃል ኪዳን "የኃጢአትና የሞት ሕግ" ኃጢአት ከትውልድ ወደ ትውልድ መተላለፉን የሚናገር ቢሆንም ክርስቶስ ግን የሰይጣንን በኪዳን የማሰር መብት እንዳለው የሚናገረውን ይህን አሮጌ ሕግ አስወግዷል። በመስቀሉ ባዶና ከንቱ አድርጎታል። ይህንን ነፃነት ክርስቲያኖች በራሳቸው ላይ የመናገር ሙሉ ነፃነት አላቸው።

ታድያ ከትውልድ እርግማን ነፃነታችንን እንዴት ልናገኝ እንችላለን? መልሱ በመጽሐፍ ቅዱስ ውስጥ ይገኛል። በኦሪት የሚቀጥሉት ትውልዶች ከአባቶቻቸው ኃጢአት ነፃ እንዲሆኑ፣ "የራሳቸውን ኀጢአትና የአባቶቻቸውን ኃጢአት መናዘዝ" እንዳለባቸው (ዘሌዋውያን 26:40) ያስረዳል። ከዚያም፣ እግዚአብሔር እንዲህ ይላል፣ "ከአባቶቻቸው ጋር የገባሁትን ቃል ኪዳን ዐስባለሁ"ና እነሱንና ምድራቸውን ይፈውሳል (ዘሌዋውያን 26:45)።

እኛም እንደ እነርሱ ተመሳሳይ ስልት መጠቀምና ከትውልዶች ኀጢአት ነፃ መውጣት እንችላለን።

- የአባቶቻችንን ኃጢአትና የራሳችንን ኃጢአት እንናዘዝ
- እነዚህን ኃጢአቶች እርግፍ አድርገን መተውና
- በእነዚህ ኃጢአቶች የተከሰቱትን እርግማኖች ሁሉ መስበር

በክርስቶስ መስቀል ምክንያት ይህንን ለማድረግ ስልጣን አለን። መስቀል ከእርግማን ሁሉ ነፃ የሚያወጣን ኃይል አለው፡- "ክርስቶስ ስለ እኛ ርግማን ሆኖ ከሕግ እርግማን ዋጀቶናል..." (ገላ 3:13)

በዚህ የሥልጠና ማኑዋል ተጨማሪ መርጃዎች ትምህርት ውስጥ 'የትውልድ ሐጢያት ጸሎት' ተቀምጧል።

በሚቀጥሉት ክፍሎች በክርስቶስ ያለንን ሥልጣንና አሁን በምንገኝበት ሁኔታ ላይ እንዴት ይህንን ስልጣን ተግባራዊ ማድረግ እንዳለብን እንመለከታለን። የሰይጣንን ስልቶች ለማሸነፍ አምስት እርምጃዎችን እንገልጻለን።

የመንግሥታችን ስልጣን

ኢየሱስ ራሱ ደቀ መዛሙርቱን በሰማይና በምድር ያሉትን ነገሮች "የማሰር"ና "የመፍታት" ኃይል እንዳላቸው ነግሯቸዋል። ይህም በመንፈሳዊው ዓለምም ሆነ በምድራዊው ግዛት ውስጥ ነው።

> "እውነት እላችኋለሁ፤ በምድር ያሰራችሁት ሁሉ በሰማይ የታሰረ ይሆናል፤ በምድርም የፈታችሁት ሁሉ በሰማይ የተፈታ ይሆናል። (ማቴዎስ 18:18፣ በተጨማሪም 16:19 ተመልከት)።

በዘፍጥረት 3፡15 ላይ እግዚአብሔር የሴቲቱ ዘር "ራስህን ይቀጠቅጣል" ብሎ ለእባቡ በተናገረበት በመጽሐፍ ቅዱስ መጀመሪያ ላይ በሰይጣን ላይ ያለን የሥልጣን ቃል ኪዳን ታውጇል። ጳውሎስ ስለዚህ ጉዳይ "የሰላም አምላክ ሰይጣንን ከእግራችሁ በታች ፈቁኖ ይቀጠቅጠዋል" በማለት አረጋግጧል (ሮሜ 16:20)።

ኢየሱስ ደቀ መዛሙርቱን በላካቸው ጊዜ በመጀመሪያ አሥራ ሁለት አድርጓቸው ከዚያም ሰባ ሁለት አድርጎ ሲልክ፣ የእግዚአብሔርን መንግሥት እየሰበኩ አጋንንትን እንዲያወጡ ሥልጣን ሰጥቶአቸው ነበር (ሉቃስ 9፡1)። በኋላም ደቀ መዛሙርቱ ወደ መጡበት ሲመለሱ፣ "ጌታ ሆይ፣ አጋንንት ስንኳ በስምህ ተገዙልን" በማለት በዚህ ሥልጣን መደነቃቸውን ገለጹ። ኢየሱስም፣ "ሰይጣን ከሰማይ እንደ መብረቅ ሲወድቅ አየሁ" ሲል መለሰ (ሉቃስ 10:17-18)።

ክርስቲያኖች ይህንን የሰይጣን ስልትን ለማፍረስ ሙሉ ስልጣን የተሰጣቸው መሆኑ እጅግ አስደናቂ መጽናኛ ነው። ይህም ማለት አማኞች በክርስቶስ ደም ውስጥ ያለው ቃል ኪዳን ለክፋት ሸሃዳ የተደረጉትን የቃል ኪዳኖች ሁሉ ኃይል ስለሚሰርዝ አምላካዊ ያልሆኑትን ቃል ኪዳኖችና ስዕለት የመስበርና የመሰረዝ ሥልጣን አላቸው። በዘካርያስ ውስጥ ስለ መሲሑ በተነገሩት ትንቢቶች ውስጥ የተገለጸው የተስፋ ቃል ነው።

> ለአንቺ ደግሞ፣ ከአንቺ ጋር ከገባሁት የደም ቃል ኪዳን የተነሣ፣ እስረኞችሽን ውኃ ከሌለበት ጉድጓድ ነፃ እለቅቃቸዋለሁ። (ዘካርያስ 9:11)

የልዩነት መርህ

ነፃነትን በሚፈልጉበት ወቅት የሚቃወሙንን እውነትነት የሌላቸውን የውሸት በሮችና እግሮችን ተጨባጭ በሆነ መልኩ እርምጃዎችን በመውሰድ ልንቃወማቸው ይገባል። ብሉይ ኪዳን ጣዖታትና የአምልኮ በታዎቻቸው ሙሉ በሙሉ እንዲወድሙ ያዛል። የጣዖታትን መንፈሳዊ ግዛት እንዴት መዝረፍ እንደሚቻል ምሳሌ በዘዳግም 12፡1-3 ቀርቧል።በዚህም እግዚአብሔር ሕዝቡን የኮረብታ መስገጃዎችን (የአምልኮ በታዎችን)፣ የሥርዓተ አምልኮ ዕቃዎችንና መሠዊያዎችን ሙሉ በሙሉ እንዲያፈርሱ ትእዛዝ ሰጥቷቸዋል። ከራሳቸው ጣዖታት ጋር የአህዛብንም እንዲያፈርሱ አዟቸዋል።

በተለይ ኀጢአትን በመናዘዝ ጊዜ ውስጥ የአንድን ሰው ኃጢአት በስም እየጠሩ መናዘዝ እጅግ አስፈላጊ ነው። በተመሳሳይ መልኩ፣ መንፈሳዊ ነፃነታችንን ስንቀበልም ምን ዓይነት ነፃነት እየተቀበልን እንደሆነም ለይተን ማወቅ አለብን። ይህ የእግዚአብሔር እውነት ብርሃን ለእያንዳንዱ ይቅርታ ለሚያስፈልገው አካባቢ ያበራል። ከጣዖታት ጋር የገቡባቸውን ስምምነቶች በሙሉ እያንዳንዱ ቅድመ ሁኔታቸውና የርግማን ውጤታቸውን አንድ በአንድ መሻር አለባቸው። ይህን ለማድረግ መወሰን አለብን። በአጠቃላይ፣ ሰይጣን የሚጠቀምበትን ጠንካራ ስልት ካወቅነው በላይ በግልጽ ደግሞ ይህን ኃይሉን ስንሰብረው መረዳት አለብን።

ይህ *የልዩነት መርህ* በቃላችንና በድርጊታችን ከገባናቸው አምላካዊ ካልሆኑ ስምምነቶች እራሳችንን ነፃ ለማውጣት በምንመርጥበት ጊዜ ተግባራዊ ይሆናል። ለምሳሌ በደም መስዋዕትነት ለዝምታ ቃል ኪዳን የገባ ሰው በዚህ የአምልኮ ሥርዓት በመካፈሉ ንስሐ መግባትና በተለይም በዚህ ሥርዓት ውስጥ የገባውን ስዕለት መሻር ይኖርበታል። በተመሳሳይም "በሕይወቴ እስካለሁ ድረስ ይቅር አልልም" ና መሠል ቃላትን እያለ ይቅር ካለማለት ጋር እየታገለ ያለ ሰው ለዚህ ቃሉ ንስሐ መግባትና ይህን ቃል ኪዳን በመተው እግዚአብሔርን ለተናገረው ቃል ይቅርታ መጠየቅ ይኖርበታል። የፆታዊ ጥቃት ሰለባን ጉዳት ወይም ለሞት ዛቻ ብለን ዝም ለማለት የተስማማ ሰው ነፃነቱን ለመጠየቅ የዝምቱን ቃል ኪዳን የግድ ማፍረስ ይኖርበታል፡

ሱዛን የምትባል ሴት ብዙ የምትወዳቸውን ሰዎች አጥታለች፡ - አባቷ፣ እናቷና ባሏን። አንድን የምትወደው ሌላም ሰውን እንዳታጣ በመፍራት "ከዚህ በኋላ ማንንም አልወድም" ብላ ለራሷ ቃል ገባች። ከዚህ በኋላ በጣም ክፉና ሌሎችን እንደጠላት ማየት ጀመረች። ወደ እሷ የሚመጣን ሁሉ ትሳደባለች፥ ትረግማለች። ነገር ግን በሰማንያ ዓመቷ ስለ ኢየሱስ ሰምታ በእርሱም አምና ቤተ ክርስቲያንን ተቀላቀለች። ድሮ በሃምሳ ዓመቷ የገባችውን ቃል አፈረሰችና

ድጋሚ ሰዎችን ለመውደድ ቃል ገባች። ከፍርሃትም ነፃ ወጣች፣ በቤተ ክርስቲያን ውስጥ ካሉ ሌሎች ሴቶች ጋር ጥልቅና የሚያምር ጓደኝነት ፈጠረች። ሰይጣን በሕይወቷ ላይ ያለው ቁጥጥር ስለተሰበረ ሕይወቷ ሙሉ በሙሉ ተለወጠ።

ወደ ነፃነት የሚወስዱን አምስት መንገዶች

ሰይጣንን እኛን ለመቃወምና ለማጥፋት የሚገለግባቸው አምስት ደረጃዎችን የሚያካትት ቀላል የአገልግሎት ምሳሌ ከስር ተቀምጧል።

1. ተናዘዙ ንስሐም ግቡ

የመጀመሪያው እርምጃ ማንኛውንም ኃጢአት መናዘዝና እንዲሁም በዚህ ጉዳይ ላይ የሚሠራውን የእግዚአብሔርን እውነት ማወጅ ነው። ለምሳሌ፣ እውነትነት የሌለው እምነት ከያዝክ፣ ይህንን እንደ ኃጢአት መናዘዝ፣ ለዚህም እግዚአብሔርን ይቅርታ መጠየቅና ከኃጢአት ንስሃ መግባት አለብህ። በተጨማሪም በዚህ ሁኔታ ውስጥ የሚሠራውን የእግዚአብሔርን እውነት ማወጅ ትችላለህ።

2. መተው

ቀጣዩ እርምጃ መተው ነው። ይህ ማለት ከዚህ በፊት የነበረውን ስምምነት ከአሁን በኋላ እንደማትደግፉ፣ እንደማታምኑ፣ እንደማትስማሙ ወይም ከዚያ ኪዳን ጋር ምንም ግንኙነት እንደሌለዎት በይፋ ማሳወቅ ማለት ነው። ለምሳሌ፣ ከጣኦት አምልኮ ጋር የአምልኮ ሥርዓት ውስጥ የተካፈልክ ከሆነ፣ ያንን የአምልኮ ሥርዓት በምትክድበት ጊዜ፣ ከዚህ በፊት የነበረውን ቃል ኪዳንህን በመተው ትሽረዋለህ። ቀደም ሲል እንደተገለፀው ይህንን በተለይ ማድረግ አስፈላጊ ነው።

3. መስበር

ይህ እርምጃ የአንድን ነገር ኃይል ለመስበር በመንፈሳዊው ዓለም ሥልጣን ማያዝን ይጨምራል። ለምሳሌ፣ እርግማን ከተፈጠረ፣ "ይህን እርግማን እሰብራለሁ" ብለህ ማወጅ ትችላለህ። የኢየሱስ ደቀ መዛሙርት በኢየሱስ ስም "በጠላት ኃይል ሁሉ ላይ ሥልጣን" ተሰጥቷቸኋል (ሉቃስ 10፡19)። የጠላትን ኃይል ግልጽ በሆነ መንገድ መሰባበር ያስፈልጋል።

4. ማስወጣት

አጋንንት የእግሩን የሚያስገባበት ወይም የተከፈተ በር ተጠቅመው ሰውን ለማስጨነቅ በሕይወታችን አንድ ጊዜ ተከፍተው የነበሩትን በሮች ወይም የገቡ

እግሮችን ኃጢአትን በመናዘዝ የቀደሙ ኪዳኖችን በመካድ አስወግዷቸው። አጋንንትም እንዲወጡ ይዘዟቸው።

5. በበረከት መሙላት

የመጨረሻው እርምጃ ሰውየውን መባረክና እግዚአብሔር በመልካም ነገር ሁሉ እንዲሞላው መጸለይ ነው፡ ከዚህ በተቃራኒ ያሉን ፍርሃትና ሞትን በመባረክ ነፃ ማድረግ ያስፈልጋል።

እነዚህ አምስት መንገዶች ለሁሉም ዓይነት እስራት ሊውሉ ይችላሉ ነገርግን እዚህ ላይ ትኩረታችን ከእስልምና መንፈሳዊ እስራት ነፃ መሆን ነው ስለዚህ በቀጣይ ትምህርቶች እነዚህን እርምጃዎች በመጠቀም ሰዎችን ከእስልምና እስራት ነፃ ስለማውጣት እንማራለን።

የጥናት ምመሪያ

ትምህርት 2

መዝገበ ቃላት

መካድ

ነፃነት

መሲህ

ሰይጣን

የእግዚአብሔር መንግሥት

ይህ የጨለማ ዘመን

የሮማውያን ድል

የእግር መቀመጫዎች

ክፍት በሮች

ዕድል ፈንታ

topos

ሕጋዊ መብቶች

የይቅርታ መስቀል

መሐላ

የደም ስምምነት

ጂዚያ

ራስን ማውራት

እውነት መገናኘት

የነፍስ ቁስሎች

የትውልድ ኃጢአት

መንፈሳዊ ውርስ

ትውልዶች

የልዩነት መርህ

አዳዲስ ስሞች

- ሬቨረንድ ጄ.ኤል. ሁልደን፡ የሥላሴ ኮሌጅ ኦክስፎርድ አባል (1929)
- ሬቨረንድ ጄ. ኤች. በርናርድ፡ የአየርላንድ አንግሊካን ጳጳስ (1860-1927)
- ዲ.ኤ. ካርሰን፡ የአዲስ ኪዳን ፕሮፌሰር (1946)

በዚህ ትምህርት ውስጥ መጽሐፍ ቅዱስ

ሮሜ 8:21
ኢሳ 61:1-2
ሉቃስ 4:18-21
ዮሐንስ 10:10፥ 8:44
ቆላስይስ 1:13
ዮሐንስ 12:31
2ኛ ቆሮንቶስ 4:4
ኤፌሶን 2:2
1ኛ ዮሐንስ 5:19
ኤፌሶን 6:12
ፊልጵስዩስ 2:15
የሐዋርያት ሥራ 26:18
ቆላስይስ 1:12-14
ማርቆስ 1:15
ሉቃስ 10:18
ቆላስይስ 2:13-15
ኤፌሶን 6:18
1ኛ ጴጥሮስ 5:8
ራእይ 12:10
መዝሙረ ዳዊት 109:6-7
ዘካርያስ 3:1-3
ኢዮብ 1:9-11
2ኛ ቆሮንቶስ 2:11
ኤፌሶን 4:26-27
ዮሐንስ 14:30-31፥ 5:19
1ኛ ዮሐንስ 1:7
ሮሜ 5:9፥ 4:7
ማርቆስ 11:25-26
ማቴዎስ 6:14-15
2ኛ ቆሮንቶስ 2:10-11
ኤፌሶን 4:32
ማቴዎስ 12:36-37
ሉቃስ 6:27-28
ማቴዎስ 5:34፥ 37
ዘሌዋውያን 5:4-10
ዕብራውያን 12:22-24
ኦሪት ዘፍጥረት 15
ኤርምያስ 34:18-20
ዮሐንስ 8:31-32
1ኛ ቆሮንቶስ 2:14-15
ሮሜ 12:2
ዘጸአት 20:5፥ 34:7
ራእይ 12:10
ዘፍጥረት 3:16-19
ሕዝቅኤል 18:19-20
ዘሌዋውያን 26:40፥ 45
ገላ 3:13
ማቴዎስ 18:18
ማቴዎስ 16:19
ዘፍጥረት 3:15
ሮሜ 16:20
ሉቃስ 10:17-18
ዘካርያስ 9:11
ዘዳግም 12:1-3

ጥያቄዎች ትምህርት 2

- በጉዳዩ ላይ ተወያዩ።

1. ሬዛ እስልምናን የሚያስክድ ጸሎት ለመጸለይ ሲሞክር ምን አስገረመው?

2. ጸሎቱን መጸለይ ከቻለ በኋላ በሬዛ ሕይወት ውስጥ ምን ለውጥ መጣ?

ኢየሱስ ማስተማር ጀመረ

3. እያንዳንዱ ክርስቲያን ሲወለድ ጀምሮ የሚያገኘው መብት ምንድን ነው?

4. ኢየሱስ በይፋ ማስተማር የጀመረው ከየት ነው?

5. ለመፈፀም እንደመጣ የተናገረው የትኛውን ቃልኪዳን ነው?

6. ኢየሱስ ሰዎችን ነፃ ያወጣቸው ከየትኞቹ ነገሮች ነው?

የመምረጫው ጊዜ

7. የእስረኛው እስር ቤት በር ተከፍቷል። እስረኛው ነፃነቱን ማጣጣም ከፈለገ ምን ማድረግ ይኖርበታል? ይህ ስለ መንፈሳዊ ነፃነት ምን ያስረዳናል?

ሰይጣንና መንግሥቱ

8. አንዳንድ የሰይጣን ማዕረጎች ምንድናቸውና ምን ያስተምሩናል?

9. በዮሐንስ 12፡31ና በተዘረዘሩት ሌሎች ጥቅሶች ላይ በመመስረት፣ ዱሪ ሰይጣን በተገደበ መጠን ያለው ነገር ምንድነው ብሎ ያምናል?

10. ዱሪ በእስልምና ውስጥ ምንን እንድንገመግም ያዘናል?

ታላቁ ዝውውር

11. እንደ ቆላስይስ ሰዎች 1፡12-14 ና ጄ.ኤል. ሁልደን ከሆነ ሰዎች እንደ ባሪያ የሚገዙት ለየትኛው ኃይል ነው?

12. በሐዋርያት ሥራ 26፡18 መሠረት ሰዎች የሚድኑት፣ የተዋጁትና የሚሸጋገሩት ከየትኞቹ ኃይላት ነው?

13. ጳውሎስ እንደገለጸው፣ እግዚአብሔር ሲያድነን ምን ይደርስብናል?

14. ጳውሎስ የቆላስይስ ሰዎች አመስጋኝ እንዲሆኑ የፈለገው ስለ ምንድን ነው?

15. ለኢየሱስ ክርስቶስ ያለነንን ታማኝነት የሚያሳዩ አምስት ገጽታዎች የትኞቹ ናቸው?

ጦርነት

16. በማርቆስ 1:15ና በመጽሐፍ ቅዱስ ውስጥ በተዘረዘሩት ሌሎች ጥቅሶች ላይ በመመስረት ክርስቲያኖች በምን ዓይነት ጦርነት ውስጥ ራሳቸውን ያገኛሉ?

17. ዱሪ ቤተክርስትያን በየእለቱ ከክፉ ሀይሎች ጋር ስለሚኖራት መስተጋብር የሚሰጠው ማስጠንቀቂያዎች ምንድናቸው?

18. ጳውሎስ እንደተናገረው በዚህ ጦርነት ክርስቲያኖች ስለ ምን ነገር እርግጠኛ መሆን ይችላሉ?

19. ጳውሎስ የሮማውያንን ድል በመጠቀም የመስቀሉን ድል ሐሳብ እንዴት ያስረዳል?

ከሳሹ

20. በዕብራይስጡ “ሰይጣን” የሚለው ቃል ምን ትርጉም ይሰጣል?

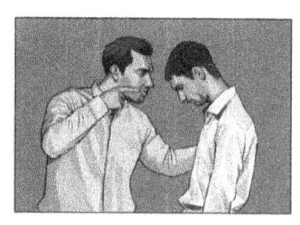

21. የሰይጣንን ተግባራት ከግምት ውስጥ በማስገባት ጴጥሮስና ጳውሎስ ክርስቲያኖችን ምን ያስጠነቅቃሉ?

22. ሰይጣን እኛን በምን ይከሰናል?

23. ዱሪ የዘረዘራቸው ሰይጣን እኛን ለመወንጀል የሚጠቀማቸው ስድስት ስልቶች ምንድናቸው?

24. መንፈሳዊ ነፃነትን ለማግኘት የሚጠቅመው ዋና እርምጃ ምንድን ነው?

የተከፈቱ በሮችና የእግረኛ በር

25. ዱሪ የተከፈተ በርንና በሁለት እግር መቆሚያዎችን እንዴይ ይገልጻቸዋል?

26. ኃጢአትን ለመናዘዝና ለመካድ ፈቃደኛ ካልሆንን ለሰይጣን ምን እያስገዛን ሊሆን ይችላል?

27. "በእኔ ላይ ምንም ስልጣን የለውም" የሚለው የክርስቶስ ቃል ምን ማለት ነው?

28. ሰይጣን ክርስቶስ ላይ ፈልጎ ሊያገኝ የማይችለው ነገር ምንድነው?

29. ኢየሱስ እንደ ንፁህ ሰው መሰቀሉ አስፈላጊ የሆነው ለምንድነው?

ኃጢአት

30. በተከፈተ በርና በሁለት እግር መቆሚያዎች ምን ማድረግ አለብን?

31. በሕይወታችን ውስጥ ያለን ለኃጢአት የተከፈተ በር እንዴት አድርገን መዝጋት እንችላለን?

ይቅር አለማለት

32. ኢየሱስ እንደተናገረው ይቅርታን ማግኛ ቅድመ ሁኔታ ምንድን ነው?

33. ይቅርታ አለማድረጋችን ሰይጣን እንዲያታልለን በር መክፈቻ ለምን ይሆናል?

34. የይቅርታ ሦስት ገጽታዎች ምንድን ናቸው?

35. ይቅር ካልን ደግሞ መርሳት አለብን ማለት ነው?

የነፍስ ቁስሎችz

36. እንዴት ነው ሰይጣን የነፍስ ቁስሎቻችንን በእኛ ላይ የሚጠቀመው?

37. ደቡብ አፍሪካዊት ሴት ከምን ፈውስ አገኘችና ምን መካድ ያስፈልጋታል?

38. በሁለት እግር መቆሚያው የነፍስ ቁስላችን የሚሆን ከሆነ ማድረግ የሚያስፈልገን አምስቱ ሂደቶች ምንድናቸው?

ቃላት

39. በማቴዎስ 12 መሠረት ለፍርድ ቀን ምንን ትኩረት ውስጥ ማስገባት አለብን?

40. ሰይጣን መሐላዎችን እንድናደርግ ለምን ይፈልጋል?

41. በንግግራችን ውስጥ ያለውን የአጥፊ ቃላት ኃይል ምን ሊደመስሰው ይቻለዋል?

የአምልኮ ሥርዓቶች፡ ከደም ስምምነቶች ነፃ መውጣት

42. በዘፍጥረት 15 ላይ አብርሃም ከእግዚአብሔር ጋር ያደረገው የደም ስምምነት ምንን ያመለክታል? (በተጨማሪም ኤርምያስ 34:18-20ን ይመልከቱ።)

43. ለምንድነው የደም ስምምነቶች አደገኛ የሆኑት?

44. በእስልምና ሥር የሚኖሩ ክርስቲያኖች አመታዊውን *ጂዝያ* ግብር ለሙስሊሞች ሲከፍሉ አንገታቸው ላይ የሚደርስባቸው ድብደባ ምንን ይወክላል?

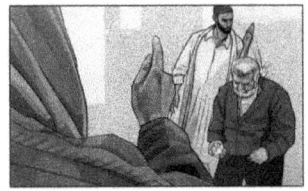

አምላካዊ ያልሆኑ እምነቶች (ውሸቶች)

45. ሰይጣን እኛን ለመጉዳት ከሚጠቀምባቸው ዘዴዎች አንዱ ምንድን ነው?

46. ዱሪ ጠንካራ የክርስቶስ ደቀ መዛሙርት ለመሆን ምን ማድረግ እንዳለብን ነው የተናገረው?

47. ዱሪ የእንግሊዝ ባህል አካል ውስጥ ያለ ውሸት ነው ያለውን ምንን ነው?

48. ለዱሪ "በጣም ፍጹም ውሸት" ምንድን ነው?

49. ለሰይጣን ሽንገላዎች በሩን ለመዝጋት የትኞቹ ድርጊቶችንና ፍልሚያዊችን ማድረግ ይኖርብናል?

የትውልድ ሀጢያትና እርግማኖች

50. ሰባዊነት ወደ ልጆች እንደሚተላለፍ ሁሉ ዱሪ በቤተሰብ ውስጥ ከአንድ ትውልድ ወደ ሌላ ትውልድ ሊተላለፍ ይችላል ብሎ የሚያምነው ምንድነው?

51. አንዳንድ ሰዎች የሚያልፉባቸውን የመንፈሳዊ ሕይወት ጭቆና ጥልቀት ማስረዳት ያልቻለው የዱሪ ሙግት የትኛው ነው?

52. እግዚአብሔር ከእራኤላውያን ጋር በገባው ኪዳን ውስጥ ሕዝቡን ከየትኛው ሥርዓት ጋር

ያስተሳስራቸዋል (ዘጸአት 20:5፤ 34:7 ተመልከት)?

53. እንደ አንድ ለትውልድ የሚተላለፍ አሻራ የአዳምና የሔዋን ኃጢአት ምንን አመጣ (ራእይ 12:10፣ ዘፍጥረት 3:16-19 ተመልከት።)?

54. በሕዝቅኤል 18 ላይ ልጆች የአባቶቻቸውን ኃጢአት አይሸከሙም የሚለውን አዋጅ ዱሪ እንዴት አስረዳ?

55. የትውልድ ኃጢአት ተጽዕኖዎችን ለመቋቋም ምን ሦስት ደረጃዎችን መጠቀም ይቻላል?

የመንግሥታችን ስልጣን

56. ጌታ ኢየሱስ ለደቀመዛሙርቱ በማቴዎስ 16፡19ና የዘካርያስ 9፡11 ፍጻሜ በሆነው በማቴዎስ 18፡18 ላይ እንደተናገረው ለሰው ልጆች በዘፍጥረት 3፡ 15 የተሰጠው ሥልጣን ምንድነው?

የልዩነት መርህ

57. ለምንድን ነው በብሉይ ኪዳን ስለ ጣዖታት የሚሰጠው መመሪያ መንፈሳዊ ግዛቶች እንዴት መቅረብ እንዳለባቸው አርአያ የሆነው? (ዘዳግም 12:1-3 ተመልከት።)

58. ልንገባ የምንችለውን የክፉ ቃል ኪዳን ኃይል ለመስበርና ለመሰረዝ የሚቻለው ኃይል ምንድነው?

59. ዱሪ የተከፈቱ በሮችና በሁከት እግር መቆሚያዎችን እግሮች ስንጋፈጥ ምን ዓይነት እርምጃዎች መውሰድ አለብን ይላል?

60. ሱዛን የገባችው ውስጣዊ ስእለት ምን ነበር? በሕይወቷ ላይ ምን መዘዝ አመጣባት? ከዚህ ስእለት ነፃ የወጣችው እንዴት ነው?

ወደ ነፃነት የሚወስዱ አምስት መንገዶች

61. አምስቱ የነፃነት ደረጃዎች ምንድናቸው? ወደ ማህደረ ትውስታ ልታስገባቸው ትችላለህ?

62. ኑዛዜው ምንድን ነውና አንድ ሰው ነፃነቱን ለማግኘት የሚያስፈልገው እወጃ ምንድነው?

63. ዱሬ እንዳለው ከሆነ አንድ ሰው ነፃ ከወጣ በኋላ ምን ብንመርቀው ይሻላል?

3

እስልምናን መረዳት

" እውነትንም ታውቃላችሁ፤ እውነትም ነፃ ያወጣችኋል።"
የዮሐንስ ወንጌል 8:32

የትምህርቱ ዓላማዎች

ሀ. ሙስሊም በመሆን የመገዛትን ሚና መረዳት

ለ. አንድ ሙስሊም ለአላህ ባለው መገዛት ውስጥ የሙሐመድን ስብዕናና የአስተዳደር ችሎታ ማድነቅ

ሐ. የሸሪዓ ሕጎች ሙስሊሞችን ለመምራት ለምን እንደሚያስፈልግ መረዳት።

መ. 'ስኬት'ና 'ማጣት' የሙስሊም እምነትን እንዴት እንደሚቀርጹ መመልከት።

ሠ. በቁርዐን መሠረት አራቱን ዓይነት ሰዎች መረዳት።

ረ. ሙሐመድና የእስልምና ጽሑፎች ስለ ክርስቲያኖችና አይሁዶች ያስተማሩትን መረዳት።

ሸ. በሙስሊም ጸሎት ላይ ስለ አይሁድና ክርስቲያን በተደጋጋሚ የሚጸለየውን ጸሎት አንድምታ መረዳት።

ቀ. በሸሪዓ ሕጎች የተፈጠሩትን ጥፋቶች ማየት።

በ. በእስልምና ማታለል ለምን እንደተፈቀደ ግልፅ ማድረግ።

ተ. ክርስቲያኖች እምነታቸው በስነ መለኮታዊያን ስለሚጠበቅ ስለራሳቸው እምነት እንዲያውቁ ማበረታታት።

ቸ. የእስልምናውን ኢየሱስ 'ኢሳ'ና ታሪካዊውንና እውነተኛውን ኢየሱስ መለየት።

የመክፈቻ ጥናት ርዕሰ ጉዳይ

ከብዙ ጸሎት በኋላ፣ እርስዎና የቤተክርስቲያኑ የመሪዎች ቡድን ብዙ ሙስሊሞች በሚኖሩበት አዲስ አካባቢ የቤት ለቤት ቤተክርስቲያን ለመመሥረት የመንፈስ ምሪት ይሰማችኋል። 'የሰላም ሰው' ተብሎ በሚጠራው ሰው ቤት ውስጥ ከቤተሰብና ከጎረቤቶች ጋር ለበርካታ ወራት በምስጢር ከተገናኛችሁ በኋላ አስተናጋጁ ሰው ከስብሰባ በኋላ እሱና እናንተ የአካባቢውን ሽማግሌዎች እንድታነጋግሩ መጠራችሁን ያሳውቃችኋል። እጅ ለእጅ ትጨባበጣላችሁ። ነብያቸውን ሙሐመድን የሚሳደብ ድብቅ ስብሰባ በማድረግ ሰላምን በማደፍረስ እንደሚከሷችሁ አወቃችሁ። እርስዎና አስተናጋጅዎ ይህንን አጥብቃችሁ ትክዳላችሁ። ከዚያም ኢማሙ እንዲህ አለ፡- "እናንተ ክርስቲያኖች በአላህ አታምኑምና የመጨረሻውን ነቢይ ሙሐመድን ትክዳላችሁ። ገሃነም ትገባላችሁ። አላህ ሙስሊሞችን የበላይ አድርጎ ይመለከታቸዋል ስለዚህ እኛ በናንተ ላይ ገዢዎች መሆን አለብን። ለእስልምና ካልተገዛችሁ እኛ እንድንቃወማችሁ ትዕዛዝ ተሰጥቶናል። ዒሳ እንኳን ወደ ምድር ሲመለስ ይዋጋችኋል። በማሕበረሰባችን ውስጥ ያሉ ደካማ ሰዎችን ወደ ብልሹ ሃይማኖታችሁ በማስገደድ መውሰድ ማቆምና መቆጠብ አለባችሁ። የከንቲባውን ሃይማኖት አታውቁም ነገር ግን ለዚህ ክስ መልስ ለመስጠት እንደተፈቀደላችሁ ያሳውቃችኋል። ምን ትላላችሁ?

እርሶ ቢሆኑ ምን ያደርጋሉ?

በእነዚህ ክፍሎች ውስጥ የሸሃዳና ሙስሊሞች የሙሐመድን ምሳሌ እንዲከተሉ እንዴት እንደሚያቆራኛቸው አስረዱ።`

እንዴት ሙስሊም መሆን እንደሚቻል

'እስላም' የሚለው ቃል አረብኛ ሲሆን ትርጉሙም 'እጅ መስጠት' ወይም 'መገዛት' ማለት ነው። *ሙስሊም የሚለው ቃል ደግሞ* 'ተገዢ' ማለት ለአላህ የተገዛ ሰው ማለት ነው።

እጅ መስጠትና መገዛት ምን ማለት ነው? በቁርኣን ውስጥ የአላህ መገለጫ በነገር ሁሉ ላይ ፍፁም ሥልጣን ያለው ሉዓላዊ ጌታ ሆኖ ነው። ለዚህ ጌታ ሊኖረን የሚገባው አመለካከት ለሥልጣኑ መገዛት ነው።

ወደ እስልምና የገባ ሰው ሁሉ ለአላህና ለአላህ ለላከው መልእክተኛ መገዛት መስማማት አለበት። ይህንን ስምምነት የሚገልጸው ሸሃዳን በአንደበቱ በመመስከር ነው። *የሸሃዳ* የእስልምና እምነት የሚከተለው ነው፡-

አሸዋዱ አልላ ኢላሃ ኢለላሁ ፤
ወአሽሁዱ አንነ ሙሀመድን ረሱሉላህ።

ወአሸሀዱ አንነ ዒስብኑ መርየም
ዐብዱላሂ ወረሱሉሁ

ይህንን የእምነት መግለጫ ደጋግማችሁ ካላችሁ ሙስሊም ሆናችሁ ማለት ነው።

ምንም እንኳን እነዚህ ጥቂት ቃላት ቢሆኑም አንድምታዎቻቸው ሰፊ ናቸው። ሸሀዳ ማለት አንድ ሰው ከላይ ያለውን የእስልምና እምነት በመናገር ከእስልምና ጋር ቃል ኪዳናዊ ትስስር ሚፈጠርበት ነው። ሙስሊም መሆን ማለት - 'ተገዢ' - ማለት ሲሆን ሙሐመድን እንደ ልዩ፣ የመጨረሻው የአላህ መልእክተኛ አድርጎ መከተል ማለት ነው፣ እሱም ለእያንዳንዱ የሕይወት ዝርዝር መመሪያን ሰጪ ነው።

የሙሐመድ መመሪያ የሚገኘው በሁለት ምንጮች ሲሆን እነዚህም የእስልምና ቀኖናዎችን አንድ ላይ ያካተቱ ናቸው፡-

- *ቁርኣን* ለሙሐመድ ከአላህ ዘንድ የተሰጠ የመገለጥ መጽሐፍ ነው።
- *ሱና* የሙሐመድን ሕይወትና ትምህርት ይህም የሚከተሉትን ያጠቃልላል፡-
    - ትምህርቶች፡ ሙሐመድ ሰዎች እንዲያደርጉ ያስተማራቸው ነገሮች
    - ድርጊቶች፡ ሙሐመድ ያደረጋቸው ነገሮች።

የሙሐመድ ምሳሌ (*ሱናው*) ለሙስሊሞች በሁለት ዋና ዓይነቶች ተዘግቧል። አንደኛው ሐዲስ ስብስቦች ሲሆኑ ሙሐመድ ተናግሯቸዋል ተብለው ይታመናሉ። ሁለተኛው ደግሞ *ሲራስ ሲሆን* የሙሐመድን የሕይወት ታሪክ ከመጀመሪያው እስከ መጨረሻው የያዘ የሕይወት ታሪክ ነው።

የሙሐመድ ስብዕና

በ ሸሃዳ የታሰረ ሰው ሁሉ የሙሐመድን ምልልስ እንደ አርዕያ መውሰድና ባህሪውን የመከተል ግዴታ አለበት። ይህንን ሸሃዳ መናገር ማለት ሙሐመድ

የአላህ መልዕክተኛ መቀበል ማለት ነው። ስለዚህ ሁሉንም የእርሱን መመሪያ መቀበልና ምሳሌውን ደግሞ መከተል ግዴታ ነው።

በቁርኣን ውስጥ ሙሐመድ ከሁሉ የተሻለው ምሳሌ ተብሎ ተጠርቷል፣ ሁሉም ሊከተለው የሚገባ ግዴታ ነው።

> ለእናንተ አላህንና የመጨረሻውን ቀን የሚከጅል ለሆነ ሰው፣ አላህንም በብዙ ለሚያወሳ በአላህ መልዕክተኛ መልካም መከተል አልላችሁ። (ሱራ 33:21)

> መልክተኛውን የሚታዘዝ ሰው በእርግጥ አላህን ታዘዘ። ...(ሱራ 4:80)

ቁርአን ሙሐመድን የሚከተሉ ሰዎች ስኬታማ እና የተባረኩ እንደሚሆኑ ገልጿል።

> አላህና መልክተኛውም ነገርን በፈረዱ ጊዜ ለምእምናንና ለምእምናት ከነገራቸው ለእነርሱ ምርጫ ሊኖራቸው አይገባም! የአላህንና የመልክተኛውንም ትእዛዝ የጣሰ ሰው ግልጽ የሆነን መሳሳት በእርግቁ ተሳሳተ። (ሱራ 33:36)

አላህንና መልክተኛውን የሚታዘዝ ሰው ከእነዚያ አላህ በለገሳቸው ሰዎች ጋር ናቸው...

> አላህንና መልክተኛውን የሚታዘዝም ሰው፣ አላህንም የሚፈራና የሚጠነቀቀው ሰው፤ እነዚያ እነርሱ ፍለጎታቸውን የሚያገኙ ናቸው። (ሱራ 24:52)

የሙሐመድን አርያና ምሳሌ መቃወም በዚህ ዓለም የሕይወት ውድቀትና በቀጣዩ ደግሞ ወደ እሳት የሚመራ አለማመን ነው ተብሏል። በቁርኣን ውስጥ እነዚህ እርግማኖች በሙስሊሞች ላይ ተደንግገዋል፡-

> ቅኑም መንገድ ለእርሱ ከተገለጸ በኋላ መልክተኛውን የሚጨቃጨቅና ከምእምኖቹ መንገድ ሌላ የኾነን የሚከተል ሰው (በዚህ ዓለም) በተሾመበት (ቁመት) ላይ እንሾመዋለን፤ ገሀነምንም እናገባዋለን። መመለሻይቱም ከፋች! (ሱራ 4:115)

> መልክተኛውም የሰጣችሁን (ማንኛውንም) ነገር ያዙት። ከእርሱም የከለከላችሁን ነገር ተከልከሉ። አላህንም ፍሩ። አላህ ቅጣተ ብርቱ ነውና። (ሱራ 59:7)

ቁርዓን ሙሐመድን የማይቀበል ማንኛውንም ሰው ለመዋጋት አዝዟል፡-

> ከእነዚያ መጽሐፍን ከተሰጡት ሰዎች እነዚያን በአላህና በመጨረሻው ቀን የማያምኑትን፣ አላህና መልክተኛው እርም ያደረጉትንም እርም የማያደርጉትንና እውነተኛውንም ሃይማኖት የማይቀበሉትን እነርሱ የተዋረዱ ኾነው ግብርን በእጆቻቸው እስከሚሰጡ ድረስ ተዋጉዋቸው። (ሱራ 9:29)

> ... ጌታህ ወደ መላእክቱ «»እኔ (በእርዳታዬ) ከእናንተ ጋር ነኝና እነዚያን ያመኑትን አጽናኑ። በእነዚያ በካዱት ልቦች ውስጥ ፍርሃትን በእርግቁ እጥላለሁ። ከአንገቶችም በላይ (ራሶችን) ምቱ። ከእነሱም የቅርንጫፎችን መለያልይ ሁሉ ምቱ። ሲል ያወረደውን (አስታውስ)። ይህ እነርሱ አላህንና መልክተኛውን ስለተቃወሙ ነው። አላህንና መልክተኛውንም የሚቃወም ሁሉ አላህ ቅጣቱ ብርቱ ነው። (ሱራ 8፡12-13)

ነገር ግን የሙሐመድን መርህ መከተል ተገቢ ነውን? የሙሐመድ ሕይወት አንዳንድ ገጽታዎች አዎንታዊ፣ሌሎች የሚደነቁ፣እና ብዙዎቹ አስደናቂዎች ሲሆኑ፣ሙሐመድ ያደረጋቸው ነገሮች ከሞላ ጎደል በማንኛውም የሥነምግባር ደረጃ የተሳሳቱ ናቸው ሊባሉ ይችላሉ። የሙሐመድ በርካታ ተግባራት በሲራሯና የ*ሀዲሶች*ግድያ፣ ማሰቃየት፣ አስገድዶ መድፈርና ሌሎች በሴቶች ላይ የሚደርሱ ጥቃቶች፣ ባርነት፣ ስርቆት፣ ማታለልና ሙስሊም ባልሆኑ ላይ ማነሳሳትን ጨምሮ አስደንጋጭ ናቸው።

እንደነዚህ ያሉት ነገሮች ሙሐመድ ማን እንደነበሩ ለማስረጃነት የሚረብሽ ብቻ አይደለም፡ በሸሪዓ በሁሉም ሙስሊሞች ላይም አንድምታ አለው። የሙሐመድ አርአያነት በአላህ ቁርዓን ውስጥ ልንከተላቸው የሚገቡ ምርቁ አርአያዎች ህግ ወቁቷል፣ስለዚህ በሙሐመድ ሕይወት ውስጥ ያሉ ሁሉም ክስተቶች፣ መቁሮዎቹም ቢሆን፣ ሙስሊሞች ሊከተሏቸው የሚገቡ መስፈርቶች ሆነዋል።

ቁርኣን - የሙሐመድ የግል ሰነድ

ታዛቢ ሙስሊሞች ቁርኣን በመልእክተኛው ሙሐመድ በኩል ለሰዎች የሰጠው የአላህ መመሪያ በፊደል የተሞላ መገለጥ ነው ብለው ያምናሉ። መልእክተኛውን ከተቀበልክ መልእክቱን መቀበል አለብህ። የሸሃዳ ቃል አንድ ሙስሊም ቁርኣንን እንዲያምንና እንዲታዘዝ ያስገድደዋል።

ስለ ቁርኣን አመጣጥ መንገድ መረዳት ያለብን ቁልፍ ነገር ሙሐመድና ቁርኣን አንድ አካል ከጀርባ አጥንት ጋር እንደሚገናኝ ያህል የተሳሰሩ መሆናቸው ነው። *ሱና*- የሙሐመድ ትምህርቶችና ምሳሌ - ልክ እንደ አካልና ቁርኣን የጀርባ አጥንት ነው። አንዱም ያለ ሌላው መቆም አይችልም አንዱን ያለ ሌላው መረዳት አይችሉም።

ኢስላማዊው ሸሪዓ - ሙስሊም መሆኛ 'መንገድ'

አንድ ሰው የሙሐመድን ትምህርቶችና ምሳሌዎች ለመከተል ቁርኣንና ሱናዎችን ማንበብ ይኖርበታል። ቢሆንም ግን እነዚህን ነገሮችን ለመረዳት የሚያስፈልጉት ነገሮች ለማግኘትና ለመረዳት እጅግ አስቸጋሪ ነው። የሙሐመድን ትምህርቶችና ሱናዎች ለመሰብሰብና ለማደራጀት በቀደሙት እስላማዊ ዘመናት ጥቂት ምሁራን ይህንን እንዳደረጉ ይታመናል። አብዘኞቹ ሙስሊሞች ሊታመኑ የሚገባቸው በእነዚህ ብቻ ነው። እነዚህ የሙሐመድ ትምህርቶች ለሕይወት መመሪያ የሚሆኑ ሕጎችን ስልታዊ በሆነ መልኩ በማደራጀት አስቀምጧቸዋል። እነዚህም ሕጎች "ሸሪዓ" ተብለው ይጠራሉ። ሸሪዓ ማለት 'መንገድ' ማለት ሲሆን አንድ ሰው እንደ ሙስሊም እንዴት መኖር እንዳለበት የሚያሳየውን ሕግን ያሳያል።

የእስልምናው ሸሪዓ የሙሐመድ ሸሪዓም ሊባል ይችላል። ምክንያቱም ሸሪዓው በሙሐመድ ትምህርቶችና በእርሱ ምልልስ ላይ የተመሠረተ ስለሆነ የሸሪዓ አገዛዝ በአጠቃላይ የሰዎችን የሕይወት መንገድ የሚወስን ነው። ሸሪዓ ከሌለ እስልምናም አይኖርም።

የዚህ ደግሞ ምክኒያት የሙሐመድ ምልልሶች የሸሪዓው መሠረት ስለሆኑ ነው። ስለዚህ ሙሐመድ ያደረጋቸውንና የተናገራቸውን ነገሮች ከሐዲስና ከሲራ የተመዘገቡትን መረዳት እጅግ ጠቃሚ ነው። ስለ ሙሐመድ ማወቅ አለመፈለግ ስለ ሸሪዓ ማወቅ አለመፈለግ እንደማለት ነው። ይህ ማለት ደግሞ በእስልምና ሕግ ውስጥ የሚኖሩ ሰዎች እንዴት ሰብዓዊ መብት እንደሚጣስ እንዳንረዳ ያደርገናል። ይህ ደግሞ ሙስሊሞችንም ሆነ ሙስሊም ያልሆኑትን ሁሉ ይጎዳል። ዛሬ ላይ የሙሐመድና የሙስሊሞች አኗኗር በቀጥታ የተገናኘ ላይሆንም ይችላል ነገር ግን የሙሐመድን ሕይወት ማጥናት እጅግ በጣም አስፈላጊና ጠቃሚ ነው። ሌላ ስለ ሸሪዓ ማስታወስ የሚገባን ነገር ደግሞ በፓርማ የሚወጣው ሕግ የሰዎች ቢሆንም የሸሪዓ ሕግ ግን መለኮታዊ ሕግ ኣንደሆነ እንደሚታመን ነው።

ስለ ጉዳዩ ልብ ሊባል የሚገባው ሌላ ነገር *ሸሪዓ* በሰዎች ከተነደፉና ሊለወጡ ከሚችሉት ፓርላማዎች ከሚወጡት ህጎች በተቃራኒ *ሸሪዓ* በመለኮት የታዘዘ ነው ተብሎ ይታሰባል። ስለዚህም *ሸሪዓ* ፍጹምና የማይለወጥ ነው። ቢሆንም፣ አንዳንድ የላሉ በታዎች አሉ። ሙስሊም የሕግ ባለሙያዎች ሊሠሩበት የሚገባባቸው አዳዲስ ሁኔታዎች እየተፈጠሩ ነው። በእነሱም አዳዲስ ሁኔታዎች ላይ *ሸሪዓ* ይተገበራል።። ነገር ግን እነዚህ እንደ ቅድመ-የተሾመ፡ ፍጹምና ጊዜ የማይሽረው ስርዓት በሚቆጠሩት ጠርዞች ዙሪያ ማስተካከያዎች ናቸው.

በነዚህ በሚቀጥሉት ክፍሎች ሙስሊሞች ከሌሎች ሰዎች የሚበልጡ ስኬታማ ሰዎች መሆናቸውን የእስልምናን ትምህርት እንመረምራለን።

"ወደ ስኬት ኑ"

በቁርኣን መሰረት ትክክለኛው መመሪያ ውጤቱ ምንድን ነው? ለአላህ የተገዙና መመሪያውን የተቀበሉ ሰዎች የታሰበው ውጤት ነው።*ስኬት* በዚህና በሚቀቁለው ሕይወት. የእስልምና ጥሪ የስኬት ጥሪ ነው።

ይህ የስኬት ጥሪ በ ውስጥ ታውጇል።*አዛን* ወይም ለሙስሊሞች በቀን አምስት ጊዜ የሚሰማውን የአምልኮ ጥሪ የሚከተለው ነው፡-

> አላህ ታላቅ ነው! አላህ ታላቅ ነው!
> አላህ ታላቅ ነው! አላህ ታላቅ ነው!
> ከአላህ በስተቀር ሌላ አምላክ እንደሌለ እመሰክራለሁ።
> ከአላህ በስተቀር ሌላ አምላክ እንደሌለ እመሰክራለሁ።
> ሙሐመድ የአላህ መልእክተኛ መሆናቸውን እመሰክራለሁ።
> ሙሐመድ የአላህ መልእክተኛ መሆናቸውን እመሰክራለሁ።
> ኑ ለአምልኮ። ኑ ለአምልኮ።
> **ወደ ስኬት ይምጡ። ወደ ስኬት ይምጡ።**
> አላህ ታላቅ ነው! አላህ ታላቅ ነው!
> አላህ ታላቅ ነው! አላህ ታላቅ ነው!
> ከአላህ በስተቀር ሌላ አምላክ የለም።

ቁርኣን የስኬትን አስፈላጊነት አበክሮ ይናገራል። የሰው ልጅን አሸናፊዎችና ተሸናፊዎች አድርጎ ለሁለት ይከፍላል። የአላህን መመሪያ ያልተቀበሉ ሰዎች በተደጋጋሚ 'ከሳሪ' ይባላሉ፡-

> ከኢስላም ሌላ ሃይማኖትን የሚፈልግ ሰው ፈጽሞ ከርሱ ተቀባይ የለውም፡ ፡ እርሱም በመጨረሻይቱ ዓለም ከከሳሪዎቹ ነው፡፡ (ሱራ 3:85)

> ብታጋራ ሥራህ በእርግጥ ይታበሳል። በእርግጥም ከከሓዲዎቹ ትኾናለህ ማለት ወደ አንተም ወደ እነዚያም ካንተ በፊት ወደነበሩት በእርግጥ ተወርዷል። (ሱራ 39:65)

እስልምና ለስኬትና ውድቀት አጽንኦት መስጠቱ ብዙ ሙስሊሞች እራሳቸውን ሙስሊም ካልሆኑት ሰዎች እንደሚበልጡ በሃይማኖታቸው ተምረዋል ብዙ ፈሪሃ ሙስሊሞች ከትንሽ ፈሪሃ ሙስሊሞች እንደሚበልጡ ይነገራቸዋል፣ ስለሆነም መድልዎ በእስልምና ውስጥ የአኗኗር ዘይቤ ነው።

የተከፋፈለ ዓለም

በየምዕራፎቹ ውስጥ፣ ቁርዓን ስለ ሙስሊሞች ብቻ ሳይሆን፣ ስለሌሎች እምቶች ማለትም ስለ ክርስትናና ይሁዲ እምነት ሰዎች ብዙ የተናገረው አለው። ቁርኣንና ኢስላማዊ የህግ ቃላቶች አራት የተለያዩ የሰዎች ምድቦችን ይጠቅሳሉ፡ -

1. በመጀመሪያና ከሁሉም በላይ እውነተኛ ሙስሊሞች የሆኑ
2. ሌላኛዎቹ አይነቶች ደግሞ አመጸኛ ሙስሊሞች ናቸው
3. ሙሐመድ ከመምጣቱ በፊት በአረቡ ዓለም አብዛኞቹ ጣዖትን የሚያመልኩ ነበሩ። ሦስተኞቹ ሲሆን ሙሽሪክ ይባላሉ። ጣዖት አምላኪ የሚለው የአረብኛ ቃል ነው። ሙሽሪክ፣ በጥሬው ትርጉሙ 'ተባባሪ' ማለት ነው። እነዚህም ሙሽሪክ ፈፅመዋል ተብለው የሚታሰቡ ሰዎች ናቸው። ሺርክ ማለት ማንኛውም ሰው ወይም ደግሞ ማሕበረሰብ በአላህ ላይ ወይም በአላህ ስልጣኑና በንግስናው ውስጥ ተባባሪ የሚያኖሩ ማለት ነው።
4. የመጽሐፉ ሰዎች የሙስሪኮቹ ምድብ ውስጥ የሚገኙ ናቸው። ይህም ክርስቲያኖችንና አይሁዶችን ያጠቃልላል። ቁርኣን ክርስቲያኖችንና አይሁዶችን በአላህ ላይ ተባባሪ አላቸው በማለት ሁለቱንም ሽሪክ በማለት ይጠራቸዋል።(ሱራ 9፡30-31፤ ሱራ 3፡64)።

የመጽሐፉ ሰዎች ጽንሰ-ሐሳብ የሚያመለክተው ክርስትናና የአይሁድ እምነት ከእስልምና ጋር እንደ ሚዛመዱና ከእርሱም እንደ ወጡ ነው። እስልምና ለክርስትናና አይሁድ እምነት እናት ኃይማኖት እንደሆነ ይቆጠራል። ቁርኣን ክርስቲያኖችና አይሁዶች በመጀመሪያ ንፁህ አሀዳዊ እምነት እንደ ነበራቸው፣ በሌላ አነጋገር እስልምና እንደነበሩ ነገር ግን ኋላ ላይ ቅዱሳት መጻሕፍቶቻቸው እንደተበላሸባቸው እናም ከዚህ በኋላ ትክክለኛ ስላለመሆናቸው ያስተምራል። ከዚህ አንፃር ክርስትናና ይሁዲነት ተከታዮቻቸው ከትክክለኛው መንገድ የሳቱ የተዛቡ የእስልምና ተዋፅኦዎች ተደርገው ይወሰዳሉ።

ቁርኣን ስለ ክርስቲያኖችና አይሁዶች አዎንታዊና አሉታዊ አስተያየቶችን ይዟል። በአዎንታዊ ጎኑ አንዳንድ ክርስቲያኖችና አይሁዶች ታማኝ እንደሆኑና በእውነት እንደሚያምኑ ዘግቧል (ሱራ 3፡113-14)። ነገር ግን ይኸው ምዕራፍ የቅንነታቸው ፈተና እውነተኛዎቹ ሙስሊሞች እንደሚሆኑ ነው ይላል (ሱራ 3፡ 199)።

በእስልምና እምነት ክርስቲያኖችና አይሁዶች ሙሐመድ ቁርኣንን ይዞ እስኪመጣ ድረስ ከድንቁርናቸው ሊላቀቁ አልቻሉም (ሱራ 98፡1)። እስልምናና ሙሐመድ ለክርስቲያኖችና ለአይሁዶች ስህተቶችን ለማስተካከል ለእነርሱ የአላህ ስጦታ እንደሆነ ያስተምራል። ይህ ማለት ክርስቲያኖችና አይሁዶች ሙሐመድን የአላህ መልእክተኛ አድርገው ቁርኣንን ደግሞ የመጨረሻ መገለጥ አድርገው መቀበል አለባቸው (ሱራ 4:47፣ ሱራ 5:15፣ ሱራ 57:28-29)።

ቁርኣንና ሱና ሙስሊም ካልሆኑ ክርስቲያኖችና አይሁዶች መቀበል አለባቸው ብለው የሚስገድዱት አራት መብቶችን ያስቀምጣል። እነርሱም፡-

1. ሙስሊሞች "የተሻሉ ሕዝቦች"ና ከሌሎች ሕዝቦች የበላይ እንደሆኑ መቀበል ሲሆን። የእነሱ ድርሻ በመልካምና በመጥፎ ነገር ማስተማር፣ በመልካም ማዘዝና ከመቁፎ መከልከል ነው።(ሱራ 3፡110)።
2. የእስልምና እጣ ፈንታ በሁሉም ሃይማኖቶች ላይ መላቅ ነው (ሱራ 48፡ 28)።
3. ሙስሊሞች ይህንን ከፍታ አግኝተው የመጽሐፉ ሰዎች ተሸንፈው እስኪዋረዱና ለእነርሱ ግብር ለመክፈል እስኪገደዱ ድረስ አይሁዶችንና ክርስቲያኖችን መዋጋት አለባቸው። (ሱራ 9፡29)።
4. እነርሱን የሙጥኝ ያሉ ክርስቲያኖችና አይሁዶች *ሺርክ* ና በሙሐመድና በአንድ አምላክነቱ ላይ ያላመኑ- ማለትም እስልምናን ያልተቀበሉ - ወደ ገሀነም ይገባሉ (ሱራ 5:72፣ ሱራ 4:47-56)።

ምንም እንኳን አይሁዶችና ክርስቲያኖች አንድ ላይ ሆነው የመጽሐፉ ሰዎች በመባል ከአንድ ጎራ ቢመደቡም። አይሁዶች በቁርኣንና ሱና ውስጥ የበለጠ ይነቀፋሉ። በቁርዓንና *ሱና* በርከት ያሉ ልዩ መንፈሳዊ ክሶች በአይሁድና በክርስቲያኖች ላይ ቀርበውባቸዋል። ለምሳሌ፡ - አይሁዶች ለአመኑት ወይም ለሙስሊሞች ከሰዎች ሁሉ ይልቅ በጠላትነት የላቁ እንደሆኑ ሲናገር ክርስቲያኖች ግን ለሙስሊኖች የቀረቡ እንደሆኑ ተናግሯል። (ሱራ 5:82)

በመጨረሻ ግን የቁርኣን የመጨረሻ ፍርድ በአይሁዶችም ሆነ በክርስቲያኖች ላይ መጥፎ ነው። ይህ የቁርኣን ፍርድ በእያንዳንዱ ታዛቢ ሙስሊም የዕለት ጸሎት ውስጥም ተካትቷል።

አይሁዶችና ክርስቲያኖች በሙስሊሞች የዕለት ጸሎት

በጣም የታወቀው የቁርኣን ትምህርት (*ምዕራፍ*) አል-ፋቲሃ ነው።*አል-ፋቲሃ* 'መክፈቻው'. ይህ*ምዕራፍ* እንደ ሁሉም የግዴታ ዕለታዊ ጸሎቶች አካል

ይነበባል-የሰላት -እና በእያንዳንዱ ጸሎት ውስጥ ይደገማል። ሁሉንም ጸሎታቸውን የሚሰግዱ ታማኝ ሙስሊሞች ይህንን ያነባሉ። *ምዕራፍ* ቢያንስ በቀን 17 ጊዜና በዓመት ከ 5000 ጊዜ በላይ.

አል-ፋቲሃ የመመሪያ ጸሎት ነው፡-

በአላህ ስም
እጅግ በጣም ሩኅሩህ በጣም አዛኝ በኾነው።
ምስጋና ለአላህ ይገባው የዓለማት ጌታ ለኾነው።
እጅግ በጣም ሩኅሩህ በጣም አዛኝ፣
የፍርዱ ቀን ባለቤት ለኾነው።
አንተን ብቻ እንገዛለን

አንተንም ብቻ እርዳታን እንለምናለን።

ቀጥተኛውን መንገድ ምራን።
የእነዚያ በነርሱ ላይ በጎ የዋልክላቸውን በነሱ ላይ ያልተቆጣህባቸውንና ያልተሳሳቱንም ሰዎች መንገድ ምራን በሉ። (ሱራ 1፡1-7)

ይህ አማኙን "በቀጥተኛው መንገድ" እንዲመራ የአላህን እርዳታ የሚጠይቅ ጸሎት ነው። እንደዚሁ ለአማኙ እውነተኛ ምሪት ነው። ይህም ምሪት ለሙስሊም ዋናው የመልዕክቱ ዋና ነቁብ ነው።

ግን እነዚያ በአላህ ቁጣ ውስጥ ወድቀዋል የተባሉት ወይም ከቀጥተኛው መንገድ የሳቱት እነማን ናቸው? በእያንዳንዱ የሙስሊም ጸሎት፣ በእያንዳንዱ ቀን፣ በብዙ ሙስሊሞች ሕይወት ውስጥ በመቶ ሺዎች ለሚቆጠሩ ጊዜያት በጣም መቁሮ ሊባሉ የሚገባቸው እነማን ናቸው? ሙሐመድ የዚህን ምዕራፍ ትርጉም ግልጽ አድርጓል "ቁጣን ያተረፉ አይሁዶች ናቸው የሳቱት ደግሞ ክርስቲያኖች ናቸው" ሲል ተናግሯል።

በጣም የሚያስደንቀው የእያንዳንዱ ሙስሊም የየእለት ጸሎትና የእስልምና ዋና የሆነው ነገር ክርስቲያኖችንና አይሁዶችን የተሳሳቱና አላህ የተቆጣቸው ናቸው ብሎ መቃወምን ማካተቱ ነው።

በእነዚህ ቀጣይ ክፍሎች *ሸሪዓው* ያደረሰውን ጉዳት እንመለከታለን፣ ይህም በዋናነት በሙሐመድ ምሳሌና ትምህርት ምክንያት ነው።

የሸሪዓው ችግሮች

እስልምና በአንድ ሀገር ውስጥ ሲመሰረት በሂደት ሸሪዓው የማህበረሰቡ ባህል ይሆናል ይህ ሂደት እስልምናን የመግባት ሂደት ይበላል። በሙሐመድ ሕይወትና አስተምህሮ ውስጥ ጥሩ ያልሆኑ ብዙ ነገሮች ስለነበሩ ለብዙ ኢፍትሐዊና ማህበራዊ ችግሮች ሸሪዓው ምክኒያት ሆኗል። ይህ ማለት እስልምና ስኬትን ቢሰቁም የሸሪዓው ማህበረሰብ ግን በሰዎች ላይ ብዙ ጉዳትን ያደርሳል። በአሁኑ ጊዜ ዓለምን ብንመለከት ብዙ እስላማዊ ሀገራት በእስልምና ተጽእኖ ምክንያት ብዙ የሰብአዊ መብት ጉዳዮች ያላደጉና ብዙ የሰብአዊ መብት ጉዳዮች እንዳሉባቸው ማየት እንችላለን።

በሸሪዓው ምክንያት የተፈጠሩ አንዳንድ ኢ-ፍትሐዊነትን እንመልከት፡-

- ሴቶች በሙስሊም ማህበረሰቦች ዝቅተኛ ደረጃ ያላቸው ሲሆኑ በእስልምና ህግ ምክንያት ብዙ እንግልት ይደርስባቸዋል። ከዚህ በታች የአሚና ላዋል ጉዳይ እንደ ምሳሌ እንመለከታለን።
- የእስልምና ጂሃድ አስተምህሮ ብዙ ግጭቶችን እንዲነሳ ምክንያት ሆኗል ይህም ከሚልዮን በላይ ወንዶች፣ ሴቶችና ሕጻናት ባለም ዙሪያ እንዲጎዱ አድርጓል።
- የሸሪዓው ሕግ ለአንዳንድ ወንጀሎች የሚሰጠው ቅጣት እጅግ በጣም ጨካኔ የተሞላውና የማይመጣጠን ነው። ለምሳሌ፡ የሌቦችን እጅ መቁረቁና እስልምናን የካዱትን ከሃዲዎች በማለት መግደል ይጠቀሳሉ።
- የሸሪዓ ሰዎችን ጥሩ ማድረግና መለወጥ አይችልም። ኢስላማዊ አብዮቶች በአገሮች ሲከሰቱና አክራሪ ሙስሊሞች መንግስትን ሲቆጣጠሩ ውጤቱ ብዙ ሙስና እንጂ ያነሰ አልነበረም። የኢራን የቅርብ ጊዜ ታሪክ ለዚህ ምሳሌ ነው፡ ከኢራን እስላማዊ አብዮት በኋላ በ1978 ሻህ ሲገረሰስ ሙስሊም ሊቃውንት መንግስትን ተቆጣጠሩ ነገር ግን ቃል የገቡት ቢሆንም ሙስና ጨምሯል።
- ሙሐመድ ሙስሊሞች በአንዳንድ ሁኔታዎች እንዲዋሹ ፈቅዶ አልፎ ተርፎም አበረታቷቸዋል። የዚህን ውጤት ወደፊት እንነጋገራለን.
- በእስልምና አስተምህሮ ምክንያት ሙስሊም ያልሆኑ ሰዎች በሙስሊም ማህበረሰቦች ውስጥ አድልዎ ይደርስባቸዋል። ዛሬ በዓለም ላይ በክርስቲያኖች ላይ የሚደርሰው አብዛኛው ስደት በሙስሊሞች ነው።

የአሚና ላዋል ጉዳይ

አሁን ደግሞ ሸሪዓ ሕይወቷን አደጋ ላይ የጣለባትን አንዲት ሙስሊም ሴት ምሳሌ እንመለከታለን፡፡ በ 1999 ናይጄሪያ ሰሜን አከባቢ በአብዛኛው ሙስሊሞች የሚኖሩበት አከባቢ ፍርድ ቤት በሸሪዓ ሕግ እንዲተዳደር ተወሰነ፡፡ ከሦስት አመት በኋላ በ2002 አሚና ላዋል በድንጋይ ተወግራ እንድትገደል በፍርድ ቤት ተፈርዶባታል፡፡በሸሪዓ ፍርድ የተፈረደባት ምክንያት ደግሞ የጋብቻ ፍቺ ካደረገች በኋላ አስቀድማ ጸንሳ የነበረውን ልጅ ስለወለደች ነበር፡፡ የወለደችው ልጅ አባት ስሙን ብታሳውቅም ነገር ግን የአባቱን የዘረመል (DNA) ምርመራ ሳያረጋግቁ እርሷ ላይ ብቻ ቅጣት አስተላልፏል፡፡ ነገር ግን የልጁ አባት ወይም የቀድሞ ባሏ ምንም ሳይቀጣ አልፏል፡፡ሴቲቱ ብቻ በዝሙት ተከሳ በድንጋይ እንድትወገር ተፈርዶባታል፡፡

አሚና ላይ ይህንን ፍርድ የወሰነው ዳኛ ቅጣቱ የአሚና ልጅ ጡት መቁባት እስኪያቆም ድረስ በድንጋይ ትወገር የሚለውን ፍርድ እንዳይፈጸም አድርጎ ነበር፡፡ነገር ግን ልክ ልጇ ጡት የምታጠባበት ጊዜ እንዳለቀ አሚና በድንጋይ የመወገሩ ፍርድ ተፈጽሞባታል፡፡ የሙሐመድ ምሳሌ የምትከተለው አሚና ዝሙት እንደፈጸመች እንድትናዘዝ ከተደረገ በኋላ በድንጋይ ተወግራለች፡፡

የሸሪዓ በድንጋይ መውገር ሕግ በብዙ ምክንያቶች መቁጮ ነው-

- ከመጠን በላይ የሆነ ሕግ ነው
- ጨካኝ ነው፡ በድንጋይ ተወግሮ መሞት አሰቃቂ የሞት መንገድ ነው፡፡
- በድንጋይ የሚወገሩትንም ይጎዳል፡፡
- ያረገዘችውን ሴት ብቻ ዒላማ ማድረግ ነገር ግን ያስረገዛትን ወንድ ወንድ ዝም ብሎ ማለፍ አድሏዊ ነው፡፡
- ጨቅላ ሕጻን እናቱን አሳቁቶ ወላጅ አልባ ያደርገዋል፡፡
- አንዲት ሴት ልትደፈር የምትችልበትን ሁኔታ ቸላ ብሎታል.

የአሚና ጉዳይ ዓለም አቀፍ ቁጣን ስቧል፡፡ በዓለም ዙሪያ ላሉ የናይጄሪያ ኤምባሲዎች ከአንድ ሚሊዮን በላይ የተቃውሞ ደብዳቤ ተልኳል፡፡ ደግነቱ የአሚና ቅጣት በይግባኝ ፍርድ ቤት ተሽሯል፡፡ የአሚናን ፍርድ በመሻር ሸሪዓ የይግባኝ ፍርድ ቤት የእስልምና እምነት የዝሙት ቅጣትን በድንጋይ መወገር ነው የሚለውን መርህ ግን ውድቅ አላደረገም፡፡ በምትኩ ሌሎች ምክንያቶች ተሰጥተዋል፡ ለምሳሌ የይግባኝ ሰሚው ፍርድ ቤት የአሚናን ፍርድ

የሚያስተላልፉት ዳኞች አንድ ብቻ ሳይሆን ሦስት ዳኞች መሆን ነበረባቸው ብሏል።

ሕጋዊ ማታለል

ከኢስላማዊው ችግር አንዱ *ገጽታ ሸሪዓ* ስለ ውሸትና ማታለል የሚያስተምረው ትምህርት ነው። መዋሸት በእስልምና በጣም ከባድ ኃጢአት እንደሆነ መታወቅ ያለበት ቢሆንም፣ በሙሐመድ ምሳሌ ላይ በመመስረት እንደ እስላማዊ ባለስልጣናት ገለጻ፣ መዋሸት የሚፈቀድባቸው አልፎ ተርፎም አስገዳጅ የሚሆኑበት ሁኔታዎች አሉ።

ሙስሊሞች እንዲዋሹ የተፈቀደላቸው ወይም የሚፈለጉባቸው የተለያዩ ሁኔታዎች አሉ። ለምሳሌ፡ ከሃዲስ ስብስቦች ውስጥ አንድ ምዕራፍ ስለ ውሸት በሳሂህ አል ቡኻሪ እንዲህ ተዘግቧል "በሰዎች መካከል እርቅን የሚያደርግ ውሸታም አይደለም" የሚል ርዕስ አለው። በዚህ የሙሐመድ ምሳሌ አንፃር፣ ሙስሊሞች ከእውነት የራቁ ነገሮችን እንዲናገሩ ከተፈቀዱበት ሁኔታዎች አንዱ ሰዎችን ለማስታረቅ ሲዋሹ ጥሩ ውጤት ይኖረዋል።

ሌላው ሕጋዊ የውሸት አውድ ሙስሊሞች ሙስሊም ካልሆኑ ሰዎች አደጋ ውስጥ ሲሆኑ ነው (ሱራ 3፡28)። የሕጋዊ ውሸት ጽንሰ- ሐሳብ የተገኘ ነው። *ታቂያ፣* የሚለው ቃል የሙስሊሞችን ደህንነት ለመጠበቅ የማታለል ተግባርን የሚያመለክት ነው። የሙስሊም ሊቃውንት ስምምነት ሙስሊሞች ሙስሊም ባልሆኑ ሰዎች የፖለቲካ የበላይነት ውስጥ ሲኖሩ ሙስሊም ላልሆኑ ሰዎች ወዳጅነትና ደግነት እንዲያሳዩ የሚፈቀድላቸው በእምነታቸው (እና በጠላትነታቸው) እስከያዙ ድረስ እራሳቸውን የመከላከያ እርምጃ ነው። የዚህ አስተምህሮ አንድ አንድምታ ታዛቢዎች ሙስሊሞች ሙስሊም ላልሆኑ ሰዎች ያላቸው ባህሪ ወዳጃዊ ይሆናሉ ተብሎ ይጠበቃል የፖለቲካ ኃይላቸው እየጨመረ በሄደ ቁጥር እምነታቸውን በይበልጥ ይገልጣሉ ከሌሎች ጋር ያላቸውን ወዳጅነት መቀነስ ይጀምራሉ።

ሌሎች ሁኔታዎች የት*ሸሪዓ* ህጉ ሙስሊሞች እንዲዋሹ ያበረታታል፡ በባልና በሚስቶች መካከል የጋብቻ ስምምነትን ለመጠበቅ። አለመግባባቶችቹ ከተፈቱ በኋላ እውነት በመናገር እራስህን እንድትኮንን ሊያደርግህ ይችላል—ሙሐመድ አንዳንድ ጊዜ ወንጀል የፈጸሙና የተናገሩትን ሰዎች ይወቅስ ነበር። አንድ ሰው ምስጢሩን በአደራ ሲሰቁህ ፡ና በጦርነት ውስጥ ስትሆን በአጠቃላይ እስልምና የመዋሸት ስነ-ምግባርን ይደግፋል ይህም መጨረሻው መንገድን የሚያጸድቅበት ነው።

አንዳንድ የሙስሊም ምሁራን በተለያዩ የውሸት ዓይነቶች መካከል ጥሩ ልዩነት አድርገዋል። ለምሳሌ አሳሳች አስተያየት መስጠት ግልጽ የሆነ ውሸት ከመናገር ይመረጣል። 'መጨረሻው ሂደቱን ያጸድቃል' በሚለው አካሄድ ማለት ነው። ውሸትና እውነት የመናገር ሥነ ምግባር በህብረተሰብ ላይ ብዙ ጉዳት ሊያደርስ ይችላል። ይህ የማሕበረሰብን መተማመንን ያጠፋልና ውዥንብር ይፈጥራል፣ የሀገር ውስጥና የፖለቲካ ባህሎችን ይጎዳል። ሙስሊሙ *ማህበረሰብ*- መለው የሙስሊም ማህበረሰብ - በዚህ ምክንያት በስነምግባር የተጎዳ ማህበረሰብ ነው። ለምሳሌ ባሎች ሙሐመድ እንዳስተማሩት ልዩነቶችን ለማቃለል ሚስቶቻቸውን የሚዋሹ ከሆነ ይህ በትዳር ውስጥ መተማመንን ይሸረሽራል። ልጆች አባቶቻቸው እናቶቻቸውን ሲዋሹ ከተመለከቱ ይህ ሌሎችን ለመዋሸት ፍቃድ ይሰጣቸዋልና ሌሎች ሰዎችን ማመን ይከብዳቸዋል። ሕጋዊ የማታለል ባህል በመላው ህብረተሰብ መካከል መተማመን እንዲፈርስ ያደርጋል። ይህ ማለት ለምሳሌ የንግድ ሥራ ማድረግ የበለጠ ችግር ነው፡ ግጭቶች ይረዝማሉ እርቅ ለማግኘት በጣም ከባድ ነው.

አንድ ሰው እስልምናን ለቆ ሲወጣ፣ ይህንን የሙሐመድን ምሳሌነት መካድ አስፈላጊ ነው። ይህንን በትምህርት ትምህርት 7 እንመለስበታለን።

ለራስህ አስብ

በእልምና ውሸት መናገር የሚፈቀድ ስለሆነ በአንዳንድ ትምህርቶች ላይ የተደራጀ እውቀት ለመያዝ እጅግ በጣም አስቸጋሪ ነው። ውሸትን መፍቀዱ ነገሮችን እጅግ በጣም ከባድ አድርጎታል።

የእስልምና ቀዳሚ ምንጮች ትላልቅና ውስብስብ ናቸው። የሸሪዓ ሕጎች ከቁርአንና ሱና የማውጣት ሂደት እጅግ በጣም ምሁራዊ ተደርጎ ይታሰባል። ረጅም ጊዜ የሚወስድ ትምህርትና ስልጠና መውሰድ ያስፈልጋል። ይህንንም አብዛኞቹ ሙስሊሞች ሊያደርጉት የሚችሉት አይደለም። ስለዚህ ሙስሊሞች ስለ እምነት ጉዳይ በምሁራኑ ላይ የመደገፍ ግዴት አለባቸው ማለት ነው። የእስልምና ሕግ አንድ ሙስሊም በእምነቱ ጉዳይ ላይ ከራሱ ይልቅ በሌላው ላይ መደገፍ እንዳለበት ያዛል ማለት ነው። አንድ ሙስሊም ስለ ሸሪዓ ሕግ ጥያቄ ካለበት ሊጠይቅ የሚችለው በጉዳዩ ላይ ዕውቀት ያለውን አንድ ሊቅ ነው።

እስላማዊ ሃይማኖታዊ ዕውቀት የመጽሐፍ ቅዱስ ዕውቀት ከቅርብ ምዕተ ዓመታት ወዲህ እንደሆነው በነፃነት የሚገኝ እንዲሆን አልተደረገም። ማግኘት የሚቻል የተደረገው የግድ ማወቅ የሚያስፈልግ ሆኖ ከተገኘ ብቻ ነው። በእስልምና ሃይማኖት ውስጥ አንዳንድ ነገሮችን መጥቀስ አስፈላጊ ካልሆነና እስልምናን በመጥፎ መንገድ የሚስል ከሆነ ጉዳዩን አንስቶ መወያየት ክልክል

ነው። ብዙ ሙስሊሞች የእስልምና መምህራቸውንቸውን 'የተሳሳተ ጥያቄ' በመጠየቃቸው ተገስፀዋል።

ስለ እምነት የሚገልጽ ቀዳማዊ ምንጭ ለሁሉም ሰው ተደራሽ ከሆነ ክርስቲያኑም፣ ይሁዲም፣ አምላክ የለሹም ወይም ሙስሊሙም አንብቦ የተረዳውን ነገ የራሱን አመለካከት መናገር መቻል አለበት። ስለዚህ ማንም ሰው በዚህ ዘመን እነዚህን ቀዳማዊ ምንጮች መሠረት አድርጎ ራሱ የመሰለውን አመለካከት የመናገር መብቱን እድሉን ባገኘበት አጋጣሚ ሁሉ የመናገር መብት ሊኖረው ይገባል ማለት ነው። ማንኛውም ሰው ሙስሊምም ሆነ ክርስቲያን ስለ እስልምና የራሱን እምነት የመግለጽ መብት ሊኖረው ይገባል።

በነዚህ በሚቀቁሉት ክፍሎች እስልምና ስለ ኢየሱስ ያለውን ግንዛቤ እናብራራለን እስላማዊው ኢየሱስ ለምን ለሰው ልጆች ነፃነት መስጠት የማይችል እንደሆነም እናብራራለን።

ኢሳ ‘የእስልምናው ነብይ’

አማኞች አንድ ጥያቄ ላይ መወሰን አለባቸው። የምትከተሉት የናዝሬቱን ኤይሱስ ነው ወይስ የመካውን ሙሐመድ? ይህ እጅግ በጣም አስፈላጊ ምርጫ ማድረግ ያለብን ጥያቄ ነው ይህም ውሳኔ በግልም ሆነ በሀገር ደረጃ እንኳን መዘዝ ያለው ጥያቄ ነው።

ሙስሊሞች ‘ኢሳ’ ብለው የሚጠሩትን ኢየሱስ ልክ እንደ ሙሐመድ የአላህ መልእክተኛ አድርገው እንደሚቆጥሩት ይታወቃል። እስልምና ኢየሱስ በድንቅ ሁኔታ ከድንግል ማርያም መወለዱን ያስተምራል ስለዚህም እሱ አንዳንዴ *ኢብኑ መርየም* ይባላል "የማርያም ልጅ" ቁርኣንም ኢሳ ብሎ ይጠራዋል። *ቁርኣን አል-መሲህ* ‘መሲሑ’ ብሎም ይጠራዋል ነገር ግን ‘መሲሕ’ ማለት ምን ማለት እንደሆነ ትርጉም ወይም ማብራሪያ አልሰጠም።

ኢየሱስ በቁርኣን ውስጥ በስሙ ከሃያ ጊዜ በላይ ‘ኢሳ’ ተብሎ ተጠቅሷል። በአንፃሩ ሙሐመድ የሚለው ስም አራት ጊዜ ብቻ ተጠቅሷል - ቁርዓን ደግሞ ኢየሱስን በአንድ ወይም በሌላ መልኩ በድምሩ 93 ጊዜ ተጠቅሷል።

እስልምና ከሙሐመድ በፊት አላህ ወደ ቀደሙት ሕዝቦች የላካቸው ብዙ መልእክተኞች ወይም ነቢያት እንደነበሩ ያስተምራል። ቁርዓን እነዚህ ሁሉ ኢሳን ጨምሮ ሰዎች ብቻ እንደነበሩ አበክሮ ይናገራል።

ቁርኣን እነዚህ የቀድሞ መልእክተኞች የሙሐመድን መልእክት ይዘው የመጡት የእስልምና መልእክት እንደሆነ ይናገራል። ለምሳሌ የመዋጋትና የመግደል ትእዛዝ እንዲሁም በጦርነት ለሚሞቱ አማኞች የገነት ቃል ኪዳን ለኢየሱስም ሆነ ለሙሴ የተሰጡት ቀደም ባሉት ጊዜያት (ሱራ 9፡111) ሲሆን በኋላም ተመሳሳይ ትእዛዝና ቃል ኪዳን በሙሐመድ በኩል ተሰጥቷል። እርግቁ ነው፣ እውነተኛው የናዝሬቱ ኢየሱስ እነዚህን ነገሮች አላስተማረም እንዲሁም ቃል አልገባም።

በቁርኣን ውስጥ፣ የዒሳ ደቀመዛሙርት "እኛ ሙስሊሞች ነን" ብለው አውጀዋል (ሱራ 3፡52፣ እንዲሁም ሱራ 5፡111 ይመልከቱ)ና ቁርዓን ደግሞ አብርሃም አይሁዳዊ ወይም ክርስቲያን ሳይሆን ሙስሊም መሆኑን ይናገራል (ሱራ 3፡67)። ቁርኣን የእስልምና ነብያት ናቸው ብሎ የሚጠራቸው ሌሎች መጽሐፍ ቅዱሳዊ ሰዎች አብርሃም፣ ይስሐቅ፣ ያዕቆብ፣ እስማኤል፣ ሙሴ፣ አሮን፣ ዳዊት፣ ሰሎሞን፣ ኢዮብ፣ ዮናስና መቁምቁ ዮሐንስ ይገኙበታል።

የተከሰሰውን እስልምና ይፈቅዳልሸሪዓ እነዚህ ቀደምት 'የእስልምና ነቢያት' ያመጡት ከሙሐመድ ጋር አንድ ዓይነት አልነበረምሸሪዓ. ነገር ግን ቀደም ሲል ነው ተብሏል።ሸሪዓዎች ሙሐመድ ሲመጣ ተሰርዘዋልና ተተክተዋል፣ስለዚህ ኢየሱስ ሲመለስ የሚገዛው በሸሪዓየሙሐመድ፡-

> የቀደሙት ነቢያት ሸሪዓ ሁሉ በሙሐመድ ሐዋርያ ሆኖ መምጣት ጋር የተሻረ በመሆኑ፣ ኢየሱስ በእስልምና ሕግ መሠረት ነው የሚፈርደው[6]

ቁርኣኑ ለኢሳ መጽሐፍ እንደተሰጠው ሲናገር ይህም መጽሐፍ 'ኢንጅል' ተብሎም ተጠርቷል። እንዲሁም ለሙሐመድ ደግሞ ቁርኣን ተሰጠቶታል። ሙስሊኢሞች መጽጽሐፍ ቅዱስ የተወሰኑ ለኢሳ የተሰጡት ጽሁፎች በመጽሐፍ ቅዱስ ውስጥ እንዳሉ ቢያምኑም ክርስቲያኖች ግን እነዚህን ጽሁፎች በርዟቸዋል ብለው ያምናሉ። ይህ ግን ምንም ችግር አያመጣም ምክንያቱም ሙሐመድ የመጨረሻውን የአላህ ቃል ለእርሱ ገልጦለታል።

በመሠረቱ፣ እስልምና የሚያስተምረውና አብዛኞቹ ሙስሊሞች የሚያምኑት ኢየሱስ ዛሬ በሕይወት ቢኖር ኖሮ ክርስቲያኖችን "ሙሐመድን ተከተሉ!" ይላቸዋል ብለው ነው። ይህ ማለት አንድ ሰው ዒሳ በትክክል ያስተማረውን ማወቅ ከፈለገና እሱን መከተል ከፈለገ ማድረግ ያለበት ሙሐመድን መከተልና ለእስልምና መገዛት ነው፡- ቁርዓን ጥሩ ክርስቲያን ወይም ጥሩ አይሁዳዊ ሙሐመድን እንደ እውነተኛ የአላህ ነቢይ እንደሚቅቀበል ይናገራል (ሱራ 3:199)

6.*ሳሂህ ሙስሊም*፣ ጥራዝ 2, ገጽ. 111, 288.

ክርስቲያኖች ኢየሱስን "የእግዚአብሔር ልጅ" ብለው እንዳይጠሩት ወይም አምላክ ብለው እንዳያመልኩ በቁርዓን ማስጠንቀቂያ ተሰቁቷቸዋል። ዒሳ ሰው ብቻ ነበር (ሱራ 3:59)ና የአላህ ባሪያ (ሱራ 19:30) መሆኑ ተፅፏል።

እስልምና ዓለም ወደ ፍጻሜው ከመምጣቱ በፊት አይሁድና ክርስትና በዒሳ እጅ እንደሚጠፉ ያስተምራል። ይህ ስለ ፍጻሜው ዘመን ትምህርት ኢስላማዊውን ያላቸውን አመለካከት እንድንረዳ ይረዳናል። እስቲ አንድ *ሀዲስ* እንመልከት *ሱናን አቡ ዳውድ*:

> (ኢሳ ሲመለስ) እስልምናን ያላመኑትን ጉዳይ ሕዝቡን ይዋጋል። መስቀሉን ይሰብራል፣ እሪያን ይገድላል፣ ጂዝያን ያስወግዳልም።አላህ ከእስልምና በስተቀር ሁሉም ሀይማኖቶች እንዲጠፉ ያደርጋል። የመሲሑን ተቃዋሚ አቁፍቶ አርባ ዓመት በምድር ላይ ይኖራል ከዚያም በኋላ ይሞታል።

ሙሐመድ እዚህ ላይ ኢሳ ወደ ምድር ሲመለስ "መስቀልን ይሰብራል" ማለትም ክርስትናን ያጠፋልና "ይሰርዛል" እያለ ነው።*ጂዝያ*" ማለትም በእስላማዊ አገዛዝ ሥር የሚኖሩ ክርስቲያኖችን ሕጋዊ መቻቻል ያቁሙ። ይህ ማለት ክርስቲያኖች የክርስትና ሃይማኖታቸውን ለመጠበቅ ቀረቁ የመክፈል አማራጭ አይኖራቸውም። የሙስሊም ሊቃውንት ይህንን ሲተረጉሙት ሙስሊሙ ኢሳ ሲመለስ ሙስሊም ያልሆኑትን ክርስቲያኖችን ጨምሮ እስልምናን እንዲቀበሉ ያስገድዳቸዋል ማለት ነው።

እውነተኛውን የናዝሬቱን ኢየሱስን መከተል

ሰዎች ማንን እንደሚከተሉ መወሰን እንዳለባቸው ቀደም ብለን ተናግረናል፡ ኢየሱስ ወይም ሙሐመድ። ነገር ግን፣ ሙስሊሞች እነዚህ ምርጫዎች አንድ እንደሆኑ ተምረዋል፡ ኢየሱስን መከተል ሙሐመድን ከመከተል ጋር አንድ ነው። ሙስሊሞች ሙሐመድን መከተልና መውደድ ኢየሱስን እንደመውደድና እንደመከተል እንደሆነ ተምረዋል። ሙስሊሞች የኢየሱስን ታሪክና ወንጌል በሌላ የቁርዓን ኢየሱስ (ኢሳ) ተክተውታል። ቁርዓን የእየሱስ ማንነት መቀየሩ የእግዚአብሔርን የማዳን እቅድ ይደብቃል፣ ሙስሊሞች እውነተኛውን ኢየሱስን እንዳያገኙና እንዳይከተሉ እንቅፋት ሆኗል።

እንደ እውነቱ ከሆነ በታሪክ የምናውቀው እውነተኛው ኢየሱስ በምድር በተመላለሰባቸው ጊዜያት ከተጻፉት ከአራቱ ወንጌላት ሊታወቅ ይችላል። እነዚህ የኢየሱስ፣ የመልእክቱና የአገልግሎቱ ታዓማኒ ዘገባዎች ናቸው። ኢየሱስ በምድር ላይ ከኖረ ከ600 ዓመታት በኋላ የተሰበሰበው የእስልምና ዘገባ ስለ ናዝሬቱ ኢየሱስ የያዘው መረጃ ሊታመን አይችልም።

አንድ ሰው እስልምናን ሲቃወም የሙሐመድን ምሳሌ ብቻ ሳይሆን የቁርአኑን ሐሰተኛው ኢየሱስንም መቃወም አለበት። የኢየሱስ ደቀ መዝሙር በመሆን ለመኖር ትክክለኛውና ከሁሉ የተሻለው መንገድ ከእርሱና ከተከታዮቹ እንዲሁም ከተጻፉት ከአራቱ ወንጌላት ውስጥ መማር ነው፣ ሉቃስ እንደተናገረው፣ "ይህንም የማደርገው የተማርኸው ነገር እውነተኛ መሆኑን እንድታውቅ ነው" (ሉቃስ 1:4)

ይህ በጣም አስፈላጊ ነው ምክንያቱም እንደምንመለከተው፣ ከመንፈሳዊ እስራት ነፃ የመውጣት ቁልፉ የኢየሱስ ክርስቶስ ሕይወትና ሞት ነው። ይህንን ነፃነት ሊሰጠን የሚችለው እውነተኛው የናዝሬቱ ኢየሱስ፣ የወንጌላት ኢየሱስ ብቻ ነው።

የጥናት መመሪያ

ትምህርት 3

የምዕራፉ አዳዲስ ቃላት

እስልምና	መልእክተኛ	ሰላት
ሽሃዳ	አድሀን	እስላማዊነት
ቁርኣን	ሙሽሪክ	ሳሂህ አል ቡኻሪ
ሱና	ሺርክ	ተቂያህ
ሀዲስ	የመጽሐፉ ሰዎች	ማህበረሰብ
ሲራ	አል-ፋቲሃ	ወንጌል

አዳዲስ ስሞች

- አሚና ላዋል፡ ናይጄሪያዊት ሴት (የተወለደው 1972)
- ኢሳ፡ የቁርኣን ስም ለኢየሱስ

በዚህ ትምህርት ውስጥ መጽሐፍ ቅዱስ

ሉቃስ 1፡4

በዚህ ትምህርት ውስጥ ቁርኣን

ሱራ 33፡21	ሱራ 8፡12-13	ሱራ 4፡47	ሱራ 1፡1-7
ሱራ 4፡80	ሱራ 3፡85	ሱራ 5፡15	ሱራ 3፡28
ሱራ 33፡36	ሱራ 39:65	ሱራ 57፡28-29	ሱራ 9፡111
ሱራ 24፡52	ሱራ 9፡30-31	ሱራ 3፡110	ሱራ 3፡52

ሱራ 4:69	ሱራ 3:64	ሱራ 48:28	ሱራ 5:111
ሱራ 4:115	ሱራ 3:113-14	ሱራ 5:72	ሱራ 3:67
ሱራ 59:7	ሱራ 3:199	ሱራ 4:47-56	ሱራ 3:59
ሱራ 9:29	ሱራ 98:1	ሱራ 5:82	ሱራ 19:30

የትምህርት 3 ጥያቄዎች

- በጉዳዩ ላይ ተወያይ።

እንዴት ሙስሊም መሆን እንደሚቻል

1. እስልምና የሚለው የአረብኛ ቃል መነሻ ትርጉምና ማብራሪያ ምንድን ነው?

2. ሸሃዳውን ደጋግማቹ ካላቹት ምን ይሆናሉ?

3. ሸሃዳውን በማነብነብ የሕይወት መመሪያዎ እንዲሆን ፈቃድ መስጠትዎን የሚያሳውቁት ለማን ነው?

4. ከሙሐመድ የተሰጠውን መመሪያ ለመረዳት የሚጠቅሙት ሁለቱ ምንጮች ምንድን ናቸውና እንዴት ይለያያሉ?

5. የሙሐመድ ምሳሌ በየትኞቹ ሁለት ጽሑፎች ተዘግበው ይገኛል?

የሙሐመድ ስብዕና

6. ሙስሊሞች አሏህን መታዘዝ ከፈለጉ ለማን መታዘዝ ይገባቸዋል?

7. ሁሉም የሙሐመድ ምሳሌዎች ሁሉም ሙስሊሞች ሊከተሏቸው የሚገባቸው ምርጡ አርአያ ተደርገው በአላህ መደንገጋቸው ምን አንድምታ አለው?

8. እንደ ሱራ 24፡52 ከሆነ ድል እንዲያደርጉ ቃል የተገባው ለነማን ነው?

9. ለነዚያ አላህንና መልክተኛውን ለማይታዘዙት የተነገረው ቅጣት ምንድነው?

10. በሱራ 9.29ና 8.12-13 መሠረት ሙስሊሞች ከማን ጋር መዋጋት አለባቸው?

11. ዱሪ ሙሐመድ አንዳንድ የሚደነቁ ነገሮችን እንዳደረገ ልብ ብሏል። ነገርግን አስደንጋጮ ብሎ የዘረዘራቸው 8 ምሳሌዎች የትኞቹ ናቸው?

ቁርኣን - የሙሐመድ የግል ሰነድ

12. ሸሃዳ ካላቹት ከዛ ምንን የማመንና የመታዘዝ ግዴታ ይውድቅባችኋል?

13. ዱሪ በሱናና በቁርኣን መካከል ያለውን ግንኙነት ለማስረዳት ምን ምሳሌ ተጠቀመ?

ኢስላማዊው ሸሪዓ - ሙስሊም ለመሆን መንገድ'

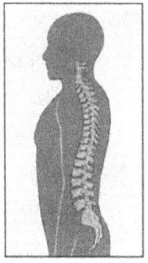

14. ሙስሊሞች ሱናንና ቁርኣንን በመጠቀም ስልታዊ በሆነ መንገድ ሸሪኣን ለማዋቀር ሙያዊ ስልጣን እንዳላቸው በማን ላይ መታመን አለባቸው?

15. ዱሪ እንዳሉት ያለ ምን እስልምና ሊኖር አይችልም?

16. ሸሪኣ በፓርላማ ከሚወጡት ሕጎች የሚለየው በምንድን ነው?

ወደ ስስኬ ኑ

17. የእስልምና 'ጥሪ' ምንድን ነው?

18. የእስልምና ጥሪ ሰውነትን በምን ሁለት መንገዶች ይከፍለዋል?

19. እስልምና መድልዎንና የበላይ መሆንን የሚያስተምረው በምን ሁለት መንገዶች ነው?

የተከፋፈለ ዓለም

20. በቁርኣንና በእስልምና ሕግጋት መሠረት ያሉ አራት የሰው አይነቶች የትኞቹ ናቸው?

21. ሙሐመድ ማንንም ወይም ማንኛውንም ነገር ከአላህ ጋር የሚያቆራኘውን ሰው ምን ብሎ ይጠራዋል?

22. ይሁዲነትና ክርስትና (የመጽሐፉ ሰዎች) በመጀመሪያ በእስልምና እንደ ንፁህ የአሃዳዊ እምነቶች ተደርገው ተወስደው የነበረ ቢሆንም ይህ ግን ተቀይሯል። አሁን ሙስሊሞች አይሁዶችንና ክርስቲያኖችን የሚያወግዙባቸው እስከ 4 የሚደርሱ ጉዳዮች ጥቀሱ፡-

1)

2)

3)

4)

23. በቁርኣን ውስጥ ስለ አይሁዶችና ክርስቲያኖች ምን አዎንታዊ ነገሮች ተነግረዋል?

24. ሙስሊሞች ሙስሊም ባልሆኑ ሰዎች ላይ ያነሷቸው ስድስቱ የነገረ-መለኮት ክሶች አይሁዶችና ክርስቲያኖችን የማሳደድ ስድስት መንገዶች የሆኑት እንዴት ነው? ስድስቱንም ዘርዝሩ፡-

1)

2)

3)

4)

25. አይሁዶች ከሙስሊሞች ጋር ያላቸው ግንኙነት በቁርአን ውስጥ እንዴት ተገልጿል?

አይሁዶችና ክርስቲያኖች በመስሊሞች የዕለት ተዕለት ጸሎት ውስጥ

26. የቁራን የመክፈቻ ምዕራፍ የሆነውን አል-ፋቲሃ መክፈቻው ልዩ የሚያደርጉትሣስት ነገሮች የትኞቹ ናቸው?

27. ዱሪ እንዳሉት በአል-ፋቲሃ ውስጥ የተጠቀሱ ተሳስተው የአላህን ቁጣ ያተረፉ ሰዎች እነማን ናቸው?

የሸሪዓው ችግሮች

28. በሸሪዓው ምክኒያት የሚመጡ ችግሮች መሠረታው ምንጫቸው ምንድነው?

29. የአንድ ሀገርን ባህል ከእስልምና ጋር የማስማማት ሂደት ምን ይባላል?

30. ዱሪ የሸሪዓው ችግሮች ናቸው ብሎ የዘረዘው የትኞቹን ነው?

1)

2)

3)

4)

5)

6)

የአሚና ላዋል ጉዳይ

31. በ1999 እ.አ.አ ናይጄሪያ ውስጥ የትኛው ለውጥ ነው ወደ አሚና ላዋል አመንዝራነት ድንጋጌ የመራው?

32. የሸሪዓው ዳኛ አሚና አወል በድንጋይ ተወግሮ እንዲሞት ሲፈርድ የትኛውን ምሳሌ በመከተል ነው?

33. ዱሪ በእስልምና ውስጥ ያለውን በድንጋይ የመውገር ቅጣት ሲቃወም ያነሳቸው ሦስት ትችቶች ምንድናቸው?

1)

2)

3)

4)

5)

6)

ሕጋዊ ማታለል

34. ዱሪ ሙስሊሞች ሊዋሹ ይችላሉ ብሎ እንደ ቅድመ ሁኔታ የዘረዘራቸው ምሳሌዎች ምንድናቸው?

35. "ታቂያ" ምን ማለት ነው?

36. ዱሪ የተለመዱ ውሸቶች የሚያመጣቸው ስነ-ምግባራዊ ጥፋቶች እንደሆነ አድርጎ የሚያስበው ምንን ነው?

ለራስህ አስብ

37. አብዛኞቹ ሙስሊሞች በእምነት ጉዳዮች ላይ መመሪያ ለማግኘት በምን ላይ ይደገፋሉ?

38. በዘመናዊው የኢንተርኔት ዘመን የእስልምና ቀዳሚ ምንጮች ለኛ ቅርብ መሆናቸውን ተከትሎ ዱሪ ምን እንድናደርግ ያበረታቱናል?

ኢሳ 'የእስልምናው ነቢይ'

39. ሰዎች የሚጋፈጡት ጠቃሚው ምርጫ ምንድነው?

40. በቁርኣን ብዙ ጊዜ የተጠቀሰው የትኛው ነው? ኢሳ ወይስ ሙሐመድ?

41. በእስልምና ሙሐመድ እንዲሻር ያደረገው ምንን ነው?

42. በቁርኣን "ኢንጂል' ምንድነው?

43. እንደ ሐዲስ ከሆነ ኢሳ ተመልሶ ሲመጣ ምን ያደርጋል?

እውነተኛውን የናዝሬቱ ኢየሱስ መከተል

44. ኢየሱስን ስለመከተል ሙስሊሞች የተማሩት ምንድነው?

45. ይህ ከሙስሊሞች ምንን ይሰውራል?

46. እንዴት አስተማማኝ በሆነ መልኩ ስለ እውነተኛው የናዝሬቱ ኢየሱስ ማውቅ እንችላለን?

47. እንዴት ባለ ጠቃሚ መንገድ ነው የቁርአኑን ኢሳና የውንጌላትን ኢየሱስ መለየት ያለብን?

4
ሙሐመድና ተቀባይነት ማጣት

" ጠላቶቻችሁን ውደዱ፤ ለሚጠሏችሁም መልካም አድርጉ"
ሉቃስ 6:27

የዚህ ምዕራፍ ዓላማዎች

ሀ. የመጀመሪያዎቹን የሙሐመድ 40 ዓመታት የአረብ ከባድ ሕይወት ማድነቅ።

ለ. የሙሐመድ ራስን አለመቀበልና ራስን መጠራጠር ከእስልምና በመካ መመሥረት ጋር ምን ያህል የተጣመሩ እንደነበሩ መረዳት።

ሐ. ከመካውያን ፌዝና ስደት ቢደርስበትም የመካ መገለጦች ሙሐመድን እንዴት እንዳጸደቁት መረዳት።

መ. በሙሐመድ የመካ ሕይወት ውስጥ የነበሩ ቁልፍ ሰዎችን ማድነቅ፤ ጽኑ ደጋፊዎቹንና ቁጡ ጠላቶቹን።

ሠ. የሙሐመድ የፈትና- ስደት -ፊትና ጽንሰ-ሐሳብ ከመካ መገባደጃ ጀምሮ በመዲና እስከ ነበረው 10 ዓመታት ውስጥ ወደ ኃይለኛ የጦርነት ትምህርት እንዴት እንደተቀየረ ማብራራት።

ረ. የሙሐመድ የበቀል ፍላጎት ስነ-መለኮታዊ አስተምህሮውንና በማያምኑ፣ በተለይም በአይሁዶች ላይ ያለውን አያያዝ እንዴት እንደቀረፀ ማወቅ።

ሰ. ሙሐመድ ተጠቂነትን ስለ መዋጋት ያለው አመለካከት በእስልምና ውስጥ ወደ ዓለም አቀፋዊ የተጎጂነት ስሜት እንዴት እንዳደገ መረዳት።

ሸ. በሸሪዓ ተጽዕኖ ምክንያት የሙሐመድ መጥፎ ባህሪያት ዛሬ በሙስሊሞች ሕይወት ውስጥ እንዴት እንደሚባዙ መረዳት።

ቀ. እስልምናን የተዉት ከሙሐመድ ባህርይ እና አርአያነት እንዲላቀቁ እንደሚያስፈልግ መገንዘብ።

የመክፈቻ ጥናት ርዕሰ ጉዳይ፡ እርሶ ቢሆኑ ምን ያደርጋሉ?

የሥራው ባሕርይ ሆኖ ብቃቶችህን ለማሻሻል ሙያህ የተወሰኑ ሴሚናሮችን እንድትወስድ ይጠይቃል። በአንድ ወርክሾፕ ወቅት አክራሪ ሙስሊም፣ መናኛ አምላክ የለሽ፣ የስም ካቶሊክና እርስዎ ባሉበት የስራ ቡድን ውስጥ ይመደባሉ። ከዚህ ቡድን ጋር አብሮ መስራት አንዳንድ ጊዜ ደግሞ አብሮ መብላትን ይጨምራል። አንድ ቀን በጋራ እራት እየበሉ እያለ አክራሪው ሙስሊም ለዘመናት በክርስቲያኖች ሙስሊሞች ላይ የደርሱትን ጭቆና መዘርዘር ጀመረ ሁሉንም ክፉ ድርጊቶች ተራ በተራ ተናገረ። ከዚያም እንዲህ አለ " ሙስሊሞች ብዙውውን ጊዜ በክርስቲያኖች ጭቆና ይደርግባቸዋል" አምላክ የለሹም የሙስሊሙን ተቀብሎ በቅዱስ ጦርነት ጊዜ ሙስሊሞችን ክርስቲያኖች እንዳጠቋቸው ተናገረ። በዚህ ጊዜ ካአቶሊኩ አይኑን ደም ለበሰ ያንተም ርዳታ ፈለገና ወደ አንተ ዞረ።

ለሙስሊሙና ለአምላክ የለሹ እርሶ ቢሆኑ ምን ይመልሳሉ?

ሙሐመድ የእስልምና ሥርና አካል ነው። ይህ ትምህርት በሙሐመድ ሕይወት ውስጥ ያጋጠሙትን አንዳንድ አሳዛኝ ገጠመኞችና ለችግሮቹ ምላሽ የሰጠበትን ጎጂ መንገድ ያሳያል። በመጀመሪያው ትምህርት አስቸጋሪውን የቤተሰቡን ሁኔታና ሌሎች በመካ ያጋጠሙትን ችግሮች እንመለከታለን።

የቤተሰብ ጅምር

ሙሐመድ በ 570 ዓ.ም በመካ ከቁረይሽ ነገድ ተወለደ። አባቱ አብደላህ ቢን አብደል ሙጥሊብ የሞተው ሙሐመድ ከመወለዱ በፊት ነው። ከዚያም ሙሐመድ ገና በልጅነቱ እንዲንከባከበው ወደ ሌላ ቤተሰብ ተወሰደ። እናቱ በስድስት ዓመቱ ሞተች ኃያል አያቱ ለጥቂት ጊዜ ሲንከባከቡት ነበር፣ ነገር ግን አያቱ ደግሞ ሙሐመድ የስምንት ዓመት ልጅ እያለ ከዚህ ዓለም በሞት ተለየው። ከዚያም ሙሐመድ ከአባቱ ወንድም አቡጣሊብ ጋር ለመኖር ሄደ፣ የአጎቱን ግመሎችና በጎች የመንከባከብ ኃላፊነት ተሰጠው። በኋላም እያንዳንዱ ነቢይ እረኛ እንደነበሩና ኋላም ትሑት ታሪኩን ወደ ልዩና ልዩ ወደሆነ ነገር ለውጦ ተናግሯል።

ምንም እንኳን አንዳንድ የሙሐመድ ሌሎች አጎቶች ሀብታሞች ቢሆኑም እርሱን ለመርዳት ምንም ያደረጉ አይመስልም። ቁርዓን አንደኛውን የሙሐመድ

አጎት እንዴት እንደሚንቀው ለማሳየት በገሃነም ውስጥ ይቃጠላል በማለት ቅፅል ስሙ አቡ-ላሃብ ወይም 'የእሳት አባት' በማለት ገልጿል።

የአቡ ለሀብ ሁለት እጆች ከሰሩ (ጠፉ፤ እርሱ)
ከሰረም ከእርሱኡ ገንዘቡና ያም ያፈራው ሁሉ ምንም አልጠአቀመውም
የመንቀልቀል ባለቤት የኾነችን እሳት በእርግጥ ይገባል።
ሚስቱም (ትገባለች) እንጨት ተሸካሚ ስትኮን።
በአንገትዋ ላይ ከጭረት የኾነ ገአመድ ያለባት ስትኾን። (ሱራ 111)

ጋብቻና ቤተሰብ

ሙሐመድ በወጣትነት ዕድሜው ሃያ አምስት አምስት አመት እያለ ለአንዲት ሀብታም ሴት ይሰራ ነበር። ኸዲጃ የጋብቻ ጥያቄ ለሙሐመድ አቀርባ ነበር። እሷ በዕድሜ ከሙሐመድ ትበልጣለች። ኢብኑ ካቲር በዘገቡት ሀዲስ መሰረት ኸዲጃ አባቷ ጋብቻውን ውድቅ እንዳያደርገው በመፍራት አባቷ ሰክሮ እያለ ከሙሐመድ ጋር ጋብቻው እንዲፈጽም አደረገች። አባቷ ወደ ልቡናው ሲመጣ የሆነውን ነገር በማወቁ ተናደደ።

በአረብ ባህል አንድ ሰው ለሙሽሪት ቤተሰብ ጥሎሽ መክፈል ነበረበት። ከዚያ በኋላ እሷ ለእርስሱ እንደ ርስት ትቆጠራለች። ባሏ ከሞተ፣ እሷ እንደ እሱ ርስት ተቆጣራ የሞተው ባሏ ወንድም ሊያገባት ከፈለገ ሊያገባት ይችላል። ከተለመደው ሁኔታ በተቃራኒ ኸዲጃ ኃያልና ሀብታም ነበረች - የሙሐመድ የሕይወት ታሪክ ጸሐፊ ኢብኑ ኢሻቅ ከድጃን "የክብርና የሀብት ባለቤት" ብሎ ጠርቷታል -ና ሙሐመድ ጥቂት ተስፋዎች ያሉት ድሃ ነበር። ኸዲጃም ከሙሐመድ ቀደም ብላ ሁለት ጊዜ አግብታ ነበር። በጊዜው በአረቦች ዘንድ የተለመደው የጋብቻ ግንዛቤና በኸዲጃና በሙሐመድ መካከል የነበረው ንፅፅር በጣም አስደናቂ ነበር።

ኸዲጃና ሙሐመድ ስድስት (በአንዳንድ ዘገባዎች ሰባት) ልጆች ነበሯቸው። ሁሉም በአንድ ላይ ሙሐመድ ሦስት (ወይም አራት) ልጆች ነበሩት፣ ነገር ግን ሁሉም በልጅነታቸው ሞቱ፣ ወንድ ወራሾች አላስቀሩም። ይህ በሙሐመድ የቤተሰብ ሕይወት ልምድ ከልጅነት ልምዶቹ በተጨማሪ ሌላ የብስጭት ምንጭ እንደነበር ጥርጥር የለውም።

በማጠቃለያው በሙሐመድ ቤተሰብ ውስጥ ወላጅ አልባ መሆንና አያቱን በሞት ማጣት፣ በሰከረ አማች ጋብቻ መመሥረት፣ ልጆቹን ማጣትና የጠላት ዒላማ መሆንን ጨምሮ ብዙ የሚያሰቃዩ ባህሪያት ነበሩት። ከኃይለኛ ዘመዶች የጠላትነት ስሜት። ለዚህ ውድቅና ተስፋ መቁረጥ ትልቅ ልዩ ሁኔታዎች

በአጎታቸው አቡ ጧሊብ የተደረገላቸው እንክብካቤና ኸዲጃን እንደ የትዳር አጋር መምረጡ ከድህነት ታድጎታል።

አዲስ ሃይማኖት ተመሠረተ (መካ)

የሙሐመድ ቤተሰብ ሁኔታ አስቸጋሪ የነበረና አዲስ ሀይማኖትን ሲመሰርት ችግሮች ማጋጠሙን ጥሎበታል።

ሙሐመድ ወደ 40 አመቱ ገደማ ነበር በኋላ መልአኩ ጅብሪል ነው ካለው መንፈስ ጉብኝት ማግኘት ጀመረ። በመጀመሪያ ሙሐመድ በእነዚህ ጉብኝቶች በጣም ተጨንቆ ነበር፣ እናም እሱ በእርኩስ መንፈስ የተያዘ እንደሆነ ያስብ ነበር። እንዲያውም "ራሴን አጥፍቼ እረፍት ለማግኘት ወደ ተራራው ጫፍ ሄጄ ራሴን ወርውራለሁ" እያለ ራሱን ለማጥፋት አስቦ ነበር። ሚስቱ ኸዲጃ በታላቅ ጭንቀቱ አጽናናችውና ወደ ዘመዷ ዋራቃ ወሰደችው እሱም ክርስቲያን ነቢይ ነበር ሙሐመድን ነቢይ እንደሆነ እንጂ እብደት እብድ እንዳለልነ አስረዳው።

በኋላ፣ መገለጦች ለተወሰነ ጊዜ ሲያቅቆሙ፣ ሙሐመድ እንደገና ራሱን የመግደል ሐሳብ ነበረው፣ ነገር ግን ከተራራው ላይ ሊወረውር ሲል ጅብሪል ብቅ ብሎ ያረጋጋው ነበር፣ "አዲስ ሃይማኖት ሙሐመድ! አንተ በእውነት የአላህ መልእክተኛ ነህ"

ሙሐመድ እንዳይጨበረበርና ተቀባይነት እንዳያጣ ፈርቶ የነበረ ይመስላል ይህንን ለማስረዳት እንደ ምክንያት የሚታየው በቁርአን ውስጥ አላህ ሙሐመድን እንደማይተወው አረጋግጦለታል (ቁ93)።

ሙስሊሙ ማህበረሰብ መጀመሪያ ላይ ቀስ በቀስ አደገ። ኸዲጃ የመጀመሪያዋ የእርሱ እምነት ተከታይ ነበረች። ቀጣዩ የሙሐመድ ወጣት የአጎት ልጅ አሊ ቢን አቡጣሊብ ነበር፣ እሱም በሙሐመድ በራሱ ቤት ያደገው ነው። ሌሎች በዋናነት ከድሆች፣ ከባሮችና ነፃ ከወጡ ባሪያዎች መካከል ተከትለዋል።

የሙሐመድ የራሱ ጎሳ

መጀመሪያ ላይ አዲሱ ሀይማኖት በተከታዮቹ ተደብቆ ነበር ነገርግን ከሦስት አመታት በኋላ መሀመድ አላህ ለሕዝቡ ይፋ እንዲያደርግ እንደነገረው ተናግሯል። ይህንንም ያደረገው ዘመዶቹን በመጥራት ዘመዶቹን ወደ እስልምና የጋበዘበት መጀመሪያው ነው።

በመጀመሪያ የሙሐመድ የቁረይሽ ጎሳ አባላት እሱን ለመስማት ፈቃደኞች ነበሩ ነገር ግን አማልክቶቻቸውን ማጥቃት እስኪጀምር ድረስ ብቻ ነበር። ከዚህ በኋላ

ሙስሊሞችን ኢብኑ ኢሻቅ እንደሚለው "የተናቀ አናሳ" ብለው ይጠሩት ጀመሩ። ውጥረቱም በረታ ሁለቱ ወገኖች ተፋጠጡ።

ተቃውሞ በተነሳበት ወቅት የሙሐመድ አጎት አቡ ታሊብን ጠበቀው በመካ ያሉ ሌሎች ሰዎች "አቡ ጧሊብ ሆይ የወንድምህ ልጅ አማልክቶቻችንን ሰድቧል፣ ሃይማኖታችንን ሰድቧል፣ በአኗኗራችን ላይ ይሳለቃል… ወይ እሱን ልታስከለክለው አለዚያም እርሱን እንድንገናኘው ፍቀድ" ብለው ጠየቁት አቡጧሊብም ለስለስ ያለ መልስ ሰጣቸው። እነርሱም ተመልሰው ሄዱ።

የማያምኑት ዐረቦችም በሙሐመድ ጎሳ ላይ ኢኮኖሚያዊና ማሕበራዊ ችግር ለመፍጠር ሰዎችን ያደራጁ ጀመሩ ከእሱም ጎሳ ጋር ጋብቻ ተከለከለ። በዚያ የነበሩ ሙስሊሞች በድህነት ምክንያት የከፋ ችግር ላይ ወድቀው ነበር። ኢብኑ ኢሻቅ በቁረይሾች እጅ ያደረጉትን አያያዝ በአጭሩ እንዲህ ሲል ገልጿል።

> ከዚያም ቁረይሾች መልእክተኛውን ለተከተሉት ሁሉ ጠላትነታቸውን አሳይተዋል። ሙስሊሞችን ያቀፉ ጎሳዎች ሁሉ በነሱ ላይ ጥቃት ሰንዝረዋል፣ እያሰሩ፣ እየደበደቡ ምግብም ሆነ መጠጥ ከለከላቸው። እንዲሁም ለነደደው የመካ ሀሩር በማጋለጥ ከሃይማኖታቸው እንዲወጡ አደረጉ። አንዳንዶች ስደት ሲደርስባቸው ተስፋ የቆረጡ ሲሆን ሌሎች ደግሞ በአምላክ ጥበቃ ተቃውሟቸዋል።[7]

ሙሐመድ ራሱ ከአደጋና ከስድብ አላመለጠም ነበር፡ ሲጸልይ ሲጸልይ ቆሻሻና የእንስሳት አንጀት ሳይቀር ተጥሎበታል።

ስደቱ ሲቀጥል 83 ሙስሊም ወንዶችና ቤተሰቦቻቸው ወደ ክርስቲያን ሀገር አቢሲኒያ ተሰደዱ፤ በዚያም ከለላ አግኝተዋል።

በእነዚህ በሚቀጥሉት ክፍሎች ሙሐመድ በመካ ውስጥ በገዛ ወገኖቹ ለተነሳበት ተቃውሞ ምን ምላሽ እንደሰጠ እንመለከታለን።

ራስን መጠራጠርና ራስን ማጽደቅ

በአንድ ወቅት ሙሐመድ በቁረይሽ ሰዎች ግፊት በአንድ አምላክ ላይ ያለው እምነት ሲናወጥ ታየ። እርሱ የእነርሱን አማልክት የሚያመልክ ከሆነ እነርሱ ደግሞ የእርሱን እምነት ለመከተልና አላህን ለማምለክ ማግባቢያ አቅርበው ነበር። የቁ109፡6 አንቀጽ "ለእናንተ ሃይማኖታችሁ አልላችሁ ለእኔም ሃይማኖቴ

---

7. A. Guillaume, *The Life of Muhammad*, p. 143.

አለኝ!" የሚለውን በማወጅ ይህንን ስምምነት አልተቀበለውም። ነገር ግን፣ ሙሐመድ ተምታቶ ነበር። በዚህ ጊዜም አል-ታባሪ የኮከብ ምዕራፍ የሚባለውን 53ኛው ሱራ ወረደለት፣ ስለ መካ ሴት አማልክት የሚናገር ሲሆን ይህም "ሰይጣናዊ ጥቅሶች" ተብለው ይጠራሉ።የመካ ሴት አማልክቶች አል-ላት፣ አል-ኡዛና ማናት እነዚህም በሱራ ው ውስጥ በም የከበሩና ለቁረይሾች የሚማለዱ እንደሆነ የሚናገር ነበር።

ይህንን አንቀጽ በሰሙ ጊዜ አሕዛብ ቁረይሾች በጣም ተደስተው ከሙስሊሞች ጋር መስገድ ጀመሩ። ነገር ግን መልአኩ ጅብሪል ይህንን ሰላደረገ ሙሐመድን ገሠጸው፣ ስለዚህ ሙሐመድ ጥቅሱ የተሰረዘ (የተሰተወ)ና ከሰይጣን የመጣ መሆኑን አስታውቋል። ሙሐመድ ጥቅሱ መሰረዙን ሲገልጽ፣ ይህ ቁረይሾችን የበለጠ ንቀት እንደሆነ ተሰማቸው፣ እነሱም ለሙሐመድንና ተከታዮቹ የበለጠ ጠላት ሆኑ።

ከዚህ በኋላ ሙሐመድ ከእርሱ በፊት የነበሩት ነቢያት ሁሉ በሰይጣን ተሳስተዋል የሚለውን ጥቅስ ጥግቧል (ቁ22፡52)። እዚህ ላይ ደግሞ ሙሐመድ ሊያሳፍር የሚችል ምክንያት ሲወስድና ወደ መለያ ምልክት ሲለውጠው እናያለን።

እንደ ቅቀልድ የሙሐመድን ድርጊት ከታየ ሙሐመድ ውሸታም ነው። ንገር ግን ቁርኣን መልሰ ኣርሱ ሙሐመድ እውነተኛ እንደሆነ የሚያኣረጋግጡ አንቀጻችን ተቀብሏል። እሱ አልተሳሳተም ይላል ቁርኣን ፡ ነገር ግን ታማኝ ሰው ነበር (ቁ53: 1-3፡ ቁ68: 1-4).

የተለያዩ ሀዲሳት እንደዘገቡት ከሆነ የሙሐመድ የበላይነትን የእርሱ ዘር ጎሳና ወላጆች እጅግ በጣም ከፍ ያሉ እንደሆኑ ይገልጻሉ። ሕጋዊ እንዳለሆነ ስናገሩት የእርሱ ቅድመ አያቶች የተወለዱት ያለ ጋብቻ እንደ አዳም እንደተወለዱ ይናገር ነበር። ኢብን ካቲር ሀዲስ ላይ እንደተዘገበ ሙሐመድ እንዲህ ሲል አወጀ ከዐረብ ውስጥ ከምርጡ ጎሳ (ሐማሽያዊያን) ተገኝቻለሁ አለ። ከምርጥ ሕዝብ (የአረቦች) ምርጥ ሰው መሆኑን አስታውቋል፣ "እኔ በመንፈስ ከእናንተ በላጭ ነኝ በወላጅነት ከእናንተም በላጭ ነኝ... ከተመረጡት መካከል በጣም ተመራጭ ነኝ፡ ስለዚህ አረቦችን የሚወድ እኔን በመውደዱ ነው የሚወዳቸው።

የእስልምና የስኬት ጽንሰ-ሀሳብና የአሸናፊዎችና የተሸናፊዎች ቋንቋ በቁርዓን ውስጥ እንደ ጭብጥ መታየት የጀመረው ሙሐመድ በመካ በቆየባቸው 13 ዓመታት ውስጥ ነበር። ለምሳሌ፣ በሙሴና በግብፃውያን ጣዖት አምላኪዎች መካከል ስላለው ግጭት ቁርዓን ደጋግሞ በመጥቀስ ውጤቱን በአሸናፊዎችና በተሸናፊዎች (ለምሳሌ ቁ20፡64፣ 68፣ ቁ26፡40-44) ይገልፃል። ሙሐመድ የአላህን አንቀጾች የማይቀበሉ ከሳሪ እንደሚሆኑ በመግለጽ የስኬት ቃላትን በራሱና በተቃዋሚዎቹ መካከል ባለው ትግል ላይ መተግበር ጀመረ።

አዲስ አጋሮችና ከመካ መኮብለል

ሙሐመድ በተመሰሳይ አመት ሚስቱን ኸዲጃንና አጎቱን አቡጣሊብን ባጣ ጊዜ ነገሮች በመካ ውስጥ ለእርሱ ለተወሰነ ጊዜ ጥሩ አልነበሩም።ትልቅ ድብደባዎች ደርሰውበታል። ያለ እነርሱ ድጋፍና ጥበቃ ቁረይሾች በሙሐመድና በሃይማኖታቸው ላይ የበለጠ ጠላትነት።

የአረብ ማህበረሰብ በትብብርና ደንበኝነት መርህ መሠረት ግንኙነታቸው የተመሰረተ ነበር። ደህንነትን ለማግኘት የሚችሉበትም መንገድ ከራሳቸው ይልቅ ኃይለኛ ከሆነ ሰው በታች በመሆን ነው። ሙሐመድም በእርሱና ተከታዮች ላይ አላቶች እየበዙ በሄዱ ቁጥር ከለላ ፈልጎ ከመካ በትንሽ ርቀት ላይ ወደ ምትገኘው ወደ ጣኢፍ ሄደ። ሆኖም በጣኢፍ የሚኖሩት በሙሐመድ ላይ አሹፈው ከዚያ አባረሩት።

ከጣኢፍ በሚመለሱበት መንገድ ላይ ኢስላማዊ ትውፊት እንደዘገበው አንድ ቡድንጂን (አጋንንት) ሙሐመድ በሌሊት መካከል ጸሎቱን ሲያደርግ የቁርአን ጥቅሶች ሲያነብ ሰሙ። በሰሙት ነገር በጣም ከመደነቃቸው የተነሳ ወዲያውኑ እስልምናን ተቀበሉ። ከዚያም እነዚህ ሙስሊም አጋንንቶች እስልምናን ለመስበክ ሄዱ ወደ ሌሎች ጂኒዎች ሄዱ። ይህ ክስተት በቁርአን ውስጥ ሁለት ጊዜ ተጠቅሷል (ቁ46፡29-32፤ ቁ72፡1-15)።

ይህ ክስተት በሁለት ምክንያቶች አስፈላጊ ነው። በመጀመሪያ፣ ሙሐመድ ራሱን ለማረጋገጥ የሚከተለውን መንገድ ጋ የሚስማማ ነው። ምንም እንኳን በጣኢፍ ያሉ ሰዎች ውድቅ ቢያደርጉትም ጂኒ ግን እውነተኛ የአላህ መልእክተኛ ነኝ ባለው ነገር እውቅና ሰጥተውታል።

ሁለተኛ፡ እነዚህ ሙስስሊም በሆኑ ጂኒዎች አማካይነት እልምና ለአጋንንታዊው ዓለም በር ይከፍታል። ይህ በሙሐመድ ሕይወት ውስጥ ያለው ክስተት፣ ጂኒ ለሙሐመድ ከአላህ ዘንድ የተላከ ለመሆኑ መስጠቱ ይህ ክስተት በሙሐመድ ሕይወና በእስልምና ውስጥ የተዘገበ ነው። ሙስሊሞች ከመናፍስት ዓለም ጋር የሚገናኙበት ሌላው ምክንያት በቁርዓንና በ*ሀዲሶች* ለእያንዳንዱ ሰው ተጓዳኝ መንፈስ ሰላለበት ነው (ሱራ 43:36፡ ሱራ 50:23፡ 27)።

ወደ መካ ስንመለስ ነገሮች ለሙሐመድ ጥሩ አልነበሩም። ሆኖም በመጨረሻ እሱን ለመጠበቅ ፈቃደኛ የሆነ ማህበረሰብ ማግኘት ቻለ። ብዙ አይሁዶች የሚኖሩባት ከያትሪብ (በኋላ መዲና ተብላ የምትጠራ) የመጡ አረቦች ነበሩ ሊጠቁት ፈቃደኛ የሆኑት። በመካ በተካሄደው አመታዊ ትርኢት ከመዲና የመጡ ጎብኝዎች ለሙሐመድ ታማኝነታቸውንና ታዛዥነታቸውን በመግለጽ በአንድ አምላክ ትምህርት ለመኖር ተስማምተዋል።

በዚህ የመጀመሪያ ቃል ኪዳን ስለ ለመዋጋት ምንም ዓይነት ቁርጠኝነት አልተደረገም። ነገር ግን፣ በሚቀጥለው አመት ትርኢት ላይ ብዙ የመዲና ሰዎች ሙሐመድ ሲፈልግ የነበረውን ጥበቃ ለማድረግ ቃል ገቡ። እኚህ መዲናዎች፣ *አንሳር 'ረዳቶች'፣ "ለሐዋርያው ፍጹም ታዛዥ በመሆን ጦርነት" ለማድረግ ወሰኑ።*

ከዚህ በኋላ የመካ ሙስሊሞች ወደ መዲና እንዲሰደዱ ተወሰነ። ሙሐመድ በመጨረሻው ወደ መካ የሸሸው በእኩለ ሌሊት በጀርባ መስኮት በኩል አምልጦ ነበር። ከዚያም በመዲና፣ ሙሐመድ መልእክቱን ያለምንም እንቅፋት ማስተማር ችሏል ሁሉም ማለት ይቻላል የመዲና አረቦች በመጀመሪያው አመት ውስጥ እስልምናን ተቀበሉ። በዚህ ጊዜ ሙሐመድ ገና ከ52 ዓመት በላይ ሆኖት ነበር።

በመካ ዓመት ሙሐመድ በራሱ ቤተሰብና ነገድ ተገፏል። ከጥቂቶች በስተቀር፣ በእርሱ ያመኑት ትሑት ድሆች ብቻ ነበሩ፣ ሌሎቹ ሁሉ ግን ተሳለቁበት፣ ዛቻ፣ መዋረድ ጥቃት ደርሶበታል።

ሙሐመድ በመጀመሪያ በራሱ ርግጠኛ አልነአረም። ለዚህ ትንቢታዊ ጥሪ የሚደርስበትን መገፋት ፈርቶ ነበር። በአንድ ወቅት የቁይሽ ሰዎችን ጦኦታትም ለማምለክ ፈቃደኛ ሆኖ ነበር። ነገር በመጨረሻም እነዚህን ሁሉ ተቃውሞዎች አልፎ የራሱ የሆኑ ጽኑ ተከታዮችን አፈራ።

ሙሐመድ በመካ ሰላማዊ ነበረን?

ብዙ ጸሐፊያን ሙሐመድ በመካ የሰጠው ምስክርነት ሰላማዊ ነበር ይላሉ። በአንድ በኩል ይህ እውነት ነበር። ነገር ግን፣ በመካ የቁርኣን ምዕራፎች ውስጥ ምንም ዓይነት አካላዊ ጥቃት ባይታዘዙም፣ በእርግጥ ይህ ግን ታስቦ ነበር የመጀመሪያዎቹ መገለጦች የሙሐመድን ጎረቤቶች በሚያስፈራሩ ቋንቋዎች የተሞሉ ነበሩ። በሚቀጥለው ሕይወትም ሀይማኖቱን ላልተቀበሉት የሙሐመድ ጎረቤቶች አሰቃቂ ስቃይ እንድሚጠብቃቸው የሚያውጅ ነበር።

በቁርኣን ውስጥ ካሉት የመካ የፍርድ ጥቅሶች አንዱ በተግባር የሚያረጋግጠው ሙሐመድን በገፉት የቁረይ ሕዝቦች ፊት እውነተኝነቱን ማረጋገጥ ነው። ለምሳሌ ቁርኣን በሙስሊሞች ላይ የሚስቁ በዚችም ሆነ በሚቀጥለው ሕይወት ይቀጣሉ ይላል። ምእመናን በገነት ውስጥ በአልጋቸው ላይ ተመቻችተው የወይን ጠጅ እየጠጡ ወደ እነዚያ ከሓዲዎች በገሀነም እሳት የሚጠበሱትን ሲያዩ ይስቃሉ።(ቁ83፡29-36)።

እነዚህ የፍርድ መልእክቶች መካ ውስጥ የእርስ በርስ ግጭትን እንዳቀጣጠሉ ጥርጥር የለውም። ከሓዲዎችም የሚሰሙትን ነገር አልወደዱም።

ሙሐመድ ዘላለማዊ ፍርድን መስበኩ ብቻ ሳይሆን ኢብኑ ኢስሃቅ እንደዘገበው ሙሐመድ በመጀመሪያ የካዱትን መካውያንን ለመግደል ያለውን አላማ ያሳየው በመካ ዘመን መጀመሪያ ላይ ነበር። እንዲህም አላቸው፡- "ቁረይሽ ሆይ እኔን ትሰማኛለህን? ነፍሴን በእጁ በያዘ፣ እኔ መታረድን አመጣሃለሁ።

በኋላ፣ ሙሐመድ ወደ መዲና ከመሸሹ ጥቂት ቀደም ብሎ፣ የቁረይሽ ሕዝቦችን ወደ እርሱ መጥተው የካዱትን እንደሚገድላቸው በማስፈራራቱ ምክንያት ክስ አቅርበውለት ነበር "ሙሐመድ እንዲህ ሲል ተናግሯቸዋል... እርሱን ካልተከተልክ ትታረዳለህ። ከሙታንም በተነሣህ ጊዜ ደግሞ በገሃነም እሳት ትቃጠላለህ። ሙሐመድ "እንደዚያ እላለሁ" በማለት ይህ የቀረበበት ክስ ትክክል መሆኑን አምኗል።

በመካ ተቃውሞና እንግልት ከደረሰ በኋላ የሙስሊሙ ማህበረሰብ በነቢያቸው ሙሐመድ እየተመራ በተቃዋሚዎቻቸው ላይ ጦርነት መግጠም መረጡ።

በእነዚህ ክፍሎች ሙሐመድ እሱንና መልእክቱን በተቃወሙት ላይ ወደ ጦርነት ማወጁን እንመረምራለን።

ከስደት ወደ ገዳይነት

ፊትና የሚልው የአረብኛ ቃል 'ፈተና' ፡ 'መከራ'ና 'ስደት' ማለት ሲሆን ይህንም ቃል መረዳት ሙሐመድ እንዴት ወደ ወታደራዊ መሪነት እንደመጣ እጅግ አስፈላጊ ነው።ቃሉ የመጣው ፋታና ከሚለው ሲሆን "ከፈተና ወይም ወደ ፈተና ኣፊትን ማዘር ማለት ነው።" የቃሉ መሠረተ ትርጉሙ ብረትን በእሳት መሞከርና ማጽዳት ነው።*ፊትና* ሁለቱንም አወንታዊና አሉታዊ የማሳመን መንገዶችን ጨምሮ ፈተናን ወይም መከራን ሊያመለክት ይችላል። የገንዘብና ሌሎች ማበረታቻዎችን መስጠት ወይም ማሰቃየትን ሊያካትት ይችላል።

ፊትና በጥንታዊው የሙስሊም ማህበረሰብ ከማያምኑት ጋር በነበረው ልምድ ላይ በእስላማዊ ትምህርት ውስጥ ውስጥ ቁልፍ ጽንሰ-ሀሳብ ሆኖ ነበር። ሙሐመድ በቁረይሾች ላይ ያቀረቡት ክስ የተጠቀሙበት ይህንን ጽንሰ-ሀሳብ ነበር።*ፊትና*- ስድብ፣ ስም ማጥፋት፣ ማሰቃየት፣ መገለል፣ የኢኮኖሚ ጫናና እንዲሁም ጥሩ የሆኑ መንገዶች እንደ ማበረታቻዎች በማቅረብ እስልምናና ወይም መቀበል ወይም ደግሞ እንዲሰቃዩ እስልምናሙስሊም ካልሆኑ ሰዎች የሚፈልገው ተግባር ነው።

መዋጋትን በተመለከተ የመጀመሪያዎቹ የቁርኣን ጥቅሶች በግልጽ እንደተናገሩት የመዋጋትና የመግደል ሽሃዳ በሙሉ ማጥፋት ነበር በዚህም ፊትናን ተግባራዊ ድረግ ነው።

> እነዚያንም የሚጋደሉዋችሁን (ከሓዲዎች) በአላህ መንገድ ተጋደሉ። ወሰንንም አትለፉ፤ አላህ ወሰን አላፊዎን አይወድምና።
>
> ባገኛችኋቸውም ስፍራ ሁሉ ግደሉዋቸው። ከአወጧችሁም ስፍራ አውጧቸው። መከራም ከመግደል ይበልጥ የበረታች ናት። በተከበረው መስጊድም ዘንድ በርሱ ውስጥ እስከሚጋደሉዋችሁ ድረስ አትጋደሉዋቸው፡ ፡ ቢጋደሉዋችሁም ግደሉዋቸው፤ የከሓዲዎች ቅጣት እንደዚህ ነው።
>
> ቢከለከሉም አላህ መሓሪ አዛኝ ነው።
>
> ሁከት እስከማይገኝና ሃይማኖት ለአላህ ብቻ እስከሚኾን ድረስ ተጋደሉዋቸው። ቢከለክሉም ወሰንን ማለፍ፤ በበዳዮች ላይ እንጂ የለም (ወሰን አትለፉባቸው)።
> (ሱራ 2፡190-193)

ፊትና የሚለው ሀሳብ ለሙስሊሞች "ከመግደል የበሰ ነበር" ይህም እጅግ በጣም አስፈላጊ እንደሆነ በቁርኣን ተረጋግጧል። በተከበረው ወር (የአረብ ጎሳ ወጎች ወረራ በሚከለክሉበት ወቅት) በመካ በሚኖሩ የማያምኑትን ሰፋሪዎች ደም ማፍሰስ እጅግ ትንሽ ነገር ነው። በዚህም ከባድር ጦርነት በኋላ ተመሳሳይ አብብቀጽ ወርዷል (ሱራ 2፡217)። ቢያንስ ቢያንስ የካፊሮችን (የማያምኑትን) ሰዎች ደም ማፍሰስ ሙስሊሞችን ከእምነታቸው ወደ ሌላ አቅጣጫ የመምራት ያህል መጥፎ እንዳልሆነ ይጠቁማል።

በዚህ የሱራ 2 ትምህርት ውስጥ ያለው ሌላው ጉልህ ሀረግ "ሁከት እስከማይገኝ ድረስ ....ተዋጋቸው" በማለት ተናግሯል። ይህ ደግሞ ለሁለተኛ ጊዜ ከበድር ጦርነት በኋላ በመዲና በሁለተኛው አመት ለሙሐመድ ወረደ (ሱራ 8፡39)።

እነዚህ *ፊትናን የሚያስተምሩ* አንቀጾች፣ እያንዳንዳቸው ሁለት ጊዜ ለነቢዩ ተገለጡ። ፊትና የሚለውን መርህ እነዚህ አንቀጾች መስርተዋል። *ጂሃድ* ሰዎች ወደ እስልምና እንዳይገቡ የሚከለክል ማንኛውም እንቅፋት በመኖሩ ወይም ሙስሊሞች እምነታቸውን እንዲተዉ የሚያበረታታ ነገር በመኖሩ ምክንያት እስልምናን ለማጽናት እንደሆነ ከላይ ባለው አንቀጾች የተረጋገጠ ነው። ሌሎችን መታገልና መግደል ከባድ ቢሆንም፣ እስልምናን ማዳከም ወይም ለሚያደናቀፍ ቅጣቱ የከፋ ነበር።

የሙስሊም ምሁራን ፅንሰ-ሀሳቡን አስፍፍፍተዋል። *ፈትና የሚለውን ጽንሰ-* አለማመንን ብቻ ሳይሆን በሌሎች ላይ መከራን ማድረስን ለማካተት ሐሳቡን አስፋፍተውዋል። ስለዚህ ቃሉ በጽንሰ-ሀሳብ ደረጃ "ከመግደል አለማመን የከፋ ነው" ተብሎ ሊተረጎም ይችላል።

በዚህ መንገድ ተረድተአን ፊትና ካለማመን የከፋ ማለትም ሙስሊም ያልሆኑትን እስልምናን እንዲቀበሉ ጥሩውንም መጥፎውንም ነገር ማቅረብ እስላማአዊ ግዴታ መሆኑን መረት ያስፈልጋል። ስለ ካፊሮች ታላቁ ተንታኝ ኢብኑ ካቲር እንዳስቀመጡት "ክህደት መፈጸም ብቻውን" ከመገደላቸው የበለጠ ክፉ ነበር። ይህም ክህደትን ለማስወገድና እስልምናን በሁሉም ሀይማኖቶች ላይ የበላይ ለማድረግ ጦርነት ፍትሃዊነትን ሰጥቷል (ሱራ 2:193፥ ሱራ 8:39)።

"እኛ ነን ተጎጂዎች!"

በእነዚህ የቁርዓን ክፍሎች ሙሐመድ የሙስሊሞችን መጎዳት አጽንዖት ሰጥቷል። መዋጋትና ድል መንሣት የጽድቅ መስሎ ለመታየት ካፊሮች ጠላቶችና ጥፋተኞች እንደሆኑና ሊጠቁ ይገባቸዋል ብሏል። ሙስሊሞች እጅግ የተጎዱ እንደኦኑ በመናገር ስለዚህ እነርሱ ደግሞ የማያምኑትን በማጥቃት ይህንን ሂደት አጽድቃል። ሙስሊሞች የማያምኑትን አጥብቀው እንዲያጠፉ ባስተማራቸው ቁጥር የማያምኑትን ሰዎች ይልቅ ጎጂዎች እንደሆኑ አስተምሯል። አላህ የሙስሊሞች ስቃይ "ከመግደል የከፋ" መሆኑን ካወጀ በኋላ ሙስሊሞች በጠላቶቻቸው ላይ ካደረሱት ከማንኛውም ነገር የበለጠ ክፉ እንደሆኑ ማሰብ እንደ ትልቅ ክፋት መቁጠር ግዴታ ሆነ።

ይህም በቁርዐንና በሱናዎች ውስጥ የተዘገቡ ናቸው። አንድ ሙስሊም በሌአሎች ላይ የሚያደርሰው መከራ እርሱ ከደርሰበት ጉዳት ለምን ያነሰ እንደሆነ ደጋግሞ ያስተምር ነበር። ይህን አስተሳሰብ በአልጀዚራ ቴሌቪዥን ከዶ/ር ዋፋ ሱልጣን ጋር ባደረጉት ክርክር በአልጄሪያ የሃይማኖት ፖለቲካ ፕሮፌሰር አህመድ ቢን ሙሐመድ ያሳዩት ነበር። ዶ/ር ሱልጣን ሙስሊሞች ንፁሃንን እንደገደሉ ጠቁመዋል። በዶክተር ሱልጣን ክርክር የተበሳጨው አህመድ ቢን ሙሐመድ እንዲህ በማለት መጮህ ጀመረ።

> ተጎጂዎቹ እኛ ነን! ...በእኛ [ሙስሊሞች] ውስጥ በሚሊዮን የሚቆጠሩ ንፁሀን ሰዎች አሉ፣ ከናንተ መካከል ንፁሀን ግን... ቢበዛ በደርዘን የሚቆጠሩ፣ በመቶዎች ወይም በሺዎች የሚቆጠሩ ናቸው።

ይህ የተጎጂ አስተሳሰብ እስከ ዛሬ ድረስ ብዙ ሙስሊም ማህበረሰቦችን እያስጨነቀ ይገኛልና በዚህም ለድርጊታቸው ሀላፊነት የመውሰድ አቅማቸውን ያዳክማል።

በቀል

ሙሐመድ በመዲና የነበረው ወታደራዊ ጥንካሬ እያደገ ሲሄድና ድሎች መምጣት ሲጀምር፣ የምርከኞች አያያዝ ለምን ጠላቶቹን ሊወጋ እንደተነሳሳ ብዙ አሳይቷል። ቀደም ሲል በሙሐመድ ላይ የግመል ፋንድያንና አንጀትን የወረወረው ዑቅባ በበድር ጦርነት ተማርኮ ተይዞ ነበር። እናም ዑቅባ “ልጆቼን ግን ማን ይጠብቃል ሙሐመድ ሆይ?” በማለት ሕይወቱን ለመነ። መልሱ “ሲኦል!” የሚል ነበር። ከዚያም ሙሐመድ ዑቅባ እንዲገደል አደረገ። ከበድር ጦርነት በኋላ በጦርነቱ የተገደሉት የመካ ሰዎች አስከሬኖች ጉድጓድ ውስጥ ተቆልላአው ሙሐመድ በሌሊት ወደ ጉድጓዱ በመሄድ በመካ ሙታን ላይ ይሳለቃሉ።

እንደዚህ ዓይነት ክስተቶች ሙሐመድ እሱን የካዱትን በመበቀል እራሱን ለማረጋገጥ እንደፈለገ ያሳያሉ። ለሙታንም ቢሆን የመጨረሻውን ቃል እንዲኖረው አጥብቆ ጠየቀ።

ሙሐመድን በመካ አስቀድሞ ያልተቀበሉት የመገደል ዝርዝር ውስጥ ግንባር ቀደሞቹ ነበሩ። ነገር ግን ሙሐመድ መካን ሲቆጣጠር የመግደል ፍላጎቱ ቀነሰ። ትንሽ ቁጥር ያላቸው ሰዎች ግን በዝርርዝሩ ውስጥ እንዳሉ ነበር። ይህም ዝርዝር ሦስት ከሐዲዎች፡ አንድ ወንድ አንዲት ሴትና እርሱን የሚያንቋሽሽ ዘፈን የሚገጥሙ ሁለት ባሪያዎች ነበሩ።

በመካ አስቀድመው ኣርስሱን የተቃወሙትን ዝርዝር በማነሱ ደስተኛ አልነበረም። ነገር ግን ከዚህም በላይ የከሃዲዎች ሕልውና መቀጠል ግን በልኦች ሙስሊሞች ላይ እምነታቸውን ሊያዳክም የሚችል ስለነበር አደገኛ ተብለው እንዲለዩ ተደርጓል።

ሙስሊም ላልሆኑ ሰዎች ያለው አንድምታ

በኢስላማዊ ህግ የማያምኑት ሕጉን ላለመቀበላቸው ዋና ምክንያት በሙሐመድ ስሜታዊ የሆነ ንጽሮተ ዓለም ነው። እርሱ ላልተቀበሉት የሰጠው ምላሽ እስልምና እንዲገፋ ምክንያት ሆኗል።

መጀመሪያ ላይ፣ ሙሐመድ ጠላትነቱን ያተኮረው በወገኖቹ በሆኑት ጣኦት አምላኪ አረቦች ላይ ነው። ሙሐመድ ጣኦት አምላኢ አረቦች ላይ ምን ዓይነት

ምመንገድ እንደተከተለ መታዘብ ይቻላል። ሙሐመድ ከጣኦት አአምላኪ አረቦች ጋር የነበረውን አካሄድ መመልከት እንችላለን። እስልምናን ያልተቀበሉበት ምክንያትም እርሱ እነርሱ ላይ ባደረሰ ውፋት ምክንያት ቂም ይዘው እንደነበር ግልጽ ነው። ስለዝህ ጣኦት አምላኪዎቹ እርሱ በነበረው መጥፎ ባሕሪ ምክንያ ሙስሊም አምአሆናቸውን ትክክለኛ ነገር እንደበር አድርጎ እንዲቆጥሩ አድርጓቸዋል። ሙሐመድ በተመሳሳይ ከመጽሐፉ ሰዎች ጋር በነበረው ግንኙነትም ተመሳሳይ ችግር አለ። እስልምናን የማይቀበሉ እንደመሆናቸው መጠን ጥፋተኞች ተብለው እስከመጨረሻው ተፈርጀው ሙስሊኢሞች የበላይ መሆን ይገባቸዋል በሚለውና የመጽሐፉ ሰዎች ደግሞ የበታች ተደርገው ይታዩ ነበር።

ሙሐመድ መካን ከመውረሩ በፊት ወደ መካ የሐጅ ጉዞ እንደሚያደርግ በራዕይ ታይትቶት ነበር። ሙስሊሞች ከመካውያን ጋር በጦርነት ውስጥ ስለነበሩ ይህ በወቅቱ የማይቻል ይመስል ነበር። ከራዕዩ በኋላ ሙሐመድ የሐጅ ጉዞ ለማድረግ የፈቀደለትን የሁዳይቢያህ ስምምነት ተደራድሮ ፈጸመ።ይህም ስምምነት ለአሥር ዓመታት የሚቆይ ሲሆን በስምምነቱ መሠረት ወደ መካ የሚመጣ ሁሉ ያለ ጠባቂዎቻቸው ፈቃድ ይመለሱ የሚል ነበር። ይህም ባሪያዎችንና ሴቶችን ይጨምራል። ስምምነቱም ከሁለቱም ወገን ሰዎች እርስ በርስ እንዲጣመሩ ፈቅዷል።

ሙሐመድ ግን የስምምነቱን ቅድምአሁኔታ አልጠበቀም፡ ሰዎች ሚስቶቻቸውን ወይም ባሪያዎቻቸውን ለማስመለስ ከመካ ወደ እርሱ ሲመጡ የአላህን ስልጣን በመጥቀስ የተሸሸጉትን ለመመለስ ፈቃደኛ አይሆንም። በመጀመሪያው ለመመለስ እምቢ ያለው ኡሙ ኩልቱም የተባለች ሴት ነበረች፤ ወንድሞቿ ሊወስዷት ሲመጡ ግን ሙሐመድ እምቢ አለ፣ ምክንያቱም ኢብን ኢሻቅ እንዳስቀመጠው፣ "አላህ ከልክሏል" በማለት ነበር (በተጨማሪም ቁ60፡10 ይመልከቱ)።

ሱራ 60 ሙስሊሞች ከሓዲዎችን ወዳጆቻቸው አድርገው እንዳይዙ ያዛል። እንዲህ ይላል፡ ማንኛውም ሙስሊም የመካ ሰዎችን በድብቅ የሚወድ ከሆነ መንገድ ስቷል ማለት ነው የማምኑ ሰዎች ፍላጎት ሙስሊሞችን ከእምነታቸው መመለስ ብቻ ነው ፍላጎታቸው። የሱራ 60 ሙሉው "እርስ በርሳችን ጠላትነትን አናሳይም፤ ሚስጥር መደበቅ ወይም አለመተማመን ሊኖር አይገባም" ካለው የሁደይቢያህ ስምምነት መንፈስ ጋር ይጋጫል። ነገር ግን በኋላ ላይ ሙስሊሞች መካን ሲያጠቁና ሲቆጣጠሩ ውሉን የጣሱት ቁረይሾች ናቸው በሚል ያደጉትን ነገር ሁሉ ትክክል ነው ተብሏል።

ከዚህ በኋላ አላህ ከጣዖት አምላኪዎች ጋር ምንም ዓይነት ስምምነት እንደማይደረግ አወጀ - "አላህ ጣዖትን አምላኪዎችን ይክዳል"ና "አጋሪዎችን ባገኛችሁበት ግደላቸው" (ሱራ 9:3፣ 5)።

ይህ የክስተቶች ቅደም ተከተል የተረጋገጠ ኢስላማዊ አመለካከት የሆነውን፣ ሙስሊም ያልሆኑት ከሓዲዎች በተፈቁሯቸው ቃል ኪዳኖችን መጠበቅ እንዳልቻሉ ያሳያል (ሱራ 9፡7-8)። በተመሳሳይ ጊዜ ሙሐመድ ከአላህ ባዘዘው መሰረት ከካፊሮች ጋር ያለውን ስምምነት ማፍረስ መብቱን ተናገረ። ሙሐመድ የበላይ ስልጣን እንዳለው በመናገር ስምምነቶቹን ሲቁስ ይህ እንደ ዓመፅ አይቆጠርም ነበር።

እንደነዚህ ያሉ ክስተቶች ሙሐመድ የማያምኑትን ሙስሊሞችን ከእምነታቸው ከሚያታልሉ (ማለትም ከሚፈጽሙት) ምድብ ጋር በመመደብ መሆኑን ያሳያሉ እስልምናን እስካልተቀበሉ ድረስ ከነሱ ጋር መደበኛ ግንኙነት እንዳይኖር አድርጓል።

በነዚህ በሚቀጥሉት ክፍሎች ሙሐመድ ንዴቱንና ጥቃቱን በአረብ አይሁዶች ላይ እንዴት እንደሰነዘረና አሳዛኝ ውጤቶችን እናነባለን። ሙሐመድ ከአረብ አይሁዶች ጋር የነበረው ግንኙነት እስልምና ሙስሊም ባልሆኑ ሰዎች ላይ ያለውን ፖሊሲ መሰረት ያደረገ ነው፣ *ሸሃዳ* የቃል ኪዳን *ሥርዓት* ለመጽሐፍ ሰዎች፣ በሚቀጥለው ትምህርት የምንመረምረው ይሆናል።

ሙሐመድ ስለ አይሁዶች የነበረው ቀደምት አመለካከት

በመጀመሪያ ሙሐመድ በአይሁዶች ላይ የነበረው ዋነኛ ፍላጎት ብዙ የአይሁድ ነቢያትን በመጥራት እንደነሱ ያለ ነቢይ ነኝ የሚል ነበር። በመካ መገባደጃና በመዲናን መጀመሪያ ላይ፣ ስለ አይሁዶች ብዙ ማጣቀሻዎች አሉ፣ ብዙ ጊዜ እነርሱን የመፅሃፍ ሰዎች በማለት ይጠቅሳቸዋል። በዚህ ጊዜ ቁርአን ምንም እንኳን አንዳንድ አይሁዶች ቢያምኑም አንዳንዶቹ ግን ባያምኑም የሙሐመድ መልእክት ለእነሱ በረከት ሆኖ እንደሚመጣ ተናግሯል (ሱራ 98፡1-8)።

ሙሐመድ አንዳንድ ክርስቲያኖችንም አግኝታቸዋል፣ እነዚህም ግንኙነቶች ስለ ክርስቲያኖች መረዳት እንዲኖረው ምክንያት ነበሩ። የኸዲጃህ የአጎት ልጅ ክርስቲያኑ ዋራቃ ሙሐመድን ነቢይ እንደሆነ ተናግሮት ነበር። በተጨማሪም ሙሐመድ በጉዞው ላይ ባሂራ የሚባል መነኩሴ አግኝቶ ሙሐመድ ነቢይ መሆኑን ተናግሯል። ምናልባት ሙሐመድ አይሁዶች በእሱ ውስጥ ከአላህ (ሱራ

98) "ግልጽ ምልክት" እንዲያዩና ለመልእክቱ አዎንታዊ ምላሽ እንዲሰጡ ተስፋ አድርጎ ነበር። በእርግጥ ሙሐመድ የሚያስተምሩት ከአይሁድ ሀይማኖት ጋር አንድ ዓይነት እንደሆነ ተናግሯል፣ "ጸሎትን መስገድ"ና ዛካት መክፈልን ጨምሮ እነዚህ ሁሉ አንድ ዓይነት እንደሆነ ተናግሯል።[8] (ሱራ 98:5) ተከታዮቹን ፊታቸውን ወደ ሶሪያ አድርገው እንዲጸልዩ አዟልም። ይህም ሲተረጎም የአይሁድን ልማድ በመኮረጅ ወደ እየሩሳሌም ፊታቸውን አድርገው እንዲጸልዩ ማለት ነው።

ሙሐመድ መዲና ሲደርስ በሙስሊሞችና በአይሁዶች መካከል ቃል ኪዳን መፈጸሙን የእስልምና ትውፊት ዘግቧል። ይህ ቃል ኪዳን የአይሁዶችን ሀይማኖት ዕውቅና እንዲሰጠውና "አይሁዶች የራሳቸው ሀይማኖት አላቸው ሙስሊሞችም የራሳቸው ሀይማኖት አላቸው" በማለት እውቅና ሰጥቷል። አይሁዶች ለሙሐመድ ታማኝ መሆንን አዝዟል።

በመዲና ተቃውሞ

ሙሐመድ መልእክቱን በመዲና ለሚኖሩ አይሁድ ነዋሪዎች ማቅረብ ጀመረ፣ ነገር ግን ከአይሁዶች ያልተጠበቀ ተቃውሞ ገጠመው። ኢስላማዊ ትውፊት ይህንን ከመቅናት ጋር አያይዘውታል። አንዳንድ የሙሐመድ መገለጦች መጽሐፍ ቅዱሳዊ ማጣቀሻዎችን ያካተቱ ናቸው፣ እናም የአይሁድ መምህራን ይህንን ጽሑፍ በመቃወም በሙሐመድ ትርጓሜዎች ውስጥ ተቃርኖዎችን በማመልከት እንደተቃወሙት ምንም ጥርጥር የለውም።

የእስልምና ነብይ የረቢዎችን ጥያቄዎች አስጨናቂ ሆኖ አግኝቷቸው ነበር አንዳንድ ጊዜ ብዙ የቁርአን አንቀጾች ወደ እርሱ ይወርድና ከእነሱም ምላሾችን ይሰጥ ነበር። ደጋግመውም ሙሐመድን በጥያቄ ሲፈታተኑ፣ የቁርዓን ጥቅሶች እንደሚያሳዩት ክስተቱን ራሱን ለማረጋገጥ እንደ እድል ይለውጠው ነበር።

ከሙሐመድ በጣም ቀላሉ ስልቶች አንዱ አይሁዶች ለእነርሱ የሚስማማቸውን አንቀጾች የሚጠቅሱና አታላዮች እንደነበሩ ማስረዳት ሲሆን ሌሎች ለእነርሱ የማይስማማቸውን ጥቅሶች ይደብቃሉ በማለት አታላዮች እንደሆኑ መናገር ነበር (ሱራ 36፡76፤ ሱራ 2፡77)። ሌላው የአላህ መልስ አይሁዶች ሆን ብለው መጽሃፎቻቸውን ይበርዙት ነበር የሚል ነው (ሱራ 2፡75)።

የአይሁድ መምህራን ከሙሐመድ ጋር ያደረጉት ውይይት በእስላማዊ ወግ የተተረጎሙት እንደ እውነተኛ ውይይት ወይም እንደ ሙሐመድ እውነተኝነት

---

8. ከአምስቱ የእስልምና ምሰሶዎች አንዱ፣ ዓመታዊ የሃይማኖት ምጽዋት ነው።

ምክንያታዊ መልሶች ሳይሆን አይሁዳዊያን የሙስሊሞችን እምነት ለማፋት ያደረጉት ሙከራ በማስመሰል ነው።

የተቃዋሚዎች የጥላቻ ሥነ-መለኮት

ሙሐመድ ከአይሁዶች ጋር ያደረገው ተስፋ አስቆራጭ ንግግሮች በእነሱ ላይ ያለው ጥላቻ እያደገ እንዲሄድ አስተዋጽኦ አድርጓል። ቀደም ባሉት ጊዜያት የሱራ ርኣን አንቀጾች አንዳንድ አይሁዶች እውነተኛ አማኞች እንደሆኑ ይናገሩ ነበር፣ በኋላ ግን ቁርኣን የአይሁድ ዘር በሙሉ የተረገሙና ጥቂት ብቻ እውነተኛ አማኞች እንደነበሩ ተናግሯል (ሱራ 4፡46)።

ቁርኣን ቀደም ሲል አንዳንድ አይሁዶች በኃጢአታቸው ምክንያት ወደ ዝንጀሮና አሳማነት ተለውጠዋል (ሱራ 2:65፡ ሱራ 5:60፡ ሱራ 7:166) ብሏል። አላህም ነብይን ገዳዮች ብሏቸዋል (ሱራ 4:155፡ ሱራ 5:70)። አላህ ቃል ኪዳን ከጣሱ አይሁዶች ጋር ያለውን ግንኙነት በመተው ልባቸውን የደነደኑ ተብሏል፣ስለዚህ ሙስሊሞችን አይሁዶች ስተቀር) ሁል ጊዜ ተንኮለኞች ሆነው እንደሚያገኙዋቸው የታወቀ ነበር (ከጥቂቶች በ (ሱራ 5፡13)። አይሁዶች ቃል ኪዳናቸውን ካፈረሱ በኋላ እውነተኛ መመሪያቸውን የተዉ "ከሳሪ" መሆናቸው ታውጇል (ሱራ 2፡27)።

በመዲና ውስጥ ሙሐመድ የአይሁዶችን ስህተት ለማረም ተልኮ የመጣ ሰው ነበር ወደሚለው አመለካከት ተቀየረ (ሱራ 5፡15)። በመዲና የመጀመሪያው ዘመን ላይ፣ የሙሐመድ መገለጦች ይሁዲነት ትክክለኛ መሆኑን ጠቁመዋል (ሱራ 2፡62)። ሆኖም፣ ይህ አንቀጽ በ ሱራ 3፡85 ተሰርዟል። ሙሐመድ የሱ መምጣት ይሁዲነትን እንደሻረ፣ ያመጣው እስላም የመጨረሻው ሃይማኖት እንደሆነና ቁርኣን የመጨረሻው መገለጥ ነው ሲል ደምድሟል። ይህንን መልእክት ያልተቀበሉ ሁሉ "ከሳሪዎች" ይሆናሉ (ሱራ 3፡85)። አይሁዶችም ሆኑ ክርስቲያኖች የድሮውን ሃይማኖታቸውን መከተላቸው ተቀባይነት የለውም ስለዚህ ሙሐመድን አምነው ሙስሊሞችም መሆን አለባቸው።

በቁርኣን ጥቅሶች ውስጥ፣ ሙሐመድ በአይሁድ እምነት ላይ ሙሉ አስተምህሯዊ ጥቃት ጀመረ። ይህ የመነጨው ሙሐመድ የአይሁድ መምህራን መልእክቱን ውድቅ በማድረጋቸው የፈጸመው ትልቅ ጥፋት ነው። ይህ ለሙሐመድ ከመካ ጣዖት አምላኪዎች ጋር እንደ ተጠቀመበት ሌላ ራስን ማረጋገጫ ነበር። ከዚህም በኃላ ሙሐመድ በአይሁዳዊያ ላይ ጨካኝ የሆኑ ምላሾችን ተግባራዊ እንዲያደርግ አድርጓል።

ሙሐመድን አለመቀበል ያመጣው መዘዝ

በመጨረሻም ሙሐመድ በመዲና ያሉ አይሁዶችን ለማጥፋት ዘመቻ ጀመረ። በበድር ጦርነት አላህ በጣኦት አምላኪኢ በሆኑ አረቦች ላይ የሰጠውን ድል መነሻ በማድረግ በድፍረት የቀይኑቃን የአይሁድ ነገድ በመጎብኘት በአምላክ ቁጣ አስፈራራቸው። ከዚያም ከበባቸውና ከመዲና አይሁዶችን አባረራቸው።

ከዚያም ሙሐመድ በተከታታይ በአይሁዶች ላይ ያነጣጠረ ግድያ ጀመረ ለተከታዮቹ "በእናንተ እጅ ላይ የሚወድቅ አይሁዳዊውን ግደሉት" የሚል ትእዛዝ አስተላለፈ። ለአይሁዶች አስታወቀ 'እስልምናን ተቀበልና ትድናለህ'

በሙሐመድ አስተሳሰብ ውስጥ ትልቅ ለውጥ ተካሂዷል። ሙስሊም ያልሆኑ ሰዎች በንብረታቸውና በሕይወታቸው ላይ መብት ያላቸው እስልምናንና ሙስሊሞችን ሲደግፉና ሲያከብሩ ብቻ ነው። ሌላ ማንኛውም ነገር ነበር *ከዚህ ውጪ ሁሉም ነገር* እነሱን ለመዋጋት ሰበብ ሆነ።

ሙሐመድ ከመዲና አይሁዶች ጋር የነበረው ጉዳይ ገና አልተቋጨም ነበር። በእሱ ትኩረት ስር ለመምጣት ቀጥሎ የነበሩት ባኑ ነዲር ነበሩ። መላው የነዲር ጎሳ ቃል ኪዳናቸውን አፍርሰዋል የሚል ክስ ቀርበባቸው ስለነበር ጥቃት ተሰንዝሮባቸው እንዲሁም ረዘም ያለ ከበባ ከተደረገ በኋላ መሬታቸውን ለሙስሊሞች በማስረፊያነት ትተው ከመዲና እንዲወጡ ተደረገ።

የቀረው የአይሁድ ነገድ ባኑ ቁራይዛ በመዲና የቀረው የመጨረሻው ነገድ ነበር እርሱም የቀረው ለሙሐመድ ጅብሪል በሰጠው ትዕዛዝ ነው። አይሁዶች ያልለምንም ቅድመ ሁኔታ ለርሱ ይገዙ የነበሩትን አይሁዳዊያን በመዲና የገበያ በታ ከ600 እስከ 900 የሚደርሱ ንዶችን አረዳቸው። ሕጻናትና ሴት አይሁዳዊያን እንደ ባሪያ ወደ የተለያዩ ሙስሊሞች ተከፋፈሉ።

ሙሐመድ ከአረብ አይሁዶች ጋር ሙሉ በሙሉ አላበቃም ነበር። መዲናን ከአይሁድ ሙሉ ለሙሉ ካጸዳ በኋላ ካይበርን አጠቃ። የካይበር ዘመቻ የተጀመረው ለአይሁዶች በሁለት ምርጫዎች ነው፡ እስልምናን መቀበል ወይም መገደል ነበር የቀረበላቸው። ነገር ግን፣ ሙስሊሞች የካይባርን አይሁዶች እንዳሸነፉ፣ ሦስተኛው ምርጫ ድርድር ተደረገ፡ በቅድመ ሁኔታ እጅ መስጠት። በዚህ መንገድ ነው የከይባር አይሁዶች ለጀመመሪያ ጊዜ ዚማዊያን የሆኑት። የከይባር አይሁዶች የመጀመሪያ የሆኑት በዚህ መንገድ ነው። (ትምህርት 6 ይመልከቱ)።

ሙሐመድ ከአይሁዶች ጋር ያለውን ግንኙነት በዚህ ውይይታችን እናጠናቃለን።

ቁርኣን ክርስቲያኖችንና አይሁዶችን የመፅሃፍ ሰዎች በመባል የሚታወቁ የአንድ ምድብ ተወካዮች አድርጎ ስለሚመለከት በቁርዓንና በሙሐመድ ሕይወት ውስጥ አይሁዶች የመፅሃፍ ሰዎች ተደርገው ይታዩ ነበር። ለዘመናት ለነበሩት ክርስቲያኖችም ምሳሌ የሚሆን ምሳሌ ነው።

ሙሐመድ ለመገፋቱ የሰጠው ሦስት ምላሾች

በሙሐመድ የነቢይነት ሥራ ታሪክ ውስጥ የእርሱን ሐይማኖትና የእርሱን ነቢይነት የገፉትን እንዴት ባለ ሁኔታ መልስ እንደሰጠ አይተናል። በቤተሰቡ ላይ፣ በመካ ባለው የራሱ ማህበረሰብ ላይ በመዲና ባሉ አይሁዶች ያደገውን ነገሮች አይተናል።

ቀደም ብሎ ሙሐመድ ራስን የያለመቀበልና የመገፋት ፍርሃት ነበረው። በዚህም ምክንያት ራሱንም ለማጥፋት ሞክሯል። ራስን ባለመቀበልና በፍርሃት መንፈስ ተይዞ ነበር።

ለዚህም ምክንያት ለራሱ የማረጋገጫ መልሶችንም ሲሰጠ ነበር። [9] እነዚህም መልሶች አላህ ጠላቶቹን በገሃነም ውስጥ እንደሚቀጣ የሚገልጽ ማረጋገጫን ይጨምራል። ሁሉም ነቢያት በአንድ ወቅት በሰይጣን ተሳስተዋል የሚለውን አባባል የመሳሰሉ አሳፋሪዎች የሆኑ ነጥቦችን እንደ መሸፈኛ ተናግሯል፤ና የሙሐመድን ራዕይ የተከተሉ ሰዎች በዚህኛው ሆነ በሚቀጥለው ሕይወት አሸናፊዎች እንደሚሆኑ የሚገልጹ ከአላህ የወረዱ አንቀጾች ሁሉ የራሱን ነቢይነት ለማረጋገጥ የመጡ አንቀጾች ነበሩ።

በመጨረሻም፣ *የጦር ሠራዊት በማሰለፍ* የበላይ ለመሆን መጣ። እነዚህ ሁኔታዎች ደግሞ ሙሲም ያልሆኑትን ለማጥፋት የሚሆን አስተምህሩዎች እንዲፈጠሩ አድርጓል። ጂሃድ ኣና ፊትና የሚባሉ ሲሆን እስልምናን የማይቀበሉትን እንዲያጠፉ ተከታዮቹን ያስተማረበት ነው።

ሙሐመድ ለነበረበር ራስብን ያለመቀበል ችግር በሰጠው ምላሾችና ኣከዚያም ደግሞ ለራስ ነኢይነት በሰጠው ይራሱ ማረጋገጫዎች ኖሮ በመጨረሻም በጥቃት ሕይወቱ ሊያልፍ ችሏል። ወላጅ አልባው ሙሐመድ ወላጅ አልባ ሙሐመድ ሆነ። በአጋንንት እየተሰቃየኝ ነው ብሎ ስለሰጋ እራሱን ለማጥፋት

---

9. *ተቀባይነት ለማጣትና ለምላሹ ይህንን መጽሐፍ ይመልከቱ፡-* Noel and Phyl Gibson, *Evicting Demonic Squatters and Breaking Bondages.*

ያሰበው ራሱን ተጠራጣሪው፣ እምነቱን ለመተካትና በመጨረሻም ሁሉንም እምነቶች ለመተካት በመታገል የመጨረሻው እምቢተኛ ሆነ።

በሙሐመድ ስሜታዊ ዓለም እይታ፣ የማያምኑት ሽንፈትና ውርደት የተከታዮቹን ስሜት "ይፈውሳል"ና ቁጣቸውን ያረካል። በጦርነት የተሸነፈው ይህ ፈውስ 'ኢስላማዊ ሰላም' በቁርኣን ውስጥ ተገልጿል፡-

> ተጋደሉዋቸው። አላህ በእጆቻችሁ ያሰቃያቸዋል። ያዋርዳቸዋልም። በእነሱም ላይ ይረዳችኋል። የምእመናን ሕዝቦችንም ልቦች ያሽራል። የልቦቻችሁንም ቁጭት ያስወግዳል። አላህም ከሚሻው ሰው ላይ ጸጸትን ይቀበላል። አላህም ዐዋቂ ጥበበኛ ነው። (ሱራ 9፡14-15)

በመጀመሪያ ሙሐመድና ተከታዮቹ በመካ ሙሽሪኮች እጅ ትክክለኛ ስደት ደርሶባቸዋል። ነገር ግን፣ መዲና ውስጥ ስልጣን ሲይዝ ሙሐመድ በነብይነቱ አለማመንን እንኳን በሙስሊሞች ላይ እንደመሳደድ ይቆቁር ነበር አማኞችን፣ አይሁዶችን ወይም ክርስቲያኖችን - ጣዖት አምላኪዎችን፣ አይሁዶችን ወይም ክርስቲያኖችን ፌዘኞችንና ፌዘኞችን እንዲይዝ የሁከትን አጠቃቀም ፍቃድ ሰጠ። ማስረከብ. ሙሐመድ እሱን፣ ሃይማኖቱንና ማህበረሰቡን ሁሉንም ዓይነት አለመቀበልን ለማስወገድ ርዕዮተ ዓለምና ወታደራዊ መርሃ ግብር አቋቋመ። በኋላም የፕሮግራሙ ስኬት ነቢይነቱን እንዳረጋገጠና እንዳረጋገጠ ተናግሯል።

ይህ ሁሉ በሆነበት ወቅት ሙሐመድ በተከታዮቹ በሙስሊሞች ላይ የበለጠ ቁቁጥር እያደረገ ነበር። ቀደም ሲል በመካ ቁርኣን ሙሐመድ “አስፈራሪ ብቻ” እንደሆነ ገልጾ የነበረ ቢሆንም ወደ መዲና ከተሰደዱ በኋላ የምእመናን አዛዥ በመሆን ሕይወታቸውን በመምራት ቁርኣን “አላህና መልእክተኛው” እንደወሰኑ እስኪናገር ድረስ አንድ ጉዳይ ለምእመናን ያለ ጥያቄ ከመታዘዝ በስተቀር የቀረው ምንም ነገር የለም (ሱራ 33፡36) አላህንም የመታዘዝ መንገድ መልእክተኛውን በመታዘዝ ነው።

ሙሐመድ በመዲና ጊዜ ያስተዋወቃቸው ቁቁጥሮች ዛሬም በብዙ ሙስሊሞች ላይ ጉዳት ማድረሳቸው ቀጥሏል።*ሸሪዓ.* አንድ ምሳሌ ህግ ነው*ሸሪዓ*ሙሐመድ ያስተዋወቀው አንድ ሰው ሚስቱን ሦስት ጊዜ ፈትቼሃለሁ ብሎ ቢፈታት ነገር ግን ከዚያ በኋላ ጥንዶች እንደገና ማግባት ከፈለገች መጀመሪያ ሌላ ወንድ ማግባት፣ ከሱ ጋር የግብረ ሥጋ ግንኙነት መፈጸምና በሴኮንድዋ መፋታት አለባት። ባሏ የመጀመሪያ ባሏን እንደገና ከማግባቷ በፊት. ይህ ህግ በሙስሊም ሴቶች ላይ ብዙ ሀዘን ፈጥሯል።

ቁርዓን የሙሐመድን የነቢይነት ስራ እድገት ያሳየናል፡ የሙሐመድ የራሱ የሆነ፣ ጠንካራ የግል ሰነድ ነው፣ እያደገ የመጣውን የጥላቻ ስሜቱና እምቢተኛነቱን በመቃወምና የሌሎችን ሕይወት ለመቆጣጠር ያለውን ፍላጎት የሚያሳይ ነው። በኋላ ላይ ሙስሊም ባልሆኑ ሰዎች ላይ ተጭነው የመጡት ባህሪያት- እንደ ዝምታ፣ ጥፋተኝነትና ምስጋና - ሙሐመድ ውድቅ ለማድረግ ከሰጠው ምላሽ ዝግመተ ለውጥ የመጣ ነው፣ "እኔ አምናለሁ" በማለት ለማወጅ ፈቃደኛ ያልሆኑትን ሁሉ ውድቀትን በኃይል አስገድዶታል። ከአላህ ሌላ አምላክ የለም ሙሐመድም የሱ ነቢይ ናቸው።

ይህ የሙሐመድን ልምድና ውድቅ ምላሾች፣ የተቀበሉትና በሌሎች ላይ የተጫኑ ምላሾችና በጠላቶቹ ላይ ስኬትን ለማግኘት ሲል እራሱን የሚያረጋግጥ አጠቃላይ እይታችንን ያጠናቅቃል።

"ምርጡ ምሳሌ"

በዚህ ትምህርት ውስጥ ስለ አንዳንድ የሙሐመድ ቁልፍ ባህሪያት እየተማርን ቆይተናል። በእስልምና ለሰው ልጅ ምርጥ አርአያ ነው ተብሎ የሚታሰብ ቢሆንም፣ እሱ ግን በመገፋትና ተጽዕኖ እንደደረሰበትና በጣም እንደተጎዳ አይተናል። የእሱ ምላሾች ራስን አለመቀበል፣ ራስን ማረጋገጥ፣ መቆጣጠርና ማጥቃትን ያካትታሉ። እነዚህ ውድቅ የተደረገባቸው ምላሾች ለእሱ ጎጂ ነበሩና እስከ ዛሬ ድረስ በሌሎች ብዙ ሰዎች ላይ ጉዳትን የሚያደርስሱ ናቸው።

የሙሐመድ የግል ታሪክ አስፈላጊ ነው ምክንያቱም የግል ችግሮቹ የዓለም ችግሮች ሆነዋል። *ሸሪዓ* የቀውን ዓለም የሚያይበት መነጽር ሌሎች ሙስሊሞችም በመንፈሳዊ ሁኔታ ከሙሐመድ ባህሪና ምሳሌ ጋር የተያያዘ ነው። ይህ ትስስር የተረጋገጠው በንባብ *ሥነ-ሥርዓት* ነው። በማንኛውም ጊዜ የእስልምና ስርአቶች ውስጥ ተጠናክሮ*ሻሃድ* ይነበባል። አንድ ሙስሊም ሕፃን ከተወለደ በኋላ የሚሰማው የመጀመሪያ ቃላት የሸሃዳ ቃላት ሲሆኑ በጆሮው ውስጥ ይነበባል።

ሸሃዳ ሙሐመድ የአላህ መልዕክተኛ እንደሆነ የሚታወጅበት ነው ቁርአን ደግሞ የአላህ ቃል ሆኖ ለአላህ መልዕክተኛ ሙሐመድ መውረዱንም ይጨምራል። የሸሃዳን ቃሎች ለመረዳት ቁርአን ስለ ሙሐመድ ምን እንደሚልና የሙሐመድን አርአያ የመከተል ግዴታ ሙሐመድን በማይከተሉ ላይ የሚደርሰውን ርግማን ከዚህም አልፎ ደግሞ እነርሱን መዋጋትና አስፈላጊነት መረዳታ አለባቸው።

በተግባር፣ የሸሃዳ ቃል ኪዳን ለመንፈሳዊው ዓለም -ለዚህ የጨለማ ዓለም ባለስልጣናትና ኃይላት (ኤፌሶን 6፡12) - አማኝ በመሆን የሙሐመድን ምሳሌ ለመከተል በቃል ኪዳን መታሰር ነው። እርሱ ወይም እሷ ከሙሐመድ ጋር 'የነፍስ

ትስስር' አድርገዋል (ኤፌሶን 6:12) ትምህርት 7 ይመልከቱ)። ይህም ከሙሐመድ ጋር መንፈሳዊ ትስስርን ይፈጥራል። ይህ የቃል ኪዳን ቁርኝት ሙሐመድን የሚፈታተኑና ያስተሳሰሩትንና በእስላማዊው አማካይነት የተጠናከሩትን ተመሳሳይ ሥነ ምግባራዊና መንፈሳዊ ችግሮች በሙስሊም አማኞች ላይ እንዲጭኑ ለባለሥልጣናትና ለሥልጣናት ፈቃድ ይሰጣል።*ሸሪዓ* በኢስላማዊ ማህበረሰቦች ባህሎች ውስጥ ተግብረው እየሰሩ ነው።

ከብዙዎቹ የሙሐመድ አሉታዊ ገጽታዎች መካከል ጥቂቶቹን ብቻ ስንወያይ ቆይተናል። *ሱና* በብዙ ሙስሊሞች ሕይወት ውስጥ የሚደጋገሙት ሲሆን ይህም በ*ሸሃዳና የሸሪዓ ተጽዕኖ ነው*። የሙሐመድን ምሳሌና አስተምህሮ የሚያሳዩ አንዳንድ አሉታዊ ባህሪያት ዝርዝር እነሆ፡-

- ጥቃትና ጦርነት
- ግድያ
- ባርነት
- የማፈናቀልና የበቀል እርምጃ
- ጥላቻ
- የሴቶች ጥላቻ
- አይሁዶችን መጥላት
- አላግባብ መጠቀም
- መዋረድና ሌሎችንም ማዋረድ
- ማስፈራራት
- ማታለል
- የኃይል እርምጃ መውሰድ
- ጎጂነት
- ራስን አለመቀበል
- የበላይነት ስሜት
- አምላክን በተሳሳተ መንገድ መግለጽ
- ሌሎችን መግዛት
- መድፈር

ሙስሊሞች ሸሃዳን ደጋመው ሲያነበንቡ ቁርአንን በመደገፍ ላይ ናቸው።ሱና ስለ ክርስቶስና ስለ መጽሐፍ ቅዱስ የሚያወሳቸው ነገሮች ሙስሊሞች ላይ የሚፈጥረው ጥያቄዎች እነዚህም የሚከተሉትን ያካትታሉ:

- በመስቀል ላይ የክርስቶስን ሞት መካድ
- መስቀልን መጥላት
- ኢየሱስ የእግዚአብሔር ልጅ መሆኑን መካድ (እና ይህን የሚያምኑትን ይረግማል)
- አይሁዶችና ክርስቲያኖች ቅዱሳት መጻሕፍትን አበላሽተዋል የሚለው ክስ
- ኢየሱስ ክርስትናን ለማጥፋትና መላው ዓለም ለሙሐመድ የሸሪዓ ሕግ እንዲገዛ ያስገድዳል የሚለው አባባል

እነዚህ ባህሪያት በእርግጥ ከባድ ሸክም ናቸው። ኢየሱስ ክርስቶስን ለመከተል እስልምናን ትተው የሚሄዱ ሰዎች የሚያጋጥሟቸው ፈተናዎች አንዱ እነዚህ ባህሪያት በቆራጥነት ካልተያዙ በሰዎች ነፍስ ውስጥ መደላደላቸውን እንደሚቀጥሉ ነው። ወደ ክርስቶስ የተመለሱ ሙስሊሞች በክርስቲያናዊ አካሄዳቸው ትግልና ችግር ሊገጥማቸው የሚችልበት አንዱ ምክንያት ይህ ነው።

የሙሐመድ የመልእክተኛነት ደረጃ በግልፅ ካልተቃወሙ የቁርዓን እርግማንና ዛቻ እንዲሁም ሙሐመድ የክርስቶስን ሞትና የክርስቶስን ጌትነት መቃወም ለመንፈሳዊ አለመረጋጋት መንስኤ ሊሆን ይችላል። ይህም አንድ ሰው በቀላሉ እንዲሸማቀቅ ና እንደ ኢየሱስ ተከታይ በኢየሱስ ላይ ያለውን መተማመን ግራ አጋቢ ያደገዋል። ይህ ሁሉ የአንድን ሰው የደቀመዝሙርነት ጉዞ በእጅጉ ይጎዳል።

በዚህ ምክንያት አንድ ሰው እስልምናን ለቆ ሲወጣ በተለይ የሙሐመድን ምሳሌና ትምህርት እንዲሁም ቁርኣንን ውርስና እርግማንን ሁሉ እንዲተው ይመከራል። በሚቀጥለው ትምህርርት የኢየሱስን ሕይወትና የመስቅቀሉን ኃይል ሰዎችን እንዴ ከሙሐመድ ተከታይነት ነፃ ለመውጣት ቁልፍ እንደሆነ የምንመለከት ይሆናል።

የጥናት መምርያ

ትምህርት 4

የምዕራፉ 4 አዳዲስ ቃላት

የሰይጣን ጥቅስ	የሁደይቢያህ ስምምነት
ጂን	ዘካት
ቀሪን	አስሊም ተስለም
ስደት	ካይባር
ፊትና	ዚሚ
	የመጽሐፉ ሰዎች

ተቀባይነት ለማጣት ምላሽ፣ ራስን አለመቀበል፣ ራስን ማጽደቅ፣ ግልፍተኝነት

በዚህ ትምህርት ውስጥ ያሉ ስሞች

- ቁረይሾች፣ የሙሐመድ ጎሳ በመካ
- አብደላህ ቢን አብደል ሙጦሊብ፡ የሙሐመድ አረብ አባት (በ570 ዓ.ም. ከዚህ ዓለም በሞት ተለይቷል)
- አቡ ጣሊብ፡ የሙሐመድ አጎት እና ደጋፊ (በ620 ዓ.ም. ሞቷል)
- አቡ ለሀብ፡ የሙሐመድ አጎትና ተቃዋሚ (በ624 ዓ.ም. ሞቷል)
- ኸዲጃ፡ የሙሐመድ የመካ ሚስት (በ620 ዓ.ም.)
- ኢብኑ ከሢር፡- ሶሪያዊ የታሪክ ምሁር እና ሊቅ (1301-1373 ዓ.ም.)
- ኢብኑ ኢሻቅ፡ ሶሪያዊ ሙስሊም የሙሐመድ የሕይወት ታሪክ ጸሐፊ (704-768 ዓ.ም.)። የሙሐመድን ሕይወት በተመለከተ የጻፈው ዘገባ - በተስተካከለ መልኩ - በኢብን ሂሻም (833 ዓ.ም.) ተመዝግቧል።
- ጅብሪል፡- ወደ ሙሐመድ መልእክት የላከ ነው ተብሎ የሚነገርለት መልአክ
- ዋራቃ፡ የኸዲጃህ ክርስቲያን የአጎት ልጅ፣ የሙሐመድ የመጀመሪያ ሚስት
- አሊ ቢን አቡ ጣሊብ፡ የሙሐመድ ታናሽ የአጎት ልጅ፣ የአቡ ታሊብ ልጅ እና የሙሐመድ ሁለተኛ እምነት (601-661 ዓ.ም.)

- አል-ታባሪ፡- ተደማጭነት ያለው የሙስሊም ታሪክ ጸሐፊ እና የቁርኣን ተንታኝ (839-923 ዓ.ም.)
- አል-ላት፣ አል-ኡዛ እና ማናት፡- የመካ አማልክት፣ ሰስቱ የአላህ ሴት ልጆች
- ሃሺማውያን፡ የሙሐመድ ታላቅ አያት ሃሺም ዘሮች
- ያሥሪብ፡ የመዲና የቀድሞ ስም ነው።
- የአንሷር 'ረዳቶች'፡ ሙሐመድን የተከተሉ መዲናዎች
- ዶ/ር ዋፋ ሱልጣን፡- ሶሪያዊት-አሜሪካዊት የስነ-አእምሮ ሃኪም እና እስልምናን ተቺ (የተወለደችው 1958 ዓ.ም.)
- አህመድ ቢን ሙሐመድ፡- አልጄሪያዊ የሃይማኖት ፖለቲካ ፕሮፌሰር
- ዑቅባ፡ የመካ አረብ ሙሐመድን ጠላት ነው።
- ባህረ፡ ሙሐመድ በጉዞው ያገኘው ክርስቲያን መነኩሴ ነው።
- ባኑ ቀይኑቃ፣ ባኑ ነዲር እና ባኑ ቁራይዛ፡ የመዲናን የአይሁድ ጎሳዎች

በዚህ ትምህርት ውስጥ መጽሐፍ ቅዱስ

ኤፌሶን 6፡12

በትምህርት አራት ውስጥ የቁርኣን ጥቅሶች

ሱራ 111	ሱራ46፡29-32	ሱራ 36፡76	ሱራ 2፡27
ሱራ 93	ሱራ 71፡1-15	ሱራ 2፡77	ሱራ 5፡15
ሱራ 109፡6	ሱራ 83፡29-36	ሱራ 2፡75	ሱራ 2፡62
ሱራ 53	ሱራ 2፡190-93	ሱራ 4፡46	ሱራ 3፡85
ሱራ 22፡52	ሱራ 2፡217	ሱራ 2፡65	ሱራ 9፡14-15
ሱራ 53፡1-3	ሱራ 8፡39	ሱራ 5፡60	ሱራ 33፡36
ሱራ 68፡1-4	ሱራ 2፡193	ሱራ 7፡166	ሱራ 4፡80
ሱራ 20፡64፡ 69	ሱራ 60፡10	ሱራ 4፡155	
ሱራ 26፡40-44	ሱራ 9፡3-5፡ 7-8	ሱራ 5፡70	
ሱራ 10፡95	ሱራ 98፡1-8	ሱራ 5፡13	

ትምህርት 4 ጥያቄዎች

- በጉዳዩ ላይ ተወያዩ።

የቢተሰብ ጅምር

1. ሙሐመድ በመጀመሪያ ዓመታት ላይ ያጋጠሙት ሦስት የሚያሰቃዩ ገጠመኞች ምንድናቸው?

2. የሙሐመድ አጎት አቡ ለሀብ በምን ይታወቃል?

3. ሙሐመድ ከኸዲጃ ጋር ካደረገው ጋብቻ በስተጀርባ ያሉት ስድስት ልዩ ነገሮች ምንድን ናቸው?

4. ሙሐመድና ኸዲጃ ልጅ በመውለዳቸው ያጋጠማቸው መከራ ምንድነው?

5. ለሙሐመድ ትልቅ ጥንቃቄ ያሳዩት ሁለቱ ሰዎች እነማን ነበሩ?

አዲስ ሃይማኖት ተመሠረተ (መካ)

6. ሙሐመድከመለኩ 'ጅብሪል' ተደጋጋሚ ጉብኝቶችን ሲለማመድ ዕድሜው ስንት ነበር? ለጉብኝቶቹ ምን ምላሽ ሰጣቸው?

7. ዋራቃ የሙሐመድን መጎብኘት በሰማ ጊዜ ምንን አስታወቀ?

8. አላህ ደጋግሞ ያረጋገጠለት ግን ሙሐመድ ደጋግሞ የፈራው ምንን ነው?

9. የመጀመሪያዎቹ ሙስሊም አማኞች እነማን ነበሩ?

የሙሐመድ የራሱ ጎሳ

10. የሙሐመድ ትንሽ የሙስሊም ማህበረሰብ የተናቀ አናሳ እንዲሆን ያደረገው ምንድን ነው?

11. አጎቱ አቡጧሊብ ሙስሊም ባይሆን እንኳ የነበረው ሚና ምን ነበር?

12. በመካ ውስጥ ያሉት የቁረይሽ ጎሳዎች በሙሐመድና በማህበረሰቡ ላይ የያዙት አዲስ አቋም ምን ነበር?

13. ብዙ ሙስሊሞች የተሰደዱባት የክርስቲያን ሀገር ማን ናት? ስንት አባዎራዎችስ ከቤተሰቦቻቸው ጋር ተሰደዱ?

ራስን መጠራጠርና ራስን ማጽደቅ

14. በሱራ 109.6 እንደተጠቀሰው ሙሐመድ ምን ዓይነት ስምምነት ቀረበለት?

15. ሙሐመድ መካውያንን ለማስደሰት የተናገረው ነገር ግን በኋላ የተሻረውና አሁን 'የሰይጣን ጥቅሶች' ተብሎ የሚጠራው ሐሳብ ምን የሚል ነው?

16. የሙሐመድን ሐሳብ መቀያየር በተመለከተ ሱራ 22.52 ምን ዓይነት ማስተባበያ ይሰጣል?

17. ሙሐመድ የበላይነቱን ከፍ ለማድረግ የነዛቸው ብዙ ጉራዎች ምንድናቸው? (በኢብኑ ካቲር፣ ቢዲያ 2፡657 የተዘገበው ሀዲስ)

18. በመካውያን ዘመን ማብቂያ ላይ አዲሱ የሙሐመድ የስኬት አሳብ ምን ሆነ?

አዳዲስ አጋሮችና ከመካ መኮብለል

19. ሙሐመድ ምን ድርብ አስደንጋጭ ነገር ደረሰበት? አዲስ ጠባቂ ከየት አገኘ?

20. ሙሐመድ ከጣይፍ እየተመለሰ እያለ ጽሎቱን ሰምቶ ሙስሊም የሆነው ሰው ማንነው?

21. ሙስሊሞች ስለመንፈሳዊው ዓለም ስላላቸው ክፍት አስተሳሰብ ዱሪ የሚያቀርባቸው ሁለቱ ምክኒያቶች ምንድናቸው?

22. የመዲናው አንሳር ለሙሐመድ ያቀረበው ስጦታ ምንድነው?

23. ሙሐመድ በመጀመሪያ አመቱ በመካ ያላሳካው ግን በመዲና ያሳካው ነገር ምንድነው?

ሙሐመድ በመካ ሰላማዊ ነበረን?

24. በመካ ሱራ ዎች ውስጥ ምን አደገኛ መግለጫዎች ይገኛሉ?

25. ኢብን ኢሻቅ እንዳሉት - ሙሐመድ በመካ ቁረይሽ ጎሳ ላይ እንደሚደርስ ቃል የገባው ምን ነበር?

ከስደት ወደ ገዳይነት

26. ሙሐመድ ቁረይሾች በእርሱ ላይ እንደተጠቀሙ የተናገረውና ለበቀል እርምጃው ማጽደቂያ ያደረገው ነገር ምንድነው?

27. እንደ ሙሐመድ አባባል ሰዎችን ከመግደል ወይም የተከበረውን ወር በኃይል ከመጣስ የበለጠ የሚያሳዝነው ምንድን ነው?

28. ሁል ጊዜ ጂሃድን የሚያጸድቀው ምንድን ነው?

29. በሙስሊም ሊቃውንትና በሶሪያው ፋርሳዊ ሊቅ ኢብኑ ከቲር መሠረት 'ክህደትን ብትፈጽም' ምን ይገባሃል?

እኛ ነን ተጎጂዎች

30. ሙስሊሞች ጠላቶቻቸውን ከመጨፍጨፋቸው ይልቅ ተጠቂነታቸው ለምን የከፋ እንደሆነ አድርገው ይመለከቱታል?

31. ፕሮፌሰር አህመድ ቢን ሙሐመድ አሜሪካዊው ሶሪያዊ ፕሮፌሰር ዋፋ ሱልጣንን ሲከራከሩ ተጎጂነታቸውን የገለጹት ምንን መሠረት በማድረግ ነበር?

በቀል

32. ሙሐመድ ኡቅባንና ባህሪውን ያስተናገደበት መንገድ ምንን ያመላክታል?

33. የሙሐመድ የተገደሉ የመካ ምርከኞች ዝርዝር ምንን ያንጸባርቃል?

ሙስሊም ላልሆኑ ሰዎች ያለው አንድምታ

34. እስልምናን ካልተቀበሉ የመጽሐፋ ሰዎች የሚጠብቃቸው ነገሮች ምንድናቸው?

35. ዱሪ እንደተናገሩት በሙሐመድ ሕይወት ውስጥ የበላይ የሆነው ምንድን ነው?

36. ሙሐመድ የሁደይቢያን ስምምነት መጣስ እንደሚችል የተሰማው ለምን ነበር?

37. ሱራ 9.3-5 ሙስሊሞች ጣዖት አምላኪዎችን ምን እንዲያደርጉ ያዛል?

ሙሐመድ ስለ አይሁዶች የነበረው ቀደምት አለካከት

38. አይሁዶች በሱራ 98.1-8ና በመካ ሱራ ዎች እንዴት ተገለጹ?

39. ሙሐመድ አይሁዶች ለመልእክቱ አዎንታዊ ምላሽ እንደሚሰጡ ተስፋ አድርጎ እንደስነበር የሚያሳየው ምንድን ነው?

በመዲና ተቃውሞ

40. ሙሐመድ በመዲና ከአይሁድ ረቢዎች ጋር ባደረገው ውይይት አዳዲስ የቁርኣን መገለጦች ላይ ይበልጥ መታመን እንደሚያስፈልግ ለምን አሰበ?

41. ሙሐመድ የአይሁዶችን ፈቲና የተቃወመው በምን ሁለት መንገዶች ነው?

የተቃዋሚዎች የጥላቻ ንግግር

42. ዱሪ አዲሱን የሙሐመድ ጸረ-አይሁድ መልዕክቶችን አቅርቧል። በሚከተሉት ቦታዎች ላይ ቁርኣን ስለ አይሁዶች ምን ተናገረ?

   1) ሱራ 4፡46...

   2) ሱራ 7.66፣ ወዘተ...

   3) ሱራ 5.70...

   4) ሱራ 5፡13...

5) ሱራ 2.27

43. ሙሐመድ አሁን መልእክቱ ምንን እንደሻረ ነበር የተሰማው?

ተቀባይነት ማጣት ወደ ነውጠኝነት ተለወጠ

44. ሙሐመድ የመጀመሪያው የመዲና አይሁዶች ጎሳ በሆነው የቀይኑቃ ጎሳ ላይ ምን ፈጸመ?

45. ሙሐመድ በመዲና ለቀሩት *አስሊም ተስለም* አይሁዶች የሰበከው ለምን ነበር?

46. ሙሐመድ ናዲር በተሰኘው በሁለተኛው የመዲና አይሁድ ጎሳ ላይ ምን ፈጸመ?

47. ሙሐመድ ቁረይዛ በተሰኘው በሦስተኛው የመዲና አይሁድ ጎሳ ላይ ምን ፈጸመ?

48. ሙሐመድ በካይባር አይሁዶች ላይ ምን ፈጸመ?

49. በእስልምና 'የመጽሐፉ ሰዎች' ተብለው የሚታሰቡት እነማን ናቸው?

ሙሐመድ ለመገፋቱ የሰጠው ሦስት ምላሾች

50. በተለያዩ የውድቀት ዓይነቶች ምክንያት፣ ሙሐመድ በየትኞቹ ሦስት ደረጃዎች አልፏል?

51. በሱራ 9፡14-15 መሰረት የሙሐመድንና ተከታዮቹን ስሜት 'የሚፈውስ'ና ቁጣቸውን የሚያረካው ምንድን ነው?

52. ሙሐመድ እሱንና ማህበረሰቡን አለመቀበልን በዘዴ ለማስወገድ ምን አቋቋመ?

53. ሙሐመድ ወደ መዲና ከተሰደደ በኋላ የመጣው የሚና ለውጥ ምን ነበር?

54. የቁረአን የመጨረሻዎቹ ጥቅሶች አላህን መታዘዣ አድርጎ ምንን ያቀርባሉ?

55. ሙስሊም ያልሆኑ ሰዎች የግዴታ ዝምታ፣ ጥፋተኝነትና 'ምስጋና' በምን ላይ የተመሰረተ ነው?

"ምርጥ ምሳሌ"

56. ሙሐመድ ችግር የዓለም ችግር የሆነው እንዴት ነው?

57. አዲስ በተወለደ ሙስሊም ሕፃን ጆሮ ውስጥ የተነበቡት የመጀመሪያ ቃላት ምንድናቸው?

58. ሙስሊሞች ሲናገሩ ምን ሁለት ነገሮችን ይደግፋሉ-ዲግሪ?

59. እንደ ዱሪ ገለጻ ሸሃዳን ማንበብ ለመንፈሳዊ ኃይሎች ምን ፈቃድን ይሰጣል?

60. ሙስሊሞችን በግል ካጋጠማችሁ፣ከዚህ በታች ከተዘረዘሩት የሙሐመድ ምሳሌ ውስጥ ካሉት 18ቱ ገጽታዎች መካከል አንዱንም በባህሪያቸው ተመልክተሃል? (አንድ ወይም ከዚያ በላይ ክበብ።)

- ጥቃት / ጦርነት
- ግድያ
- ባርነት
- በቀል / በቀል
- ጥላቻ
- የሴቶች ጥላቻ
- አይሁዶችን መጥላት
- አላግባብ መጠቀም
- ውርደት / ውርደት
- ማስፈራራት
- ማታለል
- ማናደድ
- ተጎጂነት
- ራስን ማረጋገጥ
- የበላይነት ስሜት
- እግዚአብሔርን በተሳሳተ መንገድ መግለጽ
- ሌሎችን መቆጣጠር
- መደፈር
- ከላይ ከተጠቀሱት ውስጥ አንዳቸውም

61. እንዴት ነው ቁርአን እናሱና ለክርስቶስ መለኮታዊ ልጅነት ምላሽ የሰጡት?

62. እንዴት ነው ቁርአን እናሱና ለመጽሐፍ ቅዱስ ምላሽ የስጡት?

63. ቁርዓንና ሱና ኢየሱስ (ኢሳ) ወደ ምድር በሚመለስበት ጊዜ በክርስቲያኖች ላይ ምን ያደርግባቸዋል ይላሉ?

64. የሙሐመድን ምሳሌ ና የያዘውን እርግማኖች ስንክድ አብረን ሌላ ምን እንቃወማለን?

65. ሙሐመድን በግልፅ አለመቀበል ምን አራት መንፈሳዊ ባህሪያትን ሊያስገኙ ይችላሉ?

5

ከሸሃዳ ነፃ መውጣት

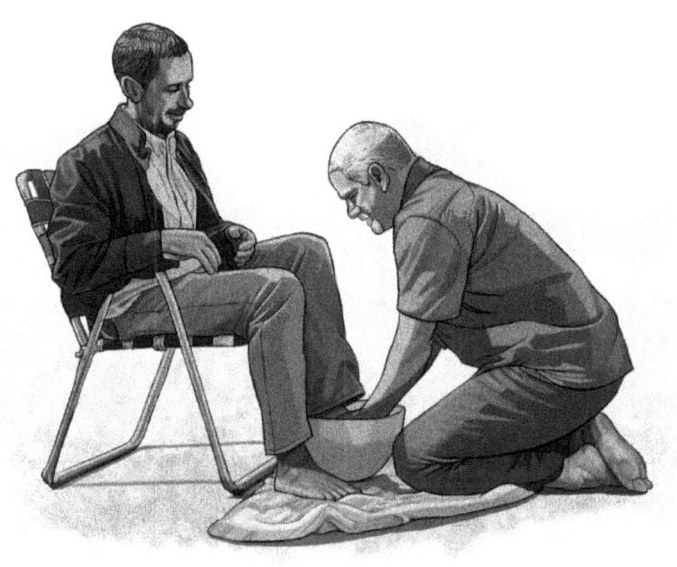

"ማንም በክርስቶስ ቢሆን አዲስ ፍጥረት ነው።"
2ኛ ቆሮንቶስ 5፡17

የዚህ ትምህርት ዓላማዎች

ሀ. ኢየሱስ ለሥቃይና ለመገፋት ከሙሐመድ በተለየ መልኩ ምን ምላሽ እንደሰጠ መረዳት።

ለ. ኢየሱስ ለጥያቄ የቀረበበትን፣ የተጣለበትንና የተናቀበትን ብዙ መንገዶች መመርመር።

ሐ. የኢየሱስ ሥነ-መለኮት እንዴት መገፋትን እንደተቀበለ ነገር ግን ዓመፅን እንዳልተቀበለ ማስረዳት።

መ. ጠላቶቻችንን ስለመውደድ ክርስቶስ ያስተማረው ትምህርት ያመጣውን ከፍተኛ ተጽዕኖ ማድነቅ።

ሠ. ኢየሱስ ደቀ መዛሙርቱንና ሁሉንም ክርስቲያኖች ውሎ አድሮ ለሚደርስባቸው ስደት እንዳዘጋጀ መቀበል።

ረ. እግዚአብሔር በኢየሱስ ክርስቶስ መስቀል በኩል የሰዎችን መግፋት እንናተቃውሞ ለምን ዓላማ እንድደተጠቀመው መረዳት

ሰ. የኢየሱስ ክርስቶስ ትንሳኤና መክበር የኢየሱስን እውነተኝነት እንዴት እንደገለጠ መረዳት።

ቀ. ሙሐመድ በኢየሱስ መስቀል ላይ ያለውን ከፍተኛ ጥላቻ ማስተዋል።

በ. እርሱን ለመከተል ጸሎት በማንበብ ለክርስቶስ ቃል ኪዳን ይኑሩ።

ተ. ሸሃዳን ለመካድ በምትዘጋጅበት ጊዜ 15 ልዩ እውነቶችን የሚገልጹ የመጽሐፍ ቅዱስ ጥቅሶችን ትመለከታለህ።

ቸ. ከሸሃዳ መሐላ የሸሃዳ ክህት ጸሎትን በማወጅ ነፃነትን መጠየቅ።

የመክፈቻ ጥናት ርዕሰ ጉዳይ: እርሶ ቢሆኑ ምን ያደርጋሉ?

‘እምነትና ፍትህ’ የሚል ርዕስ የተሰጠው ኮንፈረንስ ላይ እንድትገኝ ወደ ጆስ፣ ናይጄሪያ ተጋብዘሃል። ሙሉ የገንዘብ ድጋፍ አለህ፤ እንዲሁም ለመገናኛ ብዙሃን ክፍል በጎ ፈቃደኞች ረዳት ሆነህ እየሄድክ ነው። ውይይቶቹ ስሜታዊና አስደሳች ናቸው፤ አንተም በትንሽ ቡድን አውደ ጥናት ላይ ተቀምጠህ እንድታዳምጥ በአመራሩ ትበረታታለህ። ፈቃደኛ ነህ።

በሁለተኛው ቀን፣ በትንሽ ቡድንዎ ውስጥ እየተከራከረ ያለው ጉዳይ “ክርስቲያኖች ሦስተኛውን መዞር አለባቸው[10] ጉንጭ? በቡድንህ ውስጥ የሚሰሙት ሁለት ድምፆች ያልተቋረጠ ሰላማዊነት፣ ቀጣይነት ያለው ትዕግስተኝነትና ከማንኛውም የዓመፅ አውድ መሸሽ የሚሉት ናቸው። በቡድንዎ ውስጥ ያሉ ብዙ ተጨማሪ ድምጾች ይህንን ይቃወማሉ፣ “የፍርሃት ሽሽትና ሰላማዊ መሆን ሙስሊሞች በመላው ናይጄሪያ የሃይማኖት ማጽዳትን እንዲያስፋፉ የሚያበረታታ ነው። ሙስሊሞች የሚያከብሩት እምቢተኛ ተቃውሞን፣ ጥብቅ የመከላከል እርምጃዎችንና ንቁ የቤተ ክርስቲያንን ማህበረሰብን ብቻ ነው። እውነተኛ ክርስቲያኖች ቤታቸውንና መንደራቸውን ይከላከላሉ እንጂ አይሸሹም።

ሁለቱም ወገኖች እምነታቸውን ለማረጋገጥ ቅዱሳት መጻሕፍትን ይጠቀማሉ። በመጨረሻ ወደ አንተ ዞር ብለው “ምን ትላለህ? ሁለተኛውን ጉንጭ እናዞራለን?”

ምን ምላሽ ትሰጣለህ?

በዚህ የትምህርት ክፍል ኢየሱስ በትምህርቶቹ ላይ ያጋጠማቸውን ተቃውሞዎች እንዴት መልስ እንደሰጠ እንመለከታለን። የኢየሱስ ሕይወት ከሙሐመድ በታች ተቃውሞ ያልገጠመው ይልቅ ተቃውሞው እርሱን በመስቀል ላይ እስኪሰቅሉት ድረስ የበረታ ተቃውሞ ነው። ሙሐመድ ስደትን በበቀል ምላሽ ሰጥቷል፡ የክርስቶስ ምላሽ ፍጹም ከዚህ የተለየ ነበርና ይህ አንድን ሰው ከእስልምና የመውጣት ቁልፍ ይሰጣል።

10 በሌላ አነጋገር ክርስቲያኖች ሌላውን አንድ ጊዜ ብቻ ሳይሆን ሁለት ወይም ከዚያ በላይ ጊዜ ማዞር ይኖርባቸዋል?

አሳማሚ ጅምር

ልክ እንደ ሙሐመድ፣ የኢየሱስ ቤተሰብ ሁኔታዎች በጣም ጥሩ አልነበሩም። ሲወለድ የሕገወጥነት ነውር ተንጠልጥሎበት ነበር (ማቴዎስ 1፡18-25)። ትሑት በሆነ ሁኔታ በበረት ውስጥ ተወለደ (ሉቃስ 2፡7)። ንጉሥ ሄሮድስ ከተወለደ በኋላ ሊገድለው ሞከረ። ከዚያም ወደ ግብፅ ተሰደደ (ማቴ 2፡13-18)።

ኢየሱስ ተጠየቀ

ኢየሱስ የማስተማር አገልግሎቱን ሲጀምር፣ በሰላሳ ዓመቱ አካባቢ፣ ብዙ ተቃውሞ አጋጥሞታል ነበር። እንደ ሙሐመድ ሁሉ፣ የአይሁድ ሃይማኖታዊ መሪዎች የኢየሱስን ሥልጣን ለመቃወምና ለማዳከም ያሰበውን ጥያቄዎች ኢየሱስን ጠየቁ፡-

> … ኢየሱስ ከዚያ ከወጣ በኋላ ጸሐፍትና ፈሪሳዊያን ክፉኛ ይቃወሙትና በጥያቄም ያዋክቡት ጀመር ከአፉ በሚወጣውም ቃል ያጠምዱት ያደቡ ነበር። (ሉቃስ 11:53-54)

የሚመለከታቸው እነዚህ ጥያቄዎች፡-

- ኢየሱስ በሰንበት ሰዎችን ለምን ይፈውሳል? ይህ ጥያቄ ሕጉን እየጣሰ መሆኑን ለማሳየት ፈሪሳዊያን የሚያቀርቡት ነበር (ማር. 3:2፤ ማቴዎስ 12:10)
- ያደረጋቸውን ነገሮች ለማድረግ ምን ሥልጣን ነበረው (ማርቆስ 11:28፤ ማቴዎስ 21:23፤ ሉቃስ 20:2)
- ሰው ሚስቱን ሊፈታ ተፈቅዶ እንደ ሆነ (ማርቆስ 10:2፡ ማቴዎስ 19:3)
- ለቄሣር ግብር መክፈል ተፈቅዶ እንደ ሆነ (ማርቆስ 12:15፤ ማቴዎስ 22:17፤ ሉቃስ 20:22)
- ከሁሉ የሚበልጠው ትእዛዝ ማንኛይቱ ነው (ማቴዎስ 22:36)
- መሲሑ የማን ልጅ ነው (ማቴዎስ 22:42)
- የኢየሱስ አባትነት (ዮሐንስ 8:19)
- ትንሳኤ (ማቴዎስ 22:23-28፤ ሉቃስ 20:27-33)
- ምልክቶችን እንዲያደርግ ጠየቁት (ማርቆስ 8:11፤ ማቴዎስ 12:38፤ 16:1)

ከጥያቄዎቹ በተጨማሪ፣ ኢየሱስ ክስ ቀርቦበታል፡-

- ጋኔን የተያዙን ነፃ ሲያወጣ፣ ‘ጋኔን አለበት ’ና በአጋንንት ኃይል አጋንንትን ማውጣት (ማርቆስ 3:22፤ ማቴዎስ 12:24፤ ዮሐንስ 8:52፤ 10:20)
- ሰንበትን የማያከብሩ ደቀ መዛሙርት አሉህ በማአትም ከሰሱት (ማቴዎስ 12:2) ወይም የንጽሕና ሥርዓቶችን የማይጠብቁ(ማርቆስ 7:2፤ ማቴዎስ 15:1-2፤ ሉቃስ 11:38)
- ትክክለኛ ያልሆነ ምስክርነት ትሰጣለህ አሉት (ዮሐንስ 8፡13)።

ተቃዋሚዎች

የኢየሱስን ሕይወትና ትምህርት ስንመረምር ከተለያዩ ግለሰቦችና ቡድኖች ትምህርቶቹ ተቃወሞ እንዳጋጠመው እናነባለን፡-

- ንጉሥ ሄሮድስ ገና ሕፃን ሳለ ሊገድለው ሞክሮ ነበር (ማቴ 2፡16)።
- በናዝሬት ያሉ የገዛ መንደሩ ሰዎች ተሰናከሉበት (ማር. 6፡3፣ ማቴዎስ 13፡53-58)ና ሊገድሉት ከገደል ላይ ሊጥሉት ሞክረው ነበር (ሉቃስ 4፡ 28-30)።
- የገዛ ቤተሰቡ አባላት ከአእምሮው ስትቷል ብለው ተናገሩት (ማርቆስ 3፡21)።
- ብዙ ተከታዮቹ ጥለውት ሄዱ (ዮሐንስ 6፡66)።
- ብዙ ሰዎች ሊወግሩት ሞከሩ (ዮሐንስ 10፡31)።
- የሃይማኖት መሪዎች ሊገድሉት ተማከሩ (ዮሐንስ 11፡50)።
- ከደቀመዛሙርቱ አንዱ በሆነው በአስቆሮቱ ይሁዳ አሳልፎ ተሰጠ (ማርቆስ 14፡43-45፤ ማቴዎስ 26፡14-16፤ ሉቃስ 22፡1-6፤ ዮሐንስ 18፡2-3)።
- በዋና ደቀ መዝሙሩ በጴጥሮስ ሦስት ጊዜ ተከድቷል (ማርቆስ 14፡66-72፤ ማቴዎስ 26፡69-75፤ ሉቃስ 22፡54-62፤ ዮሐንስ 18)።
- እንዲሰቀል የጠየቁት የኢሩሳሌም ሰዎች ሁሉ ነበሩ ከጥቂት ቀናት በፊት ግን መሲህ ሆኖ በደስታ ተቀበለውት ነበር (ማር. 15:12-15፣ ሉቃስ 23:18-23፣ ዮሐ. 19:15)
- በኃይማኖት መሪዎች ተደበደበ፣ ተፉበትና ተሳለቁበት (ማር. 14:65፤ ማቴዎስ 26:67-68)።

- ዘበኞችና የሮማ ወታደሮች ተሳለቁበትና አፌዙበት (ማር. 15:16-20፤ ማቴዎስ 27:27-31፤ ሉቃስ 22:63-65፣ 23:11)።
- በአይሁድና በሮማውያን ፍርድ ቤቶች ፊት በሐሰት ተከሶ ሞት ተፈረደበት (ማርቆስ 14፡53-65፤ ማቴዎስ 26፡57-67፤ ዮሐንስ 18፡28)።
- በመጨረሻም በመስቀል ላይ ተሰቅሏል፣ ለሮማውያን እጅግ በጣም አዋራጅ የሆነው የሞት ቅጣት በአይሁዶች ዘንድ የእግዚአብሔር እርግማን ተቀብሏል (ዘዳ 21፡23)።
- በሁለት ወንበዴዎች መካከል በመስቀል ላይ የተሰቀለው፣ ኢየሱስ በመስቀል ላይ የሚሞት ስቅዩን እየታገሰ ተሰደበ (ማር. 15:21-32፣ ማቴ. 27:32-44፣ ሉቃስ 23:32-36፣ ዮሐ. 19:23-30)።

ኢየሱስ ለተቃውሞ የሰጠው ምላሽ

እነዚህን ሁሉ ጭቃኔዎች ስንመለከት ኢየሱስ ጨካኝ ወይም መጥፎ ሆኖ አናገኘውም። በቀልንም የማይወድ ሰው ነው።

አንዳንድ ጊዜ ኢየሱስ በእርሱ ላይ ለሚሰነዘሩ ውንጀላዎች ምላሽ አይሰጥም። በተለይም በጣም የሚታውቀው የኢየሱስ መልስ አለመስጠት ከመስቀሉ በፊት በተከሰሰበት ጊዜ (ማቴዎስ 27፡14) ነበር። የጥንቷ ቤተ ክርስቲያን ይህንን ክስተት የመሲሐዊ ትንቢት ፍጻሜ አድርጋ ትመለከተው ነበር፡-

> ተጨነቀ ተሠቃየም ነገር ግን አፉን አልከፈተም፤
> እንደ ጠቦትም ለዕርድ ተነዳ
> በሸላቾች ፊት ዝም እንደሚል በግ አፉን አልከፈተም። (ኢሳይያስ 53:7)

ራሱን እንዲያረጋግጥ በተጠየቀበትም ጊዜ፣ አንዳንድ ጊዜ ስለዚህ ነገር ኢየሱስ መልስ ለመስጠት ፍቃደኛ አልነበረም ከዚህ ይልቅ በምትኩ ፈሪሳዉኢያንን መጠየቅ ይመርጣል (ለምሳሌ፣ ማቴዎስ 21:24፤ 22:15-20)።

ብዙ ጊዜ ሰዎች ከእርሱ ጋር ጠብ ውስጥ ለመግባት ቢፈልጉም የኢየሱስ መልስ ግን፡-

> አይጨቃጨቅም ወይም አይጮህም፥ ድምፁም በአደባባይ አይሰማም። ፍትሕን ለድል እስኪያበቃ ድረስ የተቀጠቀጠውን ሸንበቆ አይሰብርም የሚጤሰውንም የጧፍ ክር አያጠፋም (ማቴዎስ 12:19-20፣ ኢሳይያስ 42:1-4ን ጠቅሶ)

ሰዎች ኢየሱስን ሊወግሩት ወይም ሊገድሉት ሲፈልጉ ወደ ሌላ ቦታ ትቶ ይሄድ ነበር (ሉቃስ 4፡30)፣ ኢየሱስም ሆን ብሎ እስከ ሞት ድረስ በሄደበት ወቅት ከስቅለቱ ካደረሱት ክስተቶች በስተቀር ዘወር ይል ነበር።

የእነዚህ ምላሾች ነጥቡ ኢየሱስ ተቃውምሞ ሲያጋጥመው የዚህን ፈተና እንዴት እንዳሸነፈና ማየት ነው። እነዚህንም ፈተናውች በማሸነፉ ያሰካውን ድል የዕብራውያን መልእክት እንደሚከተለው አቅርቧል።

> … በድካማችን የማይራራልን ሊቀ ካህናት የለንም፤ ነገር ግን እንደ እኛ በማንኛውም ነገር የተፈተነ ሊቀ ካህናት አለን ፤ ይሁን እንጂ ምንም ኀጢአት አልሠራም። (ዕብራዊያን 4:15)

በወንጌሎች ውስጥ ስለ ኢየሱስ ያለው ሥዕል በጣም አስተማማኝና በራሱ የተረጋጋ ዓይነት ሰው ነው። እሱ የበቀል ሰው አልነበረም፡ በእርሱ ላይ የሚመጡትን ተቃዋሚዎች ሊያጠፋቸው ፈልጎ አያውቅም ነበር። ኢየሱስን እርሱ ራሱ ብቻ ሳይሆን ደቀ ምመዛሙርቱንም እንኳን ተቃዋሚውቹን እንዳያጠቁ ከልክሏቸዋል። በእርግ ምንም ዓይነት አካላዊ ምላሽ ለሚቃወሙት እንዳይሰጡ ቢያስተምርም በትምምህርቶቹ ግን ለኢነሳው ተቃውሞ ምን መልስ መስጠት እንደሚገባቸው አስተምሯል። እነዚህ ቁልፍ ሀኦኑ ስነ መለኮታዊ ትምህርቶቹን ከዚህ ትምህርት በኋላ ተብራርቷል።

የሁለት መገፋቶች ወግ

የሁለቱ ታላላቅ ሃይማኖቶች መስራቾች ኢየሱስና ሙሐመድ ሁለቱም ከፍተኛ ተቃውሞ እንዳጋጠማቸው መዘገባችን የሚገርም ነው። ይህም ከተወለዱበትና ከጨቅላነታቸው ሁኔታ ጋር የጀመረ ሲሆን ከቤተሰብ አባላትና ከሃይማኖት ባለስልጣናት ጋር ያለውን ግንኙነት ይጨምራል። ሁለቱም እብዶች ናቸውና በክፉ ኃይሎች የተያዙ ናቸው ተብለው የተከሰሱት። ሁለቱም ላይ ተሳልቀውባቸዋል። ሁለቱም ክህደት ደረሰባቸውል። ሁለቱም ሕይወታቸው አደጋ ላይ ወድቋል።

ሆኖም፣ እነዚህ አስደናቂ መመሳሰሎች በሁለቱ ሃይማኖቶች በተቋቋሙበት መንገድ ላይ ከፍተኛ ተጽዕኖ ባደረገው ይበልጥ አስደናቂ በሆነ ልዩነት ተሸፍኗል። የሙሐመድ የሕይወት ታሪክ ለሰው ልጅ የተለመዱ አሉታዊ የሆኑ ምላሾችን፣ ራስን አለመቀበልን፣ ራስን ማረጋገጥና ማጥቃትን ጨምሮ አድድርጓል፣ የኢየሱስ ሕይወት ግን ከዚህ ፍጹም በተለየ አቅጣጫ የሄደ ነው። እምቢተኝነትን ያሸነፈው በሌሎች ላይ በኃይል በመጫን ሳይሆን በፍቅር ነው። በዚህም የክርስትና እምነት የተቃሚዎችን ኃይል አሸንፎ ህመሙንም ፈወሰ። የሙሐመድ ሕይወት መረዳት የሸሪዓ መንፈሳዊ እስራትን የሚያመጣ ከሆነ

የክርስቶስን ሕይወት መረዳት ነፃነትን ለመቀዳጀት ቁልፍ ነው። በእስልምና ውስጥ ለሚኖሩትም ሆነ በሸሪዓ ለታሰሩ ነፃትን ያመጣል።

በእነዚህ በሚቀጥሉት ክፍሎች ኢየሱስ መሲህና አዳኝ ሆኖ ከተቀበለው ተልእኮ አንጻር ሕይወቱና መስቀሉ እንዴት መገፋት ካስከተለው መራራ ሐዘን ነፃ እንደሚያወጣን እናጠናለን።

መገፋትን መቀበል

ኢየሱስ እንደ አምላክ መሲሕ ሆኖ በአገልግሎቱ ውስጥ በሰጠው ትሪ የደረሰት መገፋት አስፈላጊ እንደሆነ ግልጽ አድርጎልናል። እግዚአብሔር በሰዎች የተጣለውን ድንጋይ የማዕዘን ራስ አድርጎታል፡-

> ግንበኞች የናቁት ድንጋይ የማዕዘን ራስ ሆነ… (ማርቆስ 12:10፣ መዝሙረ ዳዊት 118:22-23 በመጥቀስ፤ ማቴዎስ 21:42ን ተመልከት)

ኢየሱስ (ለምሳሌ 1ኛ ጴጥሮስ 2፡21ና የሐዋርያት ሥራ 8፡32-35) የተፍኣ ስቅዩ አገልጋይ በኢሳያስ መጽሐፍ በእርሱም በስቃይ ውስጥ ያሉ ሕዝቦች ሰላም የሚያገኙና የኀጢአት ስርየት እንደሚሆንላቸው መጽሐፍ ይናገራል፡-

> በሰዎች የተናቀና የተጠላ፣ የሕማም ሰውና ሥቃይ ያልተለየው ነበር።
>
> ሰዎች ፊታቸውን እንደሚያዞሩበት ዐይነት፣ የተናቀ ነበር፤ እኛም አላከበርነውም። በርግጥ እርሱ ደዌያችንን ወሰደ፤ ሕመማችንንም ተሸከመ፤
>
> እኛ ግን በእግዚአብሔር እንደ ተመታ፣ እንደ ተቀሠፈ፣ እንደ ተሠቃየም ቈጠርነው። ነገር ግን እርሱ ስለ መተላለፋችን ተወጋ፤ ስለ በደላችንም ደቀቀ፤ በእርሱ ላይ የወደቀው ቅጣት ለእኛ ሰላም አመጣልን፤ በእርሱም ቍስል እኛ ተፈወስን። (ኢሳይያስ 53:3-5)

መስቀል የዚህ እቅድ ዋና አካል ነበር ኢየሱስ እንደሚገደል ደጋግሞ ተናግሯል፡-

> ከዚያም የሰው ልጅ ብዙ መከራ እንደሚቀበል፣ በሽማግሌዎች፣ በካህናት አለቆችና በጸሐፍት እንደሚናቅ፣ እንደሚገደል፣ ከሦስት ቀንም በኋላ እንደሚነሣ ያስተምራቸው ጀመር። እርሱም ይህን በግልጽ ነገራቸው። (ማርቆስ 8:31-32፤ በተጨማሪም ማርቆስ 10:32-34፤ ማቴዎስ 16:21፤ 20:17-19፤ 26:2፤ ሉቃስ 18:31፤ ዮሐንስ 12:23ን ተመልከት)

የነውጠኝነት አካሄድን አለመቀበል

ኢየሱስ ወደዚህ ምድር የመጣበትን አላማ ለመፈጸም ምንም ኃይል መጠቀም እንደማያስፈልግ ደጋግሞ ተናግሯል። ኢየሱስ የራሱ ሕይወት አደጋ ላይ በወደቀ ጊዜ እንኳን፡-

> ኢየሱስም እንዲህ አለ "በል ሰይፍህን ወደ ሰገባው መልስ፤ ሰይፍን የሚመዝዙ ሁሉ በሰይፍ ይጠፋሉና" አለው። (ማቴዎስ 26:52)

ኢየሱስ ወደ መስቀል ሲሄድ ስለ እርሱ መንግስት ሲናገር በመንግስቱ ውስጥ የርሱን ተልዕኮ ለመፈጸም ምንም ኃይል እንደማይፈልግ በመስቀል ላይ አረጋገጠ፡-

> ኢየሱስም "የእኔ መንግስት ከዚህ ዓለም አይደለችም። ቢሆንማ ኖሮ አይሁድ እንዳይዙኝ ሎሌዎቼ በተከላከሉልኝ ነበር፤ አሁን ግን መንግሥቴ ከዚህ አይደለም" በማለት ተናግሯል። (ዮሐንስ 18:36)

ኢየሱስ ስለ ቤተ ክርስቲያን የወደፊት ሥቃይ ሲናገር "ሰይፍ" ለማምጣት ሲናገር እንዲህ ብሏል፡-

> "እኔ የመጣሁት ሰላምን በድምር ለማስፈን አይምሰላችሁ ሰይፍን እንጂ ሰላምን ለማውረድ አልመጣሁም።" (ማቴዎስ 10:34)

ይህ አንዳንድ ጊዜ ኢየሱስ ዓመፅን እንደፈቀደ እንደ ማስረጃ ይቀርባል። ነገር ግን፣ እርሱ እያለ ያለው ክርስቲያኖች በክርስቶስ በማመን ምክንያት የሚደርስባቸውን መገፋትና ከቤተሰባቸው እንደሚለያዩ ነው። በሉቃስ ውስጥ ያለው ተዛማጅ ምንባብ "ሰይፍ" የሚለው ሳይሆን "መከፋፈል" የሚለው ቃል ነው (ሉቃስ 12፡51)። እዚህ ያለው ሰይፍ ምሳሌያዊ ነው፣ ለሚከፋፈለው የቆመ፣ አንዱን የቤተሰብ አባል ከሌላው የሚለይ። ሌላው ሊተረጎም የሚችለው፣ ኢየሱስ ስለወደፊቱ ስደት በሰጠው ምክር ሰፊ አውድ ውስጥ፣ "ሰይፍ" በክርስቲያኖች ላይ የሚደርሰውን ስደት ያመለክታል የሚለው ነው። በዚህ ጉዳይ ላይ ይህ በክርስቲያኖች ላይ የተነሣው ሰይፍ ስለ ምስክርነታቸው ነው እንጂ በእነርሱ በሌሎች ላይ አይደለም።

ኢየሱስ ዓመፅን አለመቀበል መሲሑ የአምላክን ሕዝቦች ለማዳን በሚመጣበት ጊዜ ምን እንደሚያደርግ ከጠበቁት ነገሮች ጋር የሚጋጭ ነበር። ይህ መዳን ወታደራዊና ፖለቲካዊ እንዲሁም መንፈሳዊ እንደሚሆን ተስፋ ነበር። ኢየሱስ ወታደራዊ ምርጫውን አልተቀበለውም። "የዚህ ዓለም አይደለም" ሲል መንግሥቱ ፖለቲካዊ እንዳልሆነም ግልጽ አድርጓል። ሰዎች የቄሳርን ለእግዚአብሔርም የእግዚአብሔርን እንዲሰጡ አስተምሯል (ማቴ 22፡21)። የእግዚአብሔር መንግሥት በሰዎች ውስጥ ስለምትገኝ በአካል ሊገኝ ይችላል ብሎ ክዷል (ሉቃስ 17፡21)።

በእግዚአብሔር መንግሥት ውስጥ ማን ከፍ ያለ ቦታን እንደሚይዝ ደቀመዛምሙርቱ በተከራከሩ ጊዜ ኢየሱስስ እነርስ እንደሚያስቡት የእግዚአብሔር መንግስት የፖለቲካ ዓይነት ስስልጣን ያለበት እንዳልሆነ ገልጸ አስተምሯል። ሰዎች እርስ በእርሳቸው እንዲገዙ ማንም ፊተኛ መሆን የሚፈልግ ሁሉ ዝቅ ማለት እንዳልበት ያስተምር ነበር። (ማቴዎስ 20፡16፡ 27)ና ተከታዮቹ ከመገልገል ይልቅ ለማገልገል መፈለግ አለባቸው ብሏል (ማር. 10፡43፤ ማቴዎስ 20፡26-27)።

የጥንቷ ቤተ ክርስቲያን ስለ ዓመፅ ኢየሱስ ያስተማራቸውን ትምህርቶች ልብ ብላለች። ለምሳሌ ያህል፣ በቤተ ክርስቲያን የመጀመሪያዎቹ መቶ ዘመናት ይኖሩ የነበሩት የጥንት አማኞች የአንድን ወታደር ጨምሮ በአንዳንድ ሙያዎች ውስጥ እንዳይካፈሉ ተከልክለው ነበር፤ አንድ ክርስቲያን ወታደር ቢሆን ኖሮ እንዳይገድል ተከልክሏል።

ጠላቶቻችሁን ውደዱ

መገፋት ከሚያስከትላቸው መጥፎ ስሜቶች ውስጥ አንዱ ጠላትነት ነው። ሰዎች ሲቃወሙንና ሲገፉን እነዚያን ሰዎች መጥላት እንጀምራለን ነገር ግን ኢየሱስ እንንዲህ ብሎ አስተማረ፡-

- ዐይን ስለ ዐይን ጥርስ ስለ ጥርስ ኣንደተባለ ሰምታችኋአል። እኔ ግን እላችኋለሁ ክፉ አድራጊን ሰው አትቃወሙት ነገር ግን ቀኝ ጉንጮህን ለሚመታህ ሌላውን ጉንጮህን ደግሞ አዙርለት..... (ማቴዎስ 5:38-42)
- በሌሎች ላይ መፍረድ ስህተት ነው (ማቴዎስ 7:1-5)
- ጠላቶችቻችሁን ውደዱ እንጂ አትጥሏቸው (ማቴዎስ 5:44)
- ገሮች ምድርን ይወርሳሉ (ማቴ 5፡5)
- ሰላም ፈጣሪዎች የእግዚአብሔር ልጆች ይባላሉ (ማቴዎስ 5፡9)።

እነዚህ ትምህርቶች ደቀ መዛሙርቱ ያዳመጧቸውና ከዚያ የተዋቸው ቃላት ብቻ አልነበሩም። የኢየሱስ ተከታዮች በአዲስ ኪዳን ውስጥ ተጠብቀው በተቀመጡት ደብዳቤዎቻቸው ላይ እነዚህ መመሪያዎች ከባድ ፈተናዎችና ተቃውሞዎች ቢያጋቁሟቸውም እንደመራቸው ግልጽ አድርገዋል፡-

> እስከዚህ ሰዓት ድረስ እንራባለን እንጠማለን እንራቆታለን እንደበደባለን ያለ መጠለያ እንንከራተታለን በገዛ እጃችን እየሠራን እንደክማለን ሲረግሙን እንመርቃለን ሲያሳድዱን እንታገሳለን ሲረግሙን እንመርቃለን

ሲያሳድዱን እንታገሣለን ስማችንን ሲያጠፉ መልካም እንመልሳለን እስከ አሁንም ድረስ የዓለም ጉድፍ የምድርም ጥራጊ ሆነናል። (1 ቆረንቶስ 4:11-13፣ 1 ጴጥሮስ 3:10፣ ቲቶ 3:1-2፣ ሮሜ 12:14-21)

ሐዋርያት ለአማኞች የኢየሱስን ምሳሌ አሳይተዋል (1ኛ ጴጥሮስ 2፡21-25)። ይህ በጣም ተደማጭነት ነበረው በጥንቷ ቤተ ክርስቲያን ጽሑፎች ውስጥ "ጠላቶቻችሁን ውደዱ" የሚለው የማቴዎስ 5፡44 ጥቅስ በተደጋጋሚ የተጠቀሰው የመጽሐፍ ቅዱስ ትምህርት ነው።

ራሳችሁን ለስደት አዘጋጁ

ኢየሱስ ተከታዮቹን ስደት የማይቀር መሆኑን አስተምሯቸዋል፡- እንደሚገረፉ፣ እንደሚጠሉ፣ እንደሚከዱና እንደሚገደሉ ተናግሯቸዋል (ማርቆስ 13፡9-13፤ ሉቃስ 21፡12-19፤ ማቴዎስ 10፡17-23)።

ደቀ መዛሙርቱን መልእክቱን እንዴት ለሌሎች ማስተላለፍ እንደሚችሉ ሲያስተምራቸው መገፋት እንደሚደርስባቸው አስጠንቅቋቸዋል። ሙስሊሞች መከራ ሲደርስባቸው በዓመፅ አልፎ ተርፎም በእርድ እንዲመልሱ ከሚያበረታታው የሙሐመድ ምሳሌና ትምህርት በተለየ መልኩ ኢየሱስ ደቀ መዛሙርቱን "ከዚያ ስፍራ ስትወጡ ምስክር እንዲሆንባቸው ከእግራችሁ ሥራ ያለውን ትቢያ አራግፉ" በማለት አስተምሯቸዋል። በሌላ አነጋገር፣ የማይቀበሏቸው ከሆነ ምንም ክፉ ወይም መጥፎ ነገር ሳያደርጉባቸው ዝም ብለው ጉዞአቸውን መቀጠል አለባቸው (ማር. 6፡11፤ ማቴዎስ 10፡14)። ይህ በሐዘን የሆነ መለያየት አልነበረም፣ ቢቀበሏቸው ሰላማቸው ወደ እነርሱ "ይመለስላቸዋል" (ማቴዎስ 10፡13-14)።

የሰምራውያን መንደር እሱን ለመቀበል ፈቃደኛ ባለመሆናቸው ኢየሱስ ራሱ ይህንን ምሳሌ አሳይቷል። ደቀ መዛሙርቱ በሳምራውያን ላይ እሳት ከሰማይ እንዲያወርዱላቸው ይፈልግ እንደሆነ ጠየቁት ነገር ግን ኢየሱስ ደቀ መዛሙርቱን ገሠጻቸውና ሄደ (ሉቃስ 9፡54-56)።

ኢየሱስ ደቀ መዛሙርቱን ስደት ሲደርስባቸው ወደ ሌላ ቦታ እንዲሸሹ አስተምሯቸዋል (ማቴዎስ 10፡23)። መንፈስ ቅዱስ የሚናገሩትን ስለሚሰጣቸው (ማቴዎስ 10:19-20፤ ሉቃስ 12:11-12፣ 21:14-15) መፍራት አይገባቸውም (ማቴ. 10:26፡ 31).

የኢየሱስ ልዩ ትምህርት ተከታዮቹ ስደት ሲደርስባቸው ደስ ሊላቸው ኣንደሚገባ የሚያስተምር ነው። ምክንያቱም ደግሞ እነርሱም እንደ ሁሉም ነቢያት ጋር አንድ ስለሆኑ ነበር፡-

ሰዎች ስለ ሰው ልጅ ሲጠሏችሁ፣
ከመካከላቸው ሲለዩአችሁና ሲነቅፏችሁ፣
ክፉ ስምም ሲሰጧችሁ ብፁዓን ናችሁ።

"እነሆ፤ ወሮታችሁ በሰማይ ታላቅ ነውና፣ በዚያን ቀን ደስ ይበላችሁ፤ ፈንድቁም፤ የቀድሞ አባቶቻቸውም በነቢያት ላይ ያደረጉት ይህንኑ ነበርና። (ሉቃስ 6:22-23፣ በተጨማሪም ማቴዎስ 5:11-12ን ተመልከት)

ይህ መልእክት በቀደመችው ቤተክርስቲያን በሙሉ ልብ እንደተቀበለችው፣ ለክርስቶስ ያላቸው ታማኝነት አካል እንደሆነ ብዙ ማስረጃዎች አሉ፡-

... ስለ ጽድቅ መከራን ብትቀበሉ ብፁዓን ናችሁ። (1 ጴጥሮስ 3:14፤ በተጨማሪም 2 ቆሮንቶስ 1:5፤ ፊልጵስዩስ 2:17-18፤ 1 ጴጥሮስ 4:12-14)

ኢየሱስ ደቀ መዛሙርቱንም ከስደት ጋር የዘላለምን ሕይወት ስጦታ እንደሚያገኙ ተስፋ በማድረግ አበረታቷቸዋል፣ ነገር ግን በሚቀጥለው ሕይወት ይህንን ቃል ኪዳን ለመቀበል በዚህ ሕይወት ታማኝ ሆነው እንዲቀጥሉ ማድረግ ነበረባቸው (ማር. 10፡29-30፣ 13፡13)

እርቅ

በክርስቲያናዊ አረዳድ የሰው ልጅን ከእግዚአብሔርና እርስ በርስ ያራራቀው የሰው ልጅ ችግር ኃጢአት ነው። የኃጢአት ችግር ያለመታዘዝ ጉዳይ ብቻ አይደለም። ከእግዚአብሔር ጋር ያለውን ግንኙነት መበጠስም ነው። አዳምና ሔዋን ባመፁ ጊዜ ፊታቸውን ከእግዚአብሔር ዞር አደረጉ እእግዚአብሔርን መስማት ሲኖርባቸው እብኡን አዳመጡ። በዚህም ምክንያት እግዚአብሔር ከእርሱ ሃር ሕብረት እንዳይኖራቸው አደረገ ከእርሱም መገኛ አባረራቸው። በዚህም ውድቀት ምክንያት ርግማን በላያቸውም ላይ ሆነ።

በእስራኤል ታሪክ ውስጥ፣ በእግዚአብሔርና በሰው ልጆች መካከል ትክክለኛ ግንኙነትን ለማደስ እግዚአብሔር በሙሴ በኩል ቃል ኪዳን አድርጓል፣ ነገር ግን ሕዝቡ ትእዛዛቱን አልጠበቁም ነበር እናም በራሳቸው መንገድ ሄዱ። ባለመታዘዛቸው ከእግዚአብሔር ጋር ያለውን ዝምድና ንቀው ቃል ኪዳንን አፈረሱ። እግዚአብሔር ግን ፈጽሞ አልጣላቸውም፤ ሊመልሳቸውም እቅድ ነበረው። ለመዳናቸውና ለዓለም መዳን እቅድ ነበረው።

ምንም እንኳን ሰዎች እግዚአብሔር ባይፈልጉም እርሱ ግን ለፈጠራቸው ልቡ ይራራል ከራሱም ጋር ሊያስታርቃቸው ዕቅድ አለው። የኢየሱስ ፍጹም ሰው

መሆንና መሰቀል ደግሞ ይህ የሰውን ደህንነትና ለዓለም መታደሰን የሚያሰካበት ነው።

መስቀል የሰውን የልብ ችግር ያም እግዚአብሔርን አለመፈለግ የሚፈታ ቁልፍ ነው። ይህንን ግን እግዚአብሔር ያደረገበት አሠራር በኢየሱስ መገፋት በኩል ነበር። ኢየሱስ የክፉዎችን ጥላቻ በመምጠቁ ሕይወቱን ለዓለም ኃጢአት መሥዋዕት አድርጎ በመስጠት፣ ኢየሱስ የመቃወምን ኃይል ድል በመንሳት በፍቅር አሸንፏል። ይህ ኢየሱስ ያሳየው ፍቅር እግዚአብሔር ለፈጠረው ዓለም ካለው ፍቅር በቀር ሌላ አልነበረም፡-

> "በእርሱ የሚያምን ሁሉ የዘላለም ሕይወት እንዲኖረው እንጂ እንዳይጠፋ እግዚአብሔር አንድያ ልጁን እስከ መስጠት ድረስ ዓለምን እንዲሁ ወድዷልና" (ዮሐ. 3:16)።

ኢየሱስ በመስቀል ላይ በሞተበት ወቅት የሰው ልጅ እግዚአብሔርን በመናቁ ሊቀበለው የሚገባውን ቅጣት በራሱ ላይ ወሰደ። ይህ ቅጣት ሞት ነበር በእርሱ የሚያምኑ ሰዎች ሁሉ ይቅርታንና የዘላለም ሕይወትን እንዲያገኙ ክርስቶስ ኀጢአታቸውን ተሸከመ። በዚህ መንገድ ኢየሱስ ደግሞ ቅጣቱን በማሟላት የመቃወምን ኃይል አሸንፏል።

በኦሪት ኃጢአትን የሚያስተሰርይ የመሥዋዕት እንስሳት ደም መፍሰስ ነበር። ይህ ተምሳሌት በክርስቲያኖች የኢየሱስን የመስቀል ሞት ትርጉም ለመረዳት ይተገበራል። ይህ በኢሳይያስ የስቅዩ አገልጋይ መዝሙር ውስጥ ተገልጿል፡-

> በርግጥ እርሱ ደዌያችንን ወሰደ፤ ሕመማችንንም ተሸከመ፤ እኛ ግን በእግዚአብሔር እንደ ተመታ፣ እንደ ተቀሠፈ፣ እንደ ተሠቃየም ቈጠርነው። ነገር ግን እርሱ ስለ መተላለፋችን ተወጋ፤ ስለ በደላችንም ደቀቀ፤ በእርሱ ላይ የወደቀው ቅጣት ለእኛ ሰላም አመጣልን፤ በእርሱም ቍስል እኛ ተፈወስን። እኛ ሁላችን እንደ በጎች ተቅበዝብዘን ጠፋን፤ እያንዳንዳችንም በየመንገዳችን ነጐድን፤ እግዚአብሔርም፣ የሁላችንን በደል በእርሱ ላይ ጫነው። (ኢሳይያስ 53:5፡ 10፡ 12)

ጳውሎስ ለሮሜ ሰዎች በላከው ኀያል ምንባብ ውስጥ የክርስቶስ መስዋዕትነት ጥልን እንዴት እንደሚያስወግድ በተቃራኒው ማለትም እርቅን እንዳመጣ ገልጿል።

> የእግዚአብሔር ጠላቶች ሳለን በልጁ ሞት ከእርሱ ጋር ከታረቅን፣ ዕርቅን ካገኘን በኋላ፣ በሕይወቱማ መዳናችን እንዴት የላቀ አይሆንም! ይህ ብቻ አይደለም። ነገር ግን አሁን ዕርቅን ባገኘንበት በጌታችን በኢየሱስ ክርስቶስ በኩል በእግዚአብሔር ደግሞ ሐሤት እናደርጋለን። (ሮሜ 5:10-11)

ይህ እርቅ ደግሞ በሰስተኛ ወገኖች ሊነሱ የሚችሉትን ሁሉንም የመከነን መብቶች፣ የሰው ልጆችን፣ መላእክትን፣ ወይም አጋንንትን ጨምሮ ያሸነፈ ነው(ሮሜ 8፡38)፡-

> ከፍታም ይሁን ጥልቀት ወይም የትኛውም ፍጥረት፣ በጌታችን በኢየሱስ ክርስቶስ ካለው ከእግዚአብሔር ፍቅር ሊለየን አይችልም።
>
> (ሮሜ 8:33፡ 39)

ይህ ብቻ ሳይሆን ክርስቲያኖችም የማስታረቅን አገልግሎት ከሌሎች ጋር በማስፋትና የመስቀሉን መልእክት በማወጅና እምቢተኝነትን ለማጥፋት ያለውን ኃይል ለማወጅ አደራ ተሰጥቷቸዋል፡-

> ይህ ሁሉ ከእግዚአብሔር ነው፤ እርሱ በክርስቶስ አማካይነት ከራሱ ጋር አስታረቀን፤ የማስታረቅንም አገልግሎት ሰጠን፤ 19እግዚአብሔር በክርስቶስ ዓለምን ከራሱ ጋር ሲያስታርቅ የሰዎችን በደል አይቈጥርባቸውም ነበር፤ ለእኛም ደግሞ የማስታረቅ ቃል ሰጠን። 20ስለዚህ እኛ የክርስቶስ እንደራሴዎች ነን፤ እግዚአብሔርም በእኛ አማካይነት ጥሪውን ያቀርባል፤ እኛም ከእግዚአብሔር ጋር ታረቁ ብለን በክርስቶስ እንለምናችኋለን። (2 ቆሮንቶስ 5:18-20)

ትንሳኤ

የሙሐመድ 'መገለጦች'ና በርካታ ንግግሮቹ ራሱን ለማጽደቅ ወይም ደግሞ እውነተኛ መሆኑን ለማረጋገጥ ከነበረው ፍላጎት የመነጩ ናቸው። ይህንንም ለራሱ ያሰካው ጠላቶቹ ለሃይማኖቱ እንዲገዙ በማስገደድ፣እራሳቸውም በሱ መሪነትና በስልጣን ስር እንዲቀመጡ በማድረግ አለበለዚያም ዚማዊነትን እንዲቀበሉ በማስገደድ ነው። ሦስተኛው ምርጫቸው ሞት ነበር።

በክርስቲያናዊ የክርስቶስ ተልእኮ መረዳት ውስጥ፣ ጽድቅ አለ፣ ነገር ግን ይህን ክርስቶስ ያስገኘው አይደለም። የስቅዩ መሲህ ሚና ራሱን ዝቅ ማድረግ፣ መገፋትን መቀበል ነው። የእርሱ ታላቅነት የተረጋገጠው በሞቱና በትንሳዔው ከዚያም በክብረ ዕርገቱ ነው፡-

> ... ይህን አስቀድሞ በማየቱ እርሱ በሲኦል እንደማይቀርና ሥጋውም እንደማይበሰብስ ስለ ክርስቶስ ትንሣኤ ተናገረ። ይህን ኢየሱስ፣ እግዚአብሔር ከሞት አስነሣው፤ እኛም ሁላችን ለዚህ ነገር ምስክሮች ነን። .... ስለዚህ በእግዚአብሔር ቀኝ ከፍ ከፍ ካለ በኋላ፣ የመንፈስ ቅዱስን ተስፋ ከአብ ተቀብሎ አሁን የምታዩትንና የምትሰሙትን አፈሰሰው።... "እንግዲህ፣ እግዚአብሔር ይህን እናንተ የሰቀላችሁትን ኢየሱስን፣ ጌታም

ክርስቶስም እንዳደረገው የእስራኤል ወገን ሁሉ ይረዳ!" (የሐዋርያት ሥራ 2:31-36)

ጳውሎስ ለፊልጵስዩስ ሰዎች ከጻፈው ደብዳቤ ላይ አንድ ታዋቂ ምንባብ ይገኛል እርሱም ኢየሱስ የባሪያን መልክ በፈቃደኝነት እንዴት እንደተቀበለ 'ራሱን እንዳዋረደ' ይገልጻል። የእርሱ ታዛዥነት እስከ ሞት ድረስም ዘለቋል። እግዚአብሔር ግን ከሁሉ በላይ የሆነ ስም ሰጠው ከፍ ከፍም አደረገው። ይህ ድል በክርስቶስ ጥረት ሳይሆን እግዚአብሔር በመስቀል ላይ የክርስቶስን የላቀ መስዋዕትነት በመቀበሉ ምክንያት የተገኘ ነው፡-

> … እያንዳንዳችሁ ሌሎችን የሚጠቅመውንም እንጂ፣ ራሳችሁን የሚጠቅመውን ብቻ አትመልከቱ። በክርስቶስ ኢየሱስ የነበረው ያ አስተሳሰብ፣ በእናንተም ዘንድ ይሁን፤
>
> እርሱ በባሕርዩ አምላክ ሆኖ ሳለ፣
>
> ከእግዚአብሔር ጋር መተካከልን ሊለቅቀው እንደማይገባ አድርጎ አልቈጠረውም፤ ነገር ግን የባሪያን መልክ ይዞ፣ በሰውም አምሳል ተገኝቶ፣
>
> ራሱን ባዶ አደረገ፤ ሰው ሆኖ ተገልጦም፣ ራሱን ዝቅ አደረገ፤
>
> እስከ ሞት፣ ያውም በመስቀል ላይ እስከ መሞት ድረስ ታዛዥ ሆነ።
>
> ስለዚህ እግዚአብሔር እጅግ ከፍ አደረገው፤ ከስምም ሁሉ በላይ የሆነውን ስም ሰጠው፤ ይኸውም በሰማይና በምድር፣ ከምድርም በታች፣ ጒልበት ሁሉ ለኢየሱስ ስም ይንበረከክ (ፊልጵስዩስ 2፡4-10)

የመስቀሉ ደቀ-መዝሙርነት

ለክርስቲያኖች፣ ክርስቶስን መከተል ማለት ከሞቱና ከትንሳኤው ጋር አንድ መሆን ማለት ነው። ኢየሱስም ሆነ ተከታዮቹ ከክርስቶስ ጋር "ለመሞት" ማለትም አሮጌውን የሕይወት መንገድ በሞት ትተው እንደገና በመወለድ ደግሞ በአዲስ ሕይወት በመነሳት በፍቅርና በእርቅ ሕይወት መመላለስን ደጋግመው አስተምረው ነበር። ለራሳችን ሳይሆን ለእግዚአብሔር መኖርን የክርስቶስን መከራና ስቃይ ለመካፈል ደግሞ በስቅዩና በስቃዩ እንዲካፈሉና በዚህም የክርስቶስ ደቀ-መዝሙርነትን እንጸባርቀዋል። ክርስቲያኖች የመከራን ልምድ ከክርስቶስ መከራ የመካፈል መንገድ አድርገው ይመለከቱታል። ይህ የሚያልፉትን ፈተናዎች ወደ ዘላለማዊ ሕይወት የሚያልፉበት መንገድና የሽንፈት ሳይሆን የወደፊት የድል ምልክት እንደሆነ ይገልፃል። ታማኝ አማኞችን

የሚያጸድቀው እግዚአብሔር ነው እንጂ የዚህ ዓለም ጨካኝ ኃይሎች አይደሉም፡
-

> ከዚህ በኋላ፣ ሕዝቡን ከደቀ መዛሙርቱ ጋር ወደ እርሱ ጠርቶ እንዲህ አላቸው፤ “ሊከተለኝ የሚወድድ ቢኖር ራሱን ይካድ፤ መስቀሉንም ተሸክሞ ይከተለኝ። 35ነፍሱን ለማዳን የሚወድድ ሁሉ ያጠፋታል፤ ስለ እኔና ስለ ወንጌል ነፍሱን የሚያጠፋት ሁሉ ግን ያድናታል። (ማር. 8:34-35፣ 1 ዮሃንስ 3:14፡ 16፣ 2 ቆሮንቶስ 5:14-15፣ ዕብራዊያን 12:1-2 ኣንብብ።)

ሙሐመድ-የመስቀሉ ጠላት

በተማርነው ትምህርት ሁሉ አሁን የምምንኖረው በመንፈሳዊ ዓለም መካከል ነው። ስለዚህ ሙሐመድ የክርስቶስ መስቀል ጠላት እንደሆነ ስንረዳ መገረም አይበቃም። *ሀዲስ* ሙሐመድ በቤቱ ውስጥ የመስቀል ምልክት ያለበት ነገር ቢያገኝ እንደሚያጠፋው ዘግቧል።[11]

ትምህርት 3 ላይ እንደተመለከትነው፣ ሙሐመድ ለመስቀል ያለው ጥላቻ የኢሳ ትምህርቶች ላይ ሁሉ የታየ ነው። ኢየሱስ ዳግመኛ መጥቶ ክርስትርናን እንደሚያጠፋና ክርስቲያኖችን ለሙሐመድ እንደሚያስገዛ እስከማስተማር ድረስ የደረሰ ነው።

ዛሬ የሙሐመድን የመስቀል ጠላትነት ብዙ ሙስሊሞች ይጋሩታል። ዛሬ በብዙ የዓለም ክፍሎች የክርስቲያን መስቀሎች በሙስሊሞች የተጠሉ፣ የታገዱና የሚወድሙ ናቸው።

የካንተርበሪ ሊቀ ጳጳስ ጆርጅ ኬሪ እ.ኤ.አ. በ1995 አውሮፕላኑ በሳውዲ አረቢያ በግዳጅ እንዲያርፍ ተደርጎ በአንገቱ ላይ የነበረውን መስቀል እንዲያስወግድ አድርገው ነበር፡-

> ከካይሮ ወደ ሱዳን የሄደው የኬሪ በረራ በሳውዲ አረቢያ መካከለኛ ቦታ ላይ እንዲያርፍ ተገደደ። ወደ ቀይ ባህር ዳርቻ ወደምትገኘው ወደ ሳዑዲ አረቢያ ጂዳ ሲቃረብ ኬሪ የሀይማኖት ምልክት የሆኑትን የቄስ መለያውንና የአንገት መስቀልን ጨምሮ ሁሉንም ሃይማኖታዊ ምልክቶች እንዲያነሳ ተነግሮታል።

ነገር ግን መስቀል በሙስሊሞች የተወገዘ ቢሆንም ለክርስቲያኖች ግን የነፃነታችን ምልክት ነው።

---

[11]. W.Muir, Thelife of Mohammde Vol 3, p61, note 47

በእነዚህ ክፍሎች ኢየሱስ ክርስቶስን ለመከተል የቁርጠኝነት ጸሎትን፣ አንዳንድ የነፃነት ምስክሮችን ከእስልምና ኃይልና ከሸሃዳ ቃል ኪዳን ነፃ የመውጣት ጸሎት እንመለከታለን። እነዚህ ጸሎቶች በተለይ የናዝሬቱን ኢየሱስን ለመከተል እስልምናን ለቀው ለመውጣት የወሰኑትን ይረዳቸዋል። ከሁሉም የእስልምና መርሆዎችና ኃይሎች ነፃነታቸውን ለመጠየቅ ለሚፈልጉ ሰዎች እንዲጸልዩ የታሰቡ ናቸው።

ኢየሱስን ተከተሉ

አሁን ይህንን ጸሎት ጮክ ብለው በማንበብ ክርስቶስን ለመከተል ያለዎትን ቁርጠኝነት እንዲያረጋግጡ ተጋብዘዋል። ይህን ከማንበብዎ በፊት በጥንቃቄ እራሰን ይፈትሹ የሚናገሯቸውንም ነገሮች እርግጠኛ ይሁኑ

ይህን ጸሎት በሚያስቡበት ጊዜ፣ እባኮትን የሚከተሉትን ክፍሎች እንደሚያካትት ልብ ይበሉ፡-

1. ሁለት ኑዛዜዎች፡-
   - እኔ ኃጢአተኛ ነኝ ራሴንም ማዳን አልችልም።
   - አንድ አምላክ ብቻ አለ እርሱም ልጁን ኢየሱስን ለእኔ ኀጢአት እንዲሞት ልኮታል።
2. ከኀጢአቶቼና ከክፋቶቼ ሁሉ ዘወር እላለሁ (ንስሐ እገባለሁ)።
3. ለይቅርታ፡ ለአርነትና ለመንፈስ ቅዱስን እንዲሰጠኝ እጠይቃለሁ።
4. ለሕይወቴ ጌታ ክርስቶስ ታማኝነቴን እሰጣለሁ።
5. በሕይወቴ ሁሉ እርሱን ለማገልገልና ለእርሱ ለመቀደስ ቃል እገባለሁ። ቁ።
6. በክርስቶስ ያለኝ ማንነትን ማወጅ።

ኢየሱስ ክርስቶስን ለመከተል የሚጸለይ የውሳኔ ጸሎት

ፈጣሪ በሆነው ሁሉን ቻይ አንድ አምላክ አምናለሁ።

ሌሎች አማልክትን ሁሉ እክዳለሁ።

እግዚአብሔርንና ሰዎችን መበደሌን እናዘዛለሁ። ይህንንም በማድረጌ በእግዚአብሔርና በሕግጋቱ ላይ አመፅን ፈፅሜያለሁ።

ራሴን ከኃጢአት ማዳን አይቻለኝም።

ኢየሱስ እርሱ ክርስቶስ መሆኑንና ሞትን ድል አድርጎ የተነሳ የእግዚአብሔር ልጅ መሆኑን አምናለሁ። በመስቀል ላይ በኔ ፋንታ ሞቶ የኃጢአት ቅጣቴን ከፍሎልኛል። ስለ እኔም ከሙታን ተነስቷል።

ከኃጢአቴ እመለሳለሁ።

በመስቀል ላይ የተገኘውን የክርስቶስን ይቅርታ እለምናለሁ።

ይህንንም የይቅርታ ስጦታ አሁን ተቀብያለሁ።

እግዚአብሔር አባቴ መሆኑን ተቀብዬ የእርሱ መሆንን እሻለሁ።

የዘላለምን ሕይወት እፈልጋለሁ።

ሕይወቴን በሞላ ለክርስቶስ ሰጥቼ ከዛሬ ጀምሮ እርሱ ይመራኝ ዘንድ እገዛለታለሁ።

ሌሎች መንፈሳዊ ቃል ኪዳኖችን በሙሉ ክጃለሁ። ሸሃዳንና በኔ ላይ ያለውን ቁጥጥር በሙሉ እክዳለሁ።

ሰይጣንንና ክፋትን ሁሉ እክዳለሁ። ከክፉ መንፈሳውያን ሥልጣናት ጋር ያደረኳቸውን እንደ እግዚአብሔር ፈቃድ ያልሆኑ ስምምነቶችን በሙሉ እክዳለሁ።

ከእግዚአብሔር ያልሆነ ሥልጣን በኔ ላይ ይኖራቸው ዘንድ ከሌሎች ጋር የገባኋቸውን ስምምነቶች ሁሉ አፍርሻለሁ።

በማንኛውም ሁኔታ በኔ ላይ ተፅዕኖ እያደረገ የሚገኝ ዘር ማንዘሮቼ የገቡትን ቃል ኪዳን በሙሉ አፍርሻለሁ።

በኢየሱስ ክርስቶስ በኩል ከእግዚአብሔር ያልመጣ ማንኛውንም ስነ ልቦናዊ ወይም መንፈሳዊ ኃይል ሁሉ እክዳለሁ።

የመንፈስ ቅዱስ ስጦታ ይሰጠኝ ዘንድ እለምናለሁ።

አባቴ እግዚአብሔር ሆይ ላንተና ላንተ ብቻ ክብርን ማምጣት እችል ዘንድ አቤቱ አርነትን ስጠኝ።

አንተን እንዳከብርና ሌሎችን እንድወድ የመንፈስ ቅዱስ ፍሬዎችን በውስጤ አኑር።

ራሴን ለእግዚአብሔር አምላኬ በኢየሱስ ክርስቶስ በኩል መቀደሴን በሰዎችና በመንፈሳውያን ኃይላት ሁሉ ፊት አውጃለሁ።

የሰማይ ዜጋ መሆኔን አውጃለሁ። እግዚብሔር ጠባቂዬ ነው። በዘመኔ ሁሉ ኢየሱስ ክርስቶስን ብቻ እንደ ጌታዬ ለመከተል በመንፈስ ቅዱስ እርዳታ ምርጫዬ አድርጌያለሁ።

አሜን።

የአርነት ምስክርነቶች

በዚህ ትምህርት ውስጥ የሚገኙትን ጸሎቶ ተጠቅመው ነፃ የወጡ ሰዎች አንዳንድ ምስክርነቶች እዚህ ያገኛሉ።

የደቀመዝሙርነት ኮርስ

በሰሜን አሜሪካ ያለ አንድ ሚኒስትሪ ክርስቶስን እንደ ጌታና አዳኝ አድርገው ለተቀበሉ ከእስልምና ዳራ ለመጡ ሰዎች መደበኛ የሆነ ስልጠና ይሰጥ ነበር። የኮርሶ አስተባባሪዎች ተሳታፊዎቹ ቋሚ የሆነ የደቀ መዝሙርነት ችግር እየገጠማቸው እንደሆነ ተገነዘቡ። በዚህ ጊዜ የሸሃዳን ቃል ኪዳን መስበር የሚለውን ሁሉም ተሳታፊዎች በጋራ ሆነው እንዲጸልዩ አደረጓቸው። ከዚህ ጸሎት በኋላ የተሳታፊዎች ምላሽ እጅግ ሰላምና እረፍት እንደተሰማቸው ነበር። ከዚያም እንዲህ ብለው ጠየቁ "አንድ ሰው እንኳን የእስልምናን ቃል ኪዳን መካድ እንዳለብን ለምን አልነገረንም? ይህንን ከብዙ ጊዜ በፊት ልናድርገው ይገባን ነበር። አሉ ከዚህ በኋላ በሁሉም ስልጠና ይህ የጸሎት ክፍለ ጊዜ እጅግ አስፈላጊ መሆኑ ታመነ።

በመካከለኛው ምስራቅ የሸሃዳን ቃል ኪዳን ያፈረሱ ክርስቲያኖች

በመካከለኛው ምስራቅ ያሉ ሙስሊም አማኞች እስልምናን ከካዱ በኋላ የሰጡት ሁለት ምስክርነቶች እንደዚህ ተጽፏል፡-

> በአንገቴ ታስሮ የነበረ ቀንበር እንደተፈታልኝ ዓይነት ነፃነት ነው የተሰማኝ። እውነተኛን ነፃነትን አገኘሁ! ይህ ጸሎት ከአስደናቂም በላይ የሆነ ጸሎት ነው። ታስራ እንደ ተፈታች እምቦሳ ያለን ስሜት ነው አሁን እየተሰማኝ ያለው። ነፃነት ተሰማኝ!
>
> ይህንንም ከልቤ ስፈልገው ነበር። አሁን የሚሰማኝን እረፍት በአእምሮዬ ውስጥ ያለውን አንተ የምታውቀው ይመስለኛል። ትልቅ ሸክም እንደተወገደልን ዓይነት ነው የሚሰማኝ። ምን ዓይነት አስደናቂ ነፃነት

እውነትን መገናኘት

የሸሃዳን ቃል ኪዳን ለማፍረስ የመጀመሪያው እርምጃ የመጽሐፍ ቅዱስ አንዳንድ ጥቅሶችን መረዳት ነው። ይህንንም አበጽሎት ውስጥ የምንናገራቸውን እውነት ለማጽናት ይረዳናል። ይህም እውነተን መገናኘት ይባላል።

እነዚህ የመጽሐፍ ቅዱስ እውነቶች ምን ብለን እንድናምንና ምን ብለን እንድንጸልይ ያስተምሩናል?

> እግዚአብሔር ፍቅር ነው፤ በፍቅር የሚኖር በእግዚአብሔር ይኖራል፤ እግዚአብሔርም በእርሱ ይኖራል። (1 ዮሐንስ 4:16)
>
> "በእርሱ የሚያምን ሁሉ የዘላለም ሕይወት እንዲኖረው እንጂ እንዳይጠፋ እግዚአብሔር አንድያ ልጁን እስከ መስጠት ድረስ ዓለምን እንዲሁ ወድዷልና።" (ዮሐንስ 3:16)

የእግዚአብሔር ፍቅር መገፋትን እንደሚያሸንፍ ያስተምሩናል።

እነዚህ ሁለት ጥቅሶች እንድንቀበልና እንድንጸልይ የሚያስተምረን መለኮታዊ እውነት ምንድን ነው?

> እግዚአብሔር የኀይልና የፍቅር፣ ራስንም የመግዛት መንፈስ እንጂ የፍርሀት መንፈስ አልሰጠንምና። (2 ጢሞቴዎስ 1:7)
>
> እንደ ገና የፍርሀት ባሪያ የሚያደርጋችሁን መንፈስ ሳይሆን፣ "አባ፣ አባት" ብለን የምንጠራበትን የልጅነት መንፈስ ተቀብላችኋልና፤ 16የእግዚአብሔር ልጆች መሆናችንን ያ መንፈስ ራሱ ከመንፈሳችን ጋር ሆኖ ይመሰክርልናል። 17ልጆች ከሆን ወራሾች ደግሞ ነን፤ የክብሩ ተካፋዮች እንሆን ዘንድ በርግጥ የስቅዩ ተካፋዮች ብንሆን፣ የእግዚአብሔር ወራሾች፣ ከክርስቶስ ጋር አብረን ወራሾች ነን። (ሮሜ 8:15-17)

ርስታችን በፍርሃት የተሞላ ሳይሆን በእግዚአብሔር እንደሆነ ያስተምሩናል።

እነዚህ ሁለት ጥቅሶች እንድናምንና እንድንጸልይ የሚያስተምረን እውነት ምንድን ነው?

> "እውነትንም ታውቃላችሁ፤ እውነትም ነፃ ያወጣችኋል።" (ዮሐንስ 8:32)
>
> ክርስቶስ ነፃ ያወጣን በነፃነት እንድንኖር ነው። ስለዚህ ጸንታችሁ ቁሙ፤ ዳግመኛም በባርነት ቀንበር አትጠመዱ። (ገላትያ 5:1)

የተጠራነው በአርነት እንድንኖር እንደሆነ ያስተምሩናል።

እነዚህ ሁለት ጥቅሶች እንድናምንና እንድንጸልይ የሚያስተምረን እውነት ምንድን ነው?

ለመሆኑ፣ ሰውነታችሁ በውስጣችሁ የሚኖረው የመንፈስ ቅዱስ ቤተ መቅደስ እንደ ሆነ አታውቁምን? ይህም መንፈስ ከእግዚአብሔር የተቀበላችሁት ነው። እናንተም የራሳችሁ አይደላችሁም፤ በዋጋ ተገዝታችኋልና፤ ስለዚህ በሰውነታችሁ እግዚአብሔርን አክብሩ።

(1 ቆሮንቶስ 6:19-20)

እነርሱም በበጉ ደም፣ በምስክርነታቸውም ቃል፣ ድል ነሡ(ራዕይ 12፡11)

ሰውነታችን የእግዚአብሔር እንጂ ለክፉ ኃይሎች እንዳልሆኑ ያስተምሩናል የደም ዋጋችንም አስቀድሞ ተከፍሏል።

ይህ ጥቅስ የትኛውን መጽሐፍ ቅዱሳዊ እውነት እንድናውቅና እንድንጸልይ ያስተምረናል?

... አይሁድና በግሪክ፣ በባሪያና በነፃ ሰው፣ በወንድና በሴት መካከል ልዩነት የለም፤ ሁላችሁም በክርስቶስ ኢየሱስ አንድ ናችሁ። (ገላትያ 3:28)

ወንድና ሴት በእግዚአብሔር ፊት እኩል መሆናቸውንና አንዱ ቡድን ከሌላው እንደማይበልጥ ያስተምረናል።

እነዚህ ሦስት ክፍሎች ስለየትኛው መለኮታዊ እውነት እንድናምንና እንድንጸልይ ያስተምሩናል?

ነገር ግን በክርስቶስ ሁልጊዜ በድል አድራጊነት እያዘረ ለሚመራን፣ የዕውቀቱንም መዐዛ በእኛ አማካይነት በየስፍራው ለሚገልጥ አምላክ ምስጋና ይሁን፤ 15ምክንያቱም በሚድኑትና በሚጠፉት መካከል ለእግዚአብሔር የክርስቶስ መዐዛ ነን። (2 ቆሮንቶስ 2:14-15)

እኛ አንድ እንደ ሆንን እነርሱም አንድ እንዲሆኑ፣ የሰጠኸኝን ክብር ሰጥቻቸዋለሁ። ይህም እኔ በእነርሱ፣ አንተም በእኔ መሆንህ ነው። አንተ እንደ ላክኸኝና እኔን በወደድኸኝ መጠን እነርሱንም እንደ ወደድሃቸው ዓለም ያውቅ ዘንድ፣ አንድነታቸው ፍጹም ይሁን። (ዮሐንስ 17:22-23)

ከዚያም ለሁሉም እንዲህ አላቸው፤ “በኋላዬ ሊመጣ የሚፈልግ ማንም ቢኖር ራሱን ይካድ፤ መስቀሉንም በየዕለቱ ተሸክሞ ይከተለኝ፤ ደቀ መዝሙሬ ሊሆን የሚወድ ራሱን ይካድ መስቀሉንም ዕለት ዕለት ተሸክሞ ይከተለኝ። (ሉቃስ 9:23)

የእኛ ልዩ መለያዎቻችን የበታችነት አይደለም ይልቅ የክርስቶስ ድልና ከክርስቶስ ፍቅር ና መስቀል ጋር አንድ መሆን እንደሆነ ያስተምሩናል።

እነዚህ ጥቅሶችን እንድንቀበልና እንድንጸልይ የሚያስተምረን የትኛውን መጽሐፍ ቅዱሳዊ እውነት ነው?

> ነገር ግን፣ እውነት እላችኋለሁ፤ መሄዴ ይበጃችኋል። እኔ ካልሄድሁ አጽናኙ ወደ እናንተ አይመጣም፤ ከሄድሁ ግን እርሱን ወደ እናንተ እልካለሁ፤ 8በሚመጣበትም ጊዜ ዓለምን ስለ ኀጢአት፣ ስለ ጽድቅና ስለ ፍርድ ይወቅሣል። (ዮሐንስ 16፡7-8)
>
> የእውነት መንፈስ በመጣ ጊዜ ወደ እውነት ሁሉ ይመራችኋል። (ዮሐንስ 16:13)

እውነትን የሚገልጥ የመንፈስ ቅዱስ ኃይል እንዳለን ያስተምሩናል።

ለማመንና እንድንጸልይ ይህ ጥቅስ ስለ የትኛው እውነት ያስተምረናል?

> … የእምነታችን ጀማሪና ፍጹም አድራጊ የሆነውን ኢየሱስን እንመልከት፤ እርሱ በፊቱ ስላለው ደስታ መስቀሉን ታግሦ፣ የመስቀሉንም ውርደት ንቆ በእግዚአብሔር ዙፋን ቀኝ ተቀምጧል። (ዕብራዊያን 12:2)

እፍረትን በማሸነፍ ክርስቶስን ለመከተል ስልጣን እንዳለን ያስተምረናል።

ይህ ጥቅስ ስለ የትኛው መለኮታዊ እውነት እንድናምንና እንድንጸልይ ያስተምረናል?

> ዐይኖቻችሁ ያዩአቸውን ነገሮች እንዳትረሱ፣ ደግሞም በሕይወት እስካላችሁ ድረስ ከልባችሁ እንዳይጠፉ ብቻ ተጠንቀቁ፣ ነቅታችሁም ራሳችሁን ጠብቁ። እነዚህን ለልጆቻችሁና ከእነርሱ በኋላ ለሚወለዱት ልጆቻቸው አስተምሯቸው። (ዘዳግም 4:9)

እራሳችንንና ልጆቻችንን ስለ መንፈሳዊ ጉዳዮች የማስተማር መብትና ኃላፊነት እንዳለን ያስተምረናል።

እነዚህ ጥቅሶች እንድንቀበልና እንድንጸልይ የሚያስተምረን የትኛውን መጽሐፍ ቅዱሳዊ እውነት ነው?

> አንደበት የሞትና የሕይወት ኀይል አላት፤ የሚወድዷትም ፍሬዋን ይበላሉ። (ምሳሌ 18:21)
>
> አሁንም ጌታ ሆይ፤ ዛቻቸውን ተመልከት፤ ባሪያዎችህም ቃልህን በፍጹም ድፍረት መናገር እንዲችሉ አድርጋቸው። (የሐዋርያት ሥራ 4:29)

ፍቅር ከእውነት ጋር እንጂ በዐመፅ ደስ አይሰኝም። (1 ቆሮንቶስ 13:6)

ኢየሱስ የእግዚአብሔር ልጅ እንደ ሆነ አምኖ በሚመሰክር ሁሉ፣ እግዚአብሔር በእርሱ ይኖራል፤ እርሱም በእግዚአብሔር ይኖራል። (1 ዮሐንስ 4:15)

ስለዚህ ታላቅ ዋጋ ያለውን መታመናችሁን አትጣሉ። (ዕብራውያን 10:35)

እውነትን በፍቅር፣ በድፍረት ለመናገር በክርስቶስ ሥልጣን እንዳለን ያስተምሩናል።

እነዚህ ጥቅሶች ስለየትኛው መጽሐፍ ቅዱሳዊ እውነት እንድናምንና እንድንጸልይ ያስተምሩናል?

የሰውን ምስክርነት ከተቀበልን፣ የእግዚአብሔር ምስክርነት ከዚያም ይልቃል፤ ይህ ስለ ልጁ የሰጠው የእግዚአብሔር ምስክርነት ነውና። (1 ዮሐንስ 5: 9)

በምስክርነታቸው ቃል ድል ነሱ። (ራእይ 12:11)

በእውነት ቃል ላይ ሙሉ እምነት እንዲኖረን ያስተምሩናል።

እነዚህ ጥቅሶች እንድንጠይቅና እንድንጸልይ የሚያስተምረን መለኮታዊ እውነት ምንድን ነው?

ተረፈ በጌታና ብርቱ በሆነው ኀይሉ ጠንክሩ። 11የዲያብሎስን የተንኰል ሥራ መቋቋም ትችሉ ዘንድ፣ የእግዚአብሔርን ሙሉ የጦር ዕቃ ልበሱ። (ኤፌሶን 6:10-11)

ምንኖረው በዚህ ዓለም ቢሆንም፣ የምንዋጋው በዚህ ዓለም ስልት አይደለም። 4ደግሞም የምንዋጋበት የጦር መሣሪያ የዚህ ዓለም መሣሪያ አይደለም፤ ይሁን እንጂ ምሽግን ለመደምሰስ የሚችል መለኮታዊ ኀይል ያለው ነው። 5በእግዚአብሔር ዕውቀት ላይ በትዕቢት የሚነሣውን ክርክርና ከንቱ ሐሳብ ሁሉ እናፈርሳለን፤ አእምሮንም ሁሉ እየማረክን ለክርስቶስ እንዲታዘዝ እናደርጋለን። (2 ቆሮንቶስ 10:3-5)

እኛ ምንም መከላከያ የሌለን ወይም መሰሪያ የሌለን ሳይሆን በክርስቶስ በመንፈሳዊ ዓለም የታጠቅን መሆናችንን ያስተምሩናል።

ይህ ጥቅስ እንድናምንንና እንድንጸልይ ምን ያስተምረናል?

ወንድሞቼ ሆይ፤ ልዩ ልዩ መከራ ሲደርስባችሁ እንደ ሙሉ ደስታ ቍጠሩት... (ያዕቆብ 1:2፤ እንዲሁም ፊልጵስዩስ 1:29ን ተመልከት)

በክርስቶስ ስም መከራ መቀበል እንደ ደስታ ልንቆጥረው እንደሚገባ ያስተምረናል።

እነዚህ ጥቅሶች እንድንቀበልና እንድንጸልይ የሚያስተምረን የትኛውን ቅዱስ ጽሑፋዊ እውነት ነው?

> ይህ ዓለም የሚፈረድበት ጊዜ አሁን ነው፤ የዚህም ዓለም ገዥ አሁን ወደ ውጭ ይጣላል። 32እኔ ግን ከምድር ከፍ ከፍ ባልሁ ጊዜ ሰውን ሁሉ ወደ ራሴ እስባለሁ።" (ዮሐንስ 12:31-32)

መስቀል የሰይጣንን ኃይል እንደሚያጠፋና በክርስቶስ ወደ ነፃነት እንደሚያደርሰን ያስተምሩናል።

እነዚህ ጥቅሶች እንድንጠይቅና እንድንጸልይ የሚያስተምረን የትኛውን መጽሐፍ ቅዱሳዊ እውነት ነው?

> እናንተም በበደላችሁና የሥጋችሁን ኀጢአታዊ ባሕርይ ባለ መገረዝ ሙታን ሳላችሁ፣ እግዚአብሔር ከክርስቶስ ጋር ሕያዋን አደረጋችሁ፤ ኀጢአታችንንም ሁሉ ይቅር አለን፤ 14ሲቃወመንና ሲጻረረን የነበረውን የዕዳ ጽሕፈት ከነሕግጋቱ በመደምሰስ፣ በመስቀል ላይ ቸንክሮ ከመንገድ አስወገደው። 15የአለቆችንና የባለሥልጣናትንም ማዕረግ በመግፈፍ በመስቀሉ ድል ነሥቶ በአደባባይ እያዞራቸው እንዲታዩ አደረገ። (ቆላስይስ 2:13-15)

መስቀል አምላካዊ ያልሆኑትን ቃል ኪዳኖች የሚሽርና ኃይላቸውን ሁሉ እንደሚያጠፋ ያስተምሩናል።

ከመጸለያችን በፊት ጸሎታችንና አዋጆቻችን ኃይል ያላቸውና ውጤታማ መሆናቸውን መረዳት አለብን። ከእግዚአብሔር ጋር ሙሉ ለሙሉ ለመስማማት ምረጡና ፍጹም ወደ ሆነ ነፃነት ኑ። በመፈሳችሁ ክርስቶስ እናንተ የክርስቶስን እውነት መቀበላችሁን እመኑ። እርሱ ከሰይጣን እስራት ሁሉ ነፃ ሊያወጣችሁ ይፈልጋል። የእስልምና የውሸት ቃል ኪዳኖችን ተቃወሟቸው አፍርሷቸውም።

ይህ ጸሎትን የሸሃዳን ቃል ኪዳን ለማፍረስ የሚደረግ ጸሎት ነው። ይህንን ጸሎት ሁሉም ሰው ቆሞ ያነበዋል

የሸሃዳን ቃል ኪዳን ለማፍረስና ኀይሉንም ለመስበር የሚጸለይ ጸሎት

በሙሐመድ ሕይወት የተገለጡትን ትምህርቶችና የሐሰት መገዛት እክዳለሁ።

ሙሐመድ የአምላክ መልዕክተኛ ነው የሚለውን የውሸት እምነት አልቀበልም። እክደዋለሁም።

ቁርአን የእግዚአብሔር ቃል ነው የሚለውን አነጋገር እክዳለሁ።

ማንኛውንም ሸሀዳን ማነብነብ አግባብ ነው ብዬ አልቀበልም። እክደዋለሁም ።

***አል ፋቲሃ** አይሁዶች ከእግዚአብሔር ቁጣ በታች ናቸው፣ ክርስቲያኖችም ከሀዲዎች ናቸው የሚለውን አስተምህሮ እክዳለሁ።*

አይሁዶችን መጥላትን እክዳለሁ። መጽሐፍ ቅዱስን በርዞውታል የሚባለውን አባባል አልቀበልም።

እግዚአብሔር ኤሁዳውያንን ጥሏቸዋል የሚለውን አመለካከት እክዳለሁ።

ቁርአንን ማነብነብና በሕይወቴ ላይ ስልጣን አለው የሚለውን አባባል እክዳለሁ።

ሙሐመድን እንደ ምሳሌ በመቁጠር የሚደረግ ማንኛውንም የሐሰት አምልኮ እክዳለሁ።

ሙሐመድ እግዚአብሔርን አስመልክቶ ያመጣውን የሐሰት ትምህርቶች እክዳለሁ። በቁርአን ላይ የተገለጠውን አላህ እግዚአብሔር ነው የሚለውን አባባል እክዳለሁ።

በተወለድኩ ጊዜ ለእስልምናና ለዘር ዘሮቼ የተሰጠሁበትን መሰጠት እክዳለሁ።

የሙሐመድን ምሳሌዎች ተከተል የሚለውን አስተሳሰብ እክዳለሁ። የኃይል ጥቃትን ፣ሌሎችን ዝቅ አድርጎ ማየትን፣ ጥላቻን፣ በሴቶች ያለአግባብ መጠቀምን፣ ሌብነትን፣ ሙሐመድ የፈጸማቸውን ሁሉንም ኃጢአቶች እቃወማለሁ። እክዳለሁ።

በክርስቶስ ኢየሱስ የሆኑቱ ከኩነኔ ነፃ መሆናቸውን፤ የኢየሱስ ክርስቶስ ደም ከማንኛውም አሳፋሪ በደል ነፃ ስላወጣኝ ማንኛውንም አሳፋሪ ነገርን አልቀበልም። ደግሞም እክደዋለሁ።

በሙስሊሞች የሚነገር ማንኛውንም የፍርሃት ንግግር አልቀበልም ደግሞም እክደዋለሁ። በሙስሊሞች ዛቻ የተነሳ በፍርሃት ውስጥ ለወደቁት እግዚአብሔር ይቅርታ እንዲያደርግላቸው፣ በሁሉም ነገራቸው በእግዚአብሔር መታመንን ምርጫቸው እንዲያደርጉ እጸልይላቸዋለሁ።

የሌሎችን እርግማን አልቀበልም እና እተወዋለሁ። የበረከት ሰው ለመሆን እመርጣለሁ።

ከጂኒ ጋር ያለኝን ግንኙነት ሁሉ ውድቅ አድርጌ እተወዋለሁ። ስለ ቀሪን የሚነገረውን የእስልምና አስተምህሮት ውድቅ አድርጌያለሁ፣ ከኣጋንንት ጋር የትኛውንም ግንኙነት አቋርጣለሁ።

የእግዚአብሔርን ቃል ለመንገዴ ብርሃን በማድረግ በመንፈስ መመላለስን እመርጣለሁ።

እግዚአብሔራዊ ባልሆነው ማንኛውም ድርጊቴ ይቅርታ እንዲያደርግልኝ ፣ ሙሐመድንም የአላህ መልዕክተኛ ነው ብዬ በመከተሌ እግዚአብሔርን ምህረት እጠይቃለሁ።

ኢየሱስ ዳግመኛ ወደ ምድር በሚመጣበት ጊዜ በምድር ላይ የሚኖሩ ሁሉም ሕዝቦች የሙሐመድን ሸሪአ እንዲቀበሉ ያስገድዳቸዋል የሚለውን የስድብ ንግግር እቃወማለሁ ። ደግሞም እክዳለሁ።

ኢየሱስን ብቻ ለመከተል ምርጫዬ አድርጌአለሁ።

ክርስቶስ የእግዚአብሔር ልጅ መሆኑን፣ ለኃጢአቴ በመስቀል ላይ መሞቱን፣ ለኔ ደህንነት ሲል ከሞት መነሳቱን አምናለሁ። ስለ ክርስቶስ መስቀል እግዚአብሔርን አመሰግናለሁ። የኔን መስቀል ወስዶ እንድከተለው ስላደረገኝ፤

ክርስቶስ የሁሉም ጌታ መሆኑን አምናለሁ። በሰማይና በምድር ላይ ገዢ ነው። የሕይወቴ ጌታ ነው። በሕያዋንና በሙታን ላይ ሊፈርድ ዳግመኛ እንደሚመጣ አምናለሁ። እንድንበት ዘንድ ከሰማይ በታች የተሰጠ ከኢየሱስ ሌላ ስም እንደሌለ አምናለሁ።

አባቴ እግዚአብሔር አዲስን ልብ እንዲሰጠኝ ወደ ሕይወቴ እጋብዘዋለሁ። እርሱም የክርስቶስ ልብ ነው፡ በምናገረውና በማደርገው ሁሉ ይመራኝ ዘንድ፤

ሁሉንም የሐሰተኛ አምልኮዎች እቃወማለሁ። ህያው አምላክን ለማምለክ ማንነቴን አሰጣለሁ። አብ፣ ወልድና መንፈስቅዱስን።

አሜን።

የጥናት መመሪያ

ትምህርት 5

በዚህ ትምህርት ውስጥ ያለው ትምህርት በኢየሱስና በመጽሐፍ ቅዱስ ላይ ያተኮረ በመሆኑ የቁርዓን ማጣቀሻዎች፣ አዲስ ቃላትና አዲስ ስሞች የሉም።

በሚቀጥሉት ጥያቄዎች ውስጥ የመጽሐፍ ቅዱስ ጥቅሶች ተካትተዋል።

ጥያቄዎች ትምህርት 5

- በጉዳዩ ላይ ተወያይ።

አሳማሚ ጅምር

1. የኢየሱስና የሙሐመድ ሕይወት ምን የሚያመሳስላቸው ነገር አለ?

2. በየትኞቹ አራት መንገዶች የኢየሱስ ሕይወት መጀመሪያ አሳማሚ ሆነ?

    1)

    2)

    3)

    4)

ኢየሱስ ተጠየቀ

3. ፈሪሳውያን ክርስቶስን የተቃወሙት በየትኞቹ ጥያቄዎች ነው?

- ማርቆስ 3:2፤ የሚሉ ጥያቄዎች...ወዘተ
- የማርቆስ ወንጌል 11:28 ጥያቄዎች...ወዘተ
- ማርቆስ 10:2፤ የሚሉ ጥያቄዎች...ወዘተ
- ማርቆስ 12:15፤ የሚሉ ጥያቄዎች...ወዘተ
- ማቴዎስ 22:36፤ ስለ...
- ማቴዎስ 22:42፤ ስለ...
- ዮሐንስ 8:19፤ ስለ...
- ማቴዎስ 22:23-28፤ ወተ የሚሉ ጥያቄዎች...ወዘተ
- ማርቆስ 8:11፤ የሚሉ ጥያቄዎች...ወዘተ
- ማርቆስ 3:22፤ የሚሉ ጥያቄዎች...ወዘተ
- ማቴዎስ 12:2፤ የሚሉ ጥያቄዎች...ወዘተ
- ዮሐንስ 8:13፤ ስለ...

ተቃዋሚዎች

4. ኢየሱስ ምን ዓይነት ተቃውሞ አጋጥሞታል?

- ማቴዎስ 2:16
- ማርቆስ 6:3፤ ወዘተ.
- ማርቆስ 3:21
- ዮሐንስ 6:66
- የዮሐንስ ወንጌል 10:31
- የዮሐንስ ወንጌል 11:50

- ማርቆስ 14:43-45፣ ወዘተ.
- ማርቆስ 14:66-72፣ ወዘተ.
- ማርቆስ 15:12-15፣ ወዘተ.
- ማርቆስ 14:65፡ ወዘተ.
- ማርቆስ 15:16-20፣ ወዘተ.
- ማርቆስ 14:53-65፣ ወዘተ.
- ዘዳግም 21:23
- ማርቆስ 15:21-32፣ ወዘተ.

ኢየሱስ ለተቃውሞ የሰጠው ምላሽ

5. ኢየሱስ ለገጠመው ተቃውሞ የሰጠውን ምላሽ በተመለከተ ዱሪ የትኞቹን ስድስት ነገሮች ተመልክቷል? (በማቴዎስ 27:14፤ ኢሳይያስ 53:7፤ ማቴዎስ 21:24፤ ማቴዎስ 22:15-20፤ ማቴዎስ 12:19-20፤ ኢሳይያስ 42:1-4፤ ሉቃስ 4:30 ላይ የተመሠረተ፡፡)

1)

2)

3)

4)

5)

6)

6. ኢየሱስ ፈተና በደረሰበት ጊዜ ለየት ያለ ምላሽ የሰጠው እንዴት ነው? (በዕብራውያን 4:15 ላይ የተመሠረተ፡፡)

7. ኢየሱስ በእሱ ላይ የሚነሱትን ማጥቃት ወይም እርሱን ማጥፋት ለሚለው ሐሳብ እነርሱን መልሶ ማጥቃት አስፈላጊ እንዳልሆነ የተሰማው ለምንድን ነው?

መገፋትን መቀበል

8. በእግዚአብሔር ዕቅድ፣ ኢየሱስ እንደ እግዚአብሔር መሲሕ ያደረገው የጥሪ ትምህርት ምንድን ነው? (በማርቆስ 12:10፣ ወዘተና በኢሳይያስ 52:3-5 ላይ የተመሠረተ።)

9. የእግዚአብሔር እቅድ ዋና አካል ምን ነበር? (በማርቆስ 8፡31-32 ላይ በመመስረት፣ ወዘተ.)

ዓመፅን እምቢ

10. በማቴዎስ 26:52ና ዮሐንስ 18:36 መሠረት ኢየሱስ የተቀበለው ምንድን ነው?

11. ዱሪ በማቴዎስ 10፡34 ላይ ያለውን "ሰይፍ ማምጣት" የሚለውን እንዴት ተረዳው?

12. ኢየሱስ አንዳንድ ተከታዮቹ ስለ መሲሑ የተቀበለው ምን አመለካከት ነው? (በማቴዎስ 22:21፤ ሉቃስ 17:21፤ ማቴዎስ 20:16፤ ማርቆስ 10:43፤ ማቴዎስ 20:26-27 ላይ የተመሠረተ።)

13. የጥንቷ ቤተ ክርስቲያን ይህን ትምህርት ክርስቲያን በሆኑ ወታደሮች ላይ የምትሠራው እንዴት ነው?

ጠላቶቻችሁን ውደዱ

14. ኢየሱስ ክፉ ስለሚያደርግቡን ምን አስተምሯል?

1) የማቴዎስ ወንጌል 5፡38-42 ስለ ክፋት በቀል...

2) የማቴዎስ ወንጌል 7፡1-5 ስለ ፍርድ...

3) ማቴዎስ 5:44፣ ስለ ጠላቶች...

4) የማቴዎስ ወንጌል 5፡5 ስለ ገርነት...

5) ማቴዎስ 5:9፣ ስለ ሰላም ፈጣሪዎች...

6) 1ኛ ቆሮንቶስ 4፡11፣ ወዘተ. ስለ ስደት...

7) 1ኛ የጴጥሮስ መልእክት 2፡21-25፣ የእኛን ምሳሌ በተመለከተ...

ራሳችሁን ለስደት አዘጋጁ

15. ኢየሱስ ተከታዮቹ የማይቀር ነገር ስለሚሆነው ነገር ምን አስተምሯቸዋል? (በማርቆስ 13፡9-13 ላይ በመመስረት፣ ወዘተ.)

16. ሙሐመድ ተከታዮቹን መከራን በግፍ እንዲመልሱ ሲያስተምር ኢየሱስ ተከታዮቹን እንዴት አስተምሯቸዋል? (በማርቆስ 6:11፤ ማቴዎስ 10:13-14 ላይ የተመሠረተ።)

17. ኢየሱስ መራራ ሳይኾን የመቀጠል አስፈላጊነትን ምሳሌ ያደረገው መቼ ነው? (በሉቃስ 9:54-56 ላይ የተመሠረተ።)

18. ኢየሱስ ደቀ መዛሙርቱን ከባድ ስደት በደረሰባቸው ጊዜ እንዲያደርጉ ያስተማራቸው ሦስት ነገሮች ምንድን ናቸው? (በማቴዎስ 10:19-20 ላይ በመመስረት፡ ወዘተ.)

1)

2)

3)

19. ኢየሱስ ለደቀ መዛሙርቱ ስደት ሲደርስባቸው ያስተማራቸው አራተኛው ለየት ያለ ትምህርት ምንድን ነው? (በሉቃስ 6፡22-23 ላይ በመመስረት፣ ወዘተ.)

20. ስደት ለደረሰባቸው ደቀ መዛሙርት ያስተማረው አምስተኛው እውነት ምንድን ነው? (በ1ኛ ጴጥሮስ 3:14፣ ወዘተ ላይ በመመስረት)

እርቅ

21. ዱሪ የአዳምና የሔዋን ኃጢአት በሰው ልጆች ላይ ሦስት ውጤቶች እንዳሉት ተናግሯል። ምን ነበሩ?

22. የሰው ልጆችን ወደነበረበት ለመመለስና የእግዚአብሔርና የሰው ግንኙነትን ለመፈወስ የእግዚአብሔር እቅድ ፍጻሜው ምንድን ነው?

23. እምቢተኝነትን ለማሸነፍ ቁልፉ ምንድን ነው?

24. ኢየሱስ የመቃወምን ኃይል ያሸነፈው እንዴት ነው? (በዮሐንስ 3:16 ላይ የተመሠረተ)

25. የኢየሱስ የመስቀል ሞት ወደየትኛው የብሉይ ኪዳን ምሳሌነትና ወደየትኛው ትንቢት ነው የሚያመለክተው?

26. ተቀባይነትን በማጣት የክርስቶስ መሥዋዕት ምን ሰጠን?

27. በሮሜ 8 መሠረት፣ እርቅ ምን ያሸንፋል?

28. በ2ኛ ቆሮንቶስ 5 ላይ እንደተገለጸው፣ የመቃወምን ኃይል እናጠፋ ዘንድ እግዚአብሔር አደራ የሰጠን የትኛውን አገልግሎት ነው?

ትንሳኤ

29. ሙሐመድ በጠላቶቹ ላይ ምን ሊያደርግ ፈለገ?

30. በሐዋርያት ሥራ 2:31-36 መሠረት ክርስቶስ መረጋገጥ የቻለው እንዴት ነው?

31. በፊልጵስዩስ 2፡4-10 ላይ እንደ ዱሪ ማስተዋል፣ ራሱን አዋርዶ ራሱን በመስቀል ላይ ስላቀረበ እግዚአብሔር ምን ምን አደረገው?

የመስቀሉ ደቀመዝሙርነት

32. የክርስቶስ ደቀ መዛሙርት 'መስቀላቸውን ሲሸከሙ' የመከራ ልምዳቸውን እንዴት ይተረጉማሉ? (በማርቆስ 8፡34-35 ላይ በመመስረት፣ ወዘተ.)

ሙሐመድ-የመስቀሉ ጠላት

33. ሙሐመድ መስቀሎችን ምን ያህል ይጠላል?

34. በእስልምና እምነት ዒሳ (ኢስላማዊው ኢየሱስ) ወደ ምድር ከተመለሰ በኋላ ምን ምርጫ ይጠፋል?

35. እንግሊዛዊው ሊቀ ጳጳስ ጆርጅ ኬሪ ወደ ሳውዲ አረቢያ ሲበሩ ምን ጥያቄ ቀረበላቸው?

ለጸሎት ትምህርት፣ እባክዎ የሚከተሉትን ደረጃዎች ይከተሉ፡-

1. በመጀመሪያ ሁሉም ተሳታፊዎች 'ኢየሱስ ክርስቶስን ለመከተል የተሰጠ መግለጫና ጸሎት' አብረው ያነባሉ።
2. ከዚያ ምስክሮቹና 'የእውነት ገጠመኝ' ጥቅሶች ለሁሉም ተሳታፊዎች ይነበባሉ።
3. ከዚህ በኋላ ሁሉም ተሳታፊዎች በአንድነት ቆመው 'መግለጫና ጸሎትን ለመካድ ጸሎትን ያነባሉ።ሸሃዳና ኃይሉን ሰበሩ'
4. ለበለጠ ዝርዝር መመሪያዎች፣ የመሪዎች መመሪያን ይመልከቱ።

6

ከዚማ ነፃ መውጣት

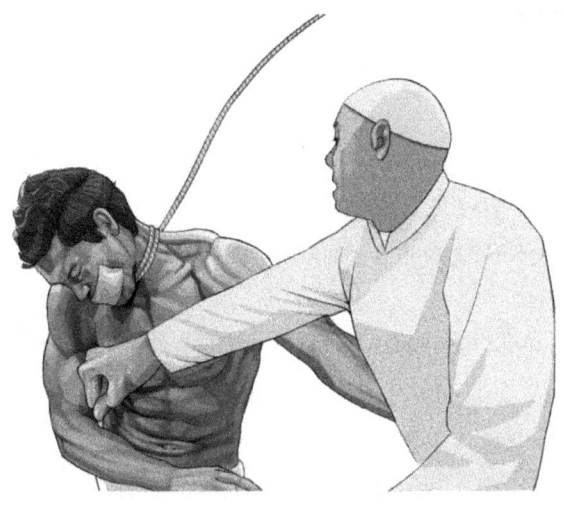

"ወደሚናገረው ወደ ተረጨው ደም ደርሳችኋል"
ዕብራውያን 12፡24

የዚህ ትምህርት ዓላማዎች

ሀ. ሀ. በሙስሊሞች በተሸነፈ ሕዝብ ላይ የተጫነውን የዚማ ቃል ኪዳን ሥነ-መለኮታዊ መሠረት መረዳት።

ለ. ሙስሊሞች ከተገዙ ሰዎች የሚፈልጓቸውን ሦስት ምርጫዎች እና የ "ሦስተኛው ምርጫ" ተጽእኖ መረዳት።

ሐ. የዚማ ቃል ኪዳን ሙስሊም ላልሆኑ ሰዎች ያለውን አንድምታ ማብራራት።

መ. ከኢስላማዊ ሥነ ጽሑፍና የዓይን እማኞች የዚማ መገዛት ምሳሌዎችን መመልከት።

ሠ. የዓመታዊው የጭንቅላት መቆረጥ ሥነ ልበናዊና መንፈሳዊ ተፅእኖን መረዳት።

ረ. የዚሚ አስተሳሰብ (dhimmitude) ዛሬ ወደ ምዕራብ እንዴት እየተመለሰ እንደሆነ ምሳሌዎችን መመልከት።

ሰ. አንዳንድ ሰዎች የዚማማ ቃል ኪዳንን ለምን መተው እንደሚያስፈልጋቸው መረዳት።

ሸ. ኢየሱስና መሐመድ ተቀባይነትን ለማጣት ምን ምላሽ እንደሰጡ በአጭሩ መገምገም።

ቀ. የዚማ ቃል ኪዳንን ለመካድ ጸሎቶች ለተወሰኑ ክርስቲያኖች ለምን እንደሚያስፈልግ መረዳት።

በ. የዚሚ አስተሳሰብ አሉታዊ መንፈሳዊ ተጽእኖዎችን በአጭሩ ይዘርዝሩ።

ተ. ሻሃዳን ለመካድ በምትዘጋጅበት ጊዜ 15 ልዩ እውነቶችን የሚገልጹ የመጽሐፍ ቅዱስ ጥቅሶችን አስቡ (በቀደመው ትምህርት ካልተደረገ)።

ቸ. ክፉ አስተሳሰብን የመካድ ጸሎትን በማንበብ ከዚማ እስራት መንፈሳዊ ነፃነትን አውጁ፣ የኑዛዜ ጸሎትና 35 ልዩ መግለጫዎችን እንዲሁም የክህደት አንቀጾችን ጨምሮ።

የመክፈቻ ጥናት ርዕሰ ጉዳይ፡ እርሶ ቢሆኑ ምን ያደርጋሉ?

አንተና ጓደኞችህ በማረፊያ ማእከል በሚደረገው የጸሎት ኮንፈረንስ ላይ እንድትገኙ ተጋብዛችኋል። ለመሄድ ጓጉተሃል። ከሌሎች ሰዎች ጋር በመገናኘትህ በተለይም ከሙስሊም አስተዳደግ የመጡ ብዙ ክርስቲያኖችን በማየትህ በጣም ተደስተሃል።

በመጀመሪያው የምሽት ክፍለ ጊዜ መጨረሻ ላይ ከ10-12 ሰዎችን በቡድን እንድትቀላቀሉና ሐሳቦችን ለመካፈል እንዲሁም ለ30 ደቂቃ እንድትጸልዩ ተጠይቃችኋል። የአንተ ቡድን በርካታ ሙስሊም የነበሩ አማኞች አሉት። ብዙዎቹ ንግግር አደረጉ። ከሌሎች ክርስቲያኖች ጋር በመቀላቀላቸው ምን ያህል ደስተኛ እንደሆኑ አካፈሉ። ነገር ግን በቡድኑ ውስጥ ያሉ ጥቂት ክርስቲያኖች በየመንደራቸው በካፊርነት ፈርጀው ሲንገላቱዋቸውና ሲያገሏቸው በነበሩት ሙስሊሞች ምን ያህል እንደተጎዱ፣ ፍርሃት፣ እፍረትና ጥላቻ እንደደረሰባቸው ማካፈል ይጀምራሉ። የቀድሞዎቹ ሙስሊሞችም እንዲህ ሲሉ መለሱ፡- "ይህንን በመስማታችን እናዝናለን፤ ነገር ግን ይቅር በሏቸው። እነዚህ ሙስሊሞች ምን እንደሚሠሩ ላያውቁ ይችላሉ።"

ይህ መልስ ህመሙን የሚጋሩትን ሰዎች እንዳስቀየማቸው ታስተውላለህ። ወደ አንተና ሌሎች የቡድኑ አባላት ዞር ብለው እንዲህ ብለው ይጠይቃሉ፡- "ጉዳዩ 'ይቅርታ አደርጌላችኋለሁ' ከማለት የዘለለ አይደለም እንዴ? አሁንም ቢሆን የትኛውንም ሙስሊም እንፈራለን፤ ምቾት አይሰማንም።" እነዚህ የመጨረሻ ቃላት የቀድሞ ሙስሊሞችን በጣም እንዳሳዘናቸው አስተዋልክ።

ምን ምላሽ ትሰጣለህ? ምንስ ታደርጋለህ?

በዚህ ትምህርት እስልምና በእስልምና አስተዳደር ስር ለሚመጡ ሙስሊም ያልሆኑ ሰዎች ያለውን ፖሊሲና አያያዝ እንመለከታለን። ክርስቲያኖችና አይሁዶችን ጨምሮ እነዚህ ሰዎች በእስልምና ይታወቃሉ *የሚለው ጉዳይ ነው።*

የዚማ ቃል ኪዳን

እንደ ጎርጎሳውያኑ የዘመን አቆጣጠር በ2006 ዓ.ም የሮማው ካቶሊክ ጳጳስ የነበሩት ቤኒዲክት በብዙዎች ዘንድ የታወቀላቸውን የረጌንስበርግ ገለፃ አድርገው ነበር። የንግግራቸውንም ሀሳብ የወሰዱት ንጉስ ማኑኤል ሁለተኛ የተባሉት የሙሐመድን በሰይፍ የታጀበ እምነትን የማሰራጫ ስብከት ትእዛዝ በተመለከተ የተናገሩትን በመጥቀስ ነበር።

የጳጳሱ መልዕክት በዓለም ዙርያ ከሚኖሩ ሙስሊሞች ዘንድ ከፍተኛ የሆነ ተቃውሞ አስነስቶ ነበር። አንድ ትኩረትን የሳበ ምላሽ የተሰጠው ግን የሳውዲ አረቢያው የእስልምና ህግጋትን የማስረዳት ስልጣን በነበራቸው ሼክ አብዱላዚዝ አል ሼክ ነበር። በወቅቱ ርዕሰ ጉዳዩን አስመልክቶ በነበረው ጋዜጣዊ መግለጫ "እስልምና ኃይልን በመጠቀም የተጀመረ ሃይማኖት አይደለም" ብለዋል። የሙግት ሀሳባቸውንም ሲያጠናክሩ "በዚህ ምክንያት እስልምናን መክሰስ ስህተት ነው። ምክንያቱም በእምነት ጉዳይ አረመኔ መሆን የሚቻለው በሦስተኛ ምርጫ ነው። የመጀመርያው ምርጫ ሰላማዊ ነው። ሁለኛተው ሰይፍ ማንሳት ነው።" ሦስተኛውን እንዲህ ሲሉ ነበር ያስቀመጡት "እጅ እንዲሰጡ ማድረግና ቀረጥ ማስከፈል ከዚያም በቀዬአቸው ለመኖር ፈቃደኛ ይሆናሉ። ይሄንንም የሚያደርጉት ሃይማኖታቸው በሙስሊሞች የበላይ ጠባቂነት ስር መሆኑን ስለሚያጤኑ ነው"

የእስልምና ህግ አዋቂው ከሙሐመድ ምሳሌ በመነሳት ያነበቡትን እንዲህ ሲሉ ያስቀምጣሉ "ቁርአንንና የሙሐመድን ፈለግ ያነበበ ሁሉ አንድ የሚረዳው እውነት አለ።"

የህግ አዋቂው ለማመላከት የሞከሩት ሦስቱ ምርጫዎች እነዚህ ነበሩ፡-

1. ወደ እስልምና መለወጥ
2. ሰይፍ (መግደል ወይም መገደል)
3. ለእስልምና ኃይል እጅ መስጠት

የመጀመሪያዎቹ ሁለት ምርጫዎች ወደ ሙሐመድ የሚወስዱ ናቸው። እርሱም እንዲህ ነበር ያለው፡-

> አላህ ትእዛዝን ሰጥቶኛል። ትእዛዙም ሰዎች ሁሉ ከአላህ በቀር ሊመለክ የሚገባው ሌላ ነገር እንደሌለ እስኪመሰክሩ ድረስ እንደዚሁም ሙሐመድ የአላህ መልዕክተኛ መሆኑን እስኪመሰክሩ ድረስ መዋጋት ነው። ይሄንን ማድረግ ከቻሉ እራሳቸውንም ንብረታቸውንም ከኔ ማዳን ይችላሉ።

ነገር ግን ይህ አባባል እስልምናን ወይንም ሰይፍ ከመምረጥ፣ እጅ ከመስጠት እና ጀዝያን ከመክፈል በተጨማሪ ሙሐመድ በሰጠው ሌላ አማራጭ ተሻሽሏል፡-

> በአላህ ስምና አላህ በሚፈቅደው መንገድ ተዋጉዋቸው በአላህ በማያምኑት ላይ ቅዱስ ጦርነት ክፈቱባቸው። መድበለ አማልክት የሚያመልኩትን ጠላቶቻችሁን ስታገኙአቸው ወደ ሦስቱም ዓይነቶች ግብዣ ጋብዙዋቸው። እነርሱ ከነዚህ መካከል ለአንዱ ምላሽን ቢሰጡ እናንተም በመቀበል ክፉ ከማድረግ ተቆጠቡ። እስልምናን እንዲቀበሉ ጋብዟቸው። ምላሽን የሚሰጧችሁ ከሆነ ተቀበሏቸው፣ እነርሱንም ከመዋጋት ተቆጠቡ... እስልምናን ለመቀበል እምቢ ካሉ ጀዚያን ጠይቋቸው። ለመክፈል ከተስማሙ ተቀበሏቸውና እጃችሁን ከነርሱ ላይ ሰብስቡ። ግብሩን የማይከፍሉ ከሆነ የአላህን እርዳታ በመፈለግ ተዋጓቸው።

ጂዝያ ለመክፈል የሚያስፈልገው መስፈርት በቁርኣን አንቀፅ ላይ የተመሰረተ ነው።

> እነዚያን... መጽሐፉን የተሰጡትን የተዋረዱ ሆነው ግብርን (ጂዝያ) በእጆቻቸው እስኪሰጡ ድረስ ተጋደሏቸው። (ቁ 9:29)

ለኢስላማዊ አስተዳደር እጃቸውን የሰጡ ማህበረሰቦች የዚማ ስምምነትን እንደተቀበሉ በእስልምና ሕግ ተቆጥረዋል ይህም ሙስሊም ያልሆነው ማህበረሰብ በሁለት ነገሮች የተስማማበት ቃል ኪዳን ነው፡- 1) ለሙስሊሞች አመታዊ የጂዝያ ግብር እና 2) የተዋረደ ወይም 'ትንሽ' መሆን፣ የተሸነፈ የትህትናን አመለካከት በመከተል።

የሙስሊም ተንታኝ ኢብኑ ከሢር በቁ 9:29 ላይ በሰጠው አስተያየት "ሙስሊሞች የዚማ ሰዎችን ማክበርም ሆነ ከሙስሊሞች በላይ ሊያሳድጓቸው አይፈቀድላቸውም፤ ምክንያቱም እነሱ የተጨነቁ፣ ቆሌያቸው የተገፈፈ እና የተዋረዱ ናቸው" ብሏል። ይህ የተዋረደ ሁኔታ፣ "ቀጣይነት ያለው ውርደታቸውን፣ ቅሌታቸውንና ቆሌ ቢስነታቸውን" በማረጋገጥ በሸሪዓ ሕግጋት መረጋገጥ እንዳለበት ተናግሯል።

በዚማ ቃል ኪዳን የሚስማሙ ከሆነ ሙስሊም ያልሆኑ ሰዎች ከመወረራቸው በፊት የነበራቸውን ሃይማኖት እንዲጠብቁ ሸሪዓው ፈቅዷል። በእነዚህ ሁኔታዎች ውስጥ የሚኖሩ ሙስሊም ያልሆኑ ሰዎች ዚሚዎች በመባል ይታወቃሉ።

ይህ የማስገደድ ሥርአት ቁርአንን መሰረት ያደረጉ ሁለት መሰረታዊ ፖለቲካዊ መርህ ያላቸው መግለጫዎች አሏቸው፡-

1. እስልምና በሌሎች ሃይማኖቶች ላይ ድልን መቀዳጀት አለበት፡-

   እርሱ ያ መልክተኛውን በመሪ መጽሐፍና በእውነተኛ ሃይማኖት በሃይማኖት ሁሉ ላይ ሊያልቀው የላከ ነው። መስካሪም በአላህ በቃ። (ቁ. 48:28)

2. እኩይና ሰናይ የሆነውን አስተምህሮ በተመለከተ ሙስሊሞች በኃይል የበላይ በመሆን ሊቆጣጠሩት ይገባል፡-

   ለሰዎች ከተገለጸች ሕዝብ ሁሉ በላጭ ኾናችሁ በጽድቅ ነገር ታዛላችሁ፤ ከመጥፎም ነገር ትከለክላላችሁ፤ በአላህም (አንድነት) ታምናላችሁ። የመጽሐፉም ሰዎች ባመኑ ኖሮ ለነርሱ የተሻለ በኾነ ነበር። ከነርሱ አማኞች አሉ። አብዛኞቻቸው ግን አመጸኞች ናቸው፡ (ቁ. 3:110)

የጂዝያ ግብር

በእስልምና የሸሪዓ ሕግ መሠረት ሙስሊም ያልሆኑ ሰዎች የዚማ ኪዳን ባይኖር ኖሮ ሕይወታቸውን ያጡ ነበር። ስለዚህ አንድ ሙስሊም ሙስሊም ያልሆነን ሰው የሚመከተው በዚህ መሐላ ምክንያት ሕይወቱ እንደተረፈ ነው። ይህ ከእስልምና በፊት ወደነበረው ሐሳብ ይመለሳል። ሰዎችን በጦርነት ማርከህ ከያዝክ በኋላ በሕይወት ብታኖረው ያ ሰው የአንተ የራስ ዕዳ አለበት። በዚህ ምክንያት አመታዊ የጂዝያ የራስ ግብር በአዋቂ ወንዶች ዚሚዎች ለእስላማዊው መንግስት የሚከፈል ሲሆን ይህም ስልጣናዊ በሆኑ እስላማዊ ምንጮች ላይ ስለደማቸው የሚከፈል ዋጆ ተደርጎ ተገልጿል። *ጂዝያ የሚለው ቃል* 'ካሳ'፣ ወይም 'ግብር' ማለት ነው። የሙስሊም መዝገበ ቃላት ሊቃውንት ትርጉሙን እንደሚከተለው ገልጸውታል።

> የእስላምና መንግስት በ*ሽሃዳ* ስምምነት ሙስሊም ካልሆኑት ሰዎች የሚወሰደው ግብር ሲሆን ያልተገደሉበትና በሕይወት እንዲኖሩ ማካካሻ ሆኖ እንዲጠብቃቸው የሚያረጋግጥ ነው።[12]

የአስራ ዘጠነኛው ክፍለ ዘመን አልጄሪያዊ ተንታኝ ሙሀመድ ኢብን ዩሱፍ አታፊይሽ ይህንን መርህ በ ቁ9፡29 ላይ በሰጠው አስተያየት አብራርቷል፡-

> እንዲህ ተብሏል፡-*ጂዝያ* ለደማቸው እርካታ ነው። በቂ ነው ተብሏል… ላልተገደሉበት ማካካሻ። ሽሃዳው የመግደልና ባሪያ የማድረግ *ሥራዎቹን* ለመተካት *መሆን አለበት*። … ለሙስሊሞች ጥቅም ነው።

ወይም፣ ከመቶ ዓመት በፊት የቱርክን ግዛት በሚቃኘው የ1798 ዕትሙ ዊልያም ኢቶን እንዲህ ሲል አብራርቶታል፡-

> ለክርስቲያን ተገዢዎች የካፒታል ታክስን፣ ያገኙት ገቢ አጠቀላይ ዋጋው ተደምሮ በዓመቱ ጭንቅላታቸው ስላለመቀላቱ እንደ መካሻ ተደርጎ ይወሰድ ነበር።

አለማክበር ቅጣቱ

በእስላማዊ ሕግ ውስጥ በዚማ ኪዳን ታስረው ያሉ ሰዎች ሕጉን ካላከበሩ ከባድ ቅጣት ይጠብቃቸኋል። ዚሚው የጂዚያን ግብር መክፈል ካልቻለ ወይም ደንቦቹን ካከበረ እንደገና ጅሃድ ይታውጅበታል። ይህ ማለት የጦርነት ሁኔታዎች ናቸው ፡- ንብረቱ ይዘረፋል፣ ሴቶቹ በባርነት ይወሰዳሉ፣ ይደፈራሉ እናም ሰውየው ይገደላል (ወይም "በሰይፍ ይመለሳል")።

አንድ የዑመር ስምምነት በመባል የሚታወቅ የዚማ ቃል ኪዳን የሰሪያ ክርስቲያኖች ራሳቸው ላይ ጂሃድ ያመጡበትን አንቀጽ አካቶ ይዟል፡-

> ለደህንነትና ጥበቃ ሲባል በራሳችንና በሃይማኖታችን ተከታዮች ላይ ያስቀመጥናቸው ቅድመ ሁኔታዎች ናቸው። በራሳችን ላይ ለናንተ ጥቅም ሲባል ከሰጠናቸው ተስፋዎች መካከል አንዱን ካፈረስን የኛ*ሽሃዳ* ተበላሽቷልና ከተቃዋሚዎችና ከዓመፀኞች የተፈቀደላችሁን ከእኛ ጋር እንድታደርጉ ተፈቅዶልዎታል።

ኢብን ቁዳማም ይሄንን አሳብ በመደገፍ ሙስሊም ያልሆነ ዚሚ በዚማ ኪዳን ላይ ያሉ ቅድመ-ሁኔታዎችን ካላሟላ ሕይወቱንና ንብረቱን ያጣል፡-

12. Edward W. Lane, *Arabic-English Lexicon.*

በጥበቃ ስር ያለው ተጠባቂ ሰው ጠባቂውን ስምምነት ጂዚያን ባለምክፈል ወይም ለማህበረሰቡ ሕግ ባለመገዛት የሚጥስ ከሆነ. . . ማንነቱንና ንብረቱን ሃላል (ሙስሊሞች እንዲገሉትና ንብረቱን እንዲነጥቁት ሕግዊ ፈቃድን ይሰጣቸውል) ያደርጋል።

የብዙዎች የዚሚ ማህበረሰቦች ታሪክ በእልቂት፣ አስገድዶ መድፈርና ዘረፋን በሚያካትቱ አሰቃቂ ታሪካዊ ክስተቶች የተሞላ ነው። እነዚህም ሙስሊም ያልሆኑትን በዘለአለማዊ ማስፈራሪያ ውስጥ እንዲቆዩና የስነ ልቦናና የመንፈሳዊ እስራት እንዲጠናከር አድርገዋል። *ሸሃዳ* በመላው ማህበረሰብ ላይ. ሁለት ምሳሌዎች ናቸው፡-

- በ1066 በግራናዳ የሚኖሩ 3000 አከባቢ የሚደርሱ አይሁዶች በሙስሊሞች ተጨፍጭፈዋል። ሳሙኤል ሃ-ናጊድ የተባለው አይሁዳዊ ሙስሊም የግራናዳው ሱልጣን ግራንድ ቪዚየር እያገለገለ ነበር። በዚያው ቢሮ ውስጥ ልጁ ጆሴፍ ሃ-ናጊድ አገልጋይ ሆኖ ተከተለው። የእነዚህ አይሁዶች ስኬት እንደ መብት ጥሰት ተደርጎ ይቆጠር ነበር። የ*ሸሃዳ* ሕግ ሁኔታዎች፣ ሙስሊም ያልሆኑ ሰዎች በሙስሊሞች ላይ ስልጣን እንዳይጠቀሙ የሚከለክል ስለሆነ ይህ አይሁዳዊ ሙስሊም አገልጋይ መሆኑ በሸሪዓው ሕግ መሠረት ጥፋት ነው። በአይሁዶች ላይ የሀይማኖት ቅስቀሳ ዘመቻ ሲደረግ ይህም ከባድ የሆነ እልቂት አስከትሏል። የሰሜን አፍሪካ የሕግ ምሁር አል-ማጊሊ ከጊዜ በኋላ እንደጻፈው አይሁዶች ሱላንን የማገልገልን ትልቅ ስፍራ የሚይዙ ከሆነ በእነርሱ ላይ በማመጽ ዘመቻዎቻችን ያርጉ እንደነር ጽፏል። ስለዚህ ሙስሊም ያልሆኑ ሰዎች ምንም ዓይነት ከፍ ያለ ቦታን ከያዙ ለሚደርስባቸው ነገር ሁሉ ደማቸው እንደ ሃላል ይቆጠራል።
- በ1860 በደማስቆ 5000 በላይ የሚሆኑ ክርስቲያኖች ተጨፍጭፈዋል። የዚህ ምክኒያት ደግሞ የኦቶማን ኢምፓየር የዲም ሕግን በይፋ መሰረዙ ነው።ይህም የሆነው በአውሮፓ ኃያላን ሐገራት ፖለቲካዊ ጫና ምክንያት ነበር። በደማስቆ ያሉ ሙስሊም ሰባኪዎች በዚህ የተሻሻለ ሁኔታ ተቆጥተዋል እናም ክርስቲያኖች ከአሁን በኋላ መገዛት እንደማይችሉ አውጀዋል። ስለዚህ የሚደርግላው የዚሚ ጥበቃ ጠፋ። ይህ ያስከተለው እልቂት እጅግ በጣም ሰቅጣጭና ሁሉን አቀፍ ነበር። በጂሃድ ጦርነት ወንዶች ተገድለዋል፣ ሴቶችና ሕፃናት በባርነት ተገዙ፣በምርኮ የተያዙ ሴቶች ሁሉ ተደፍረዋል፣ ንብረት ተዘርፈዋል። ጥቂቶች እስልምናን በመቀበል ሕይወታቸውን አተረፉ።

የሚረብሽ ሥነ ሥርዓት

የጂዝያ ግብር በየአመቱ በእያንዳንዱ ትልቅ ወንድ የሚከፍል ሲሆን ከዚህም ጋር የሚደረግ የአምልኮ ስርዐትም ይኖራል። ይህን ስርዓት እያንዳንዱ ወንድ በዚማ ቃል ኪዳን ውስጥ እስከ ሃያኛው ክፍለ ዘመን የሚፈጽመው ነበር።

የጂዝያ ክፍያ የአከፋፈል ስርዐት አንድ ሙስሊም በኃይለኛው ይህንን የዚማ ምልክት በሚከፍለው ሰው አንገት ላይ በገመድ አስሮ በመጎተት የሚያሳየው ነው። ስለዚህ ይህ ስርዐት የሚያሳየው የጂዝያው ክፍያው ያ ሰው ሕይወቱን ለማቆየት ሲል የሚከፍለው የሕይወት ክፍያ መሆኑን ለማሳየት ነው። ይህ ግብር ከሞትና ከባርነት እራሱን ነፃ ለማድረግ የሚከፍለው ነው። አንገቱ ተቆርጦ የሚሞተውን ጂዝያን በየአመቱ በመክፈል እንዳመለጠ ለማሳየት ይህንን ስርዐት ይፈጽማል።

እስላማዊም ሆኑ ኢስላማዊ ያልሆኑ ምንጮች ከሞሮኮ እስከ ቦኮሃራ፣ ከ19ኛው እስከ 20ኛው ክፍለ ዘመን፣ ይህንን ስርዐት የነበሩ መሆናቸውንና ብዙ ዘገባዎችን አስቀምጠዋል። በ1940ዎቹ መጨረሻና በ1950ዎቹ መጀመሪያ ላይ አይሁዶች ወደ እስራኤል እስኪመለሱ ድረስ በአንዳንድ የሙስሊም ሀገራት እንደ የመንና አፍጋኒስታን ይህ ስርዐት የቀጠለ ሲሆን ከቅርብ አመታት ወዲህም ስርዐቱ እንደገና እንዲመለስ በአክራሪ ሙስሊሞች ብዙ ጥሪ ቀርቧል።

የጂዝያ ክፍያ ምሳሌነቱ የደም ክፍያ ወይም የደም መሐላን ማሳየት ነው (ትምህርት 2 ላይ ተብራርቷል)። ይህም ተሳታፊው መሐላውን ለመፈጸም ካልቻለ በራሱ ላይ ሞትን በመጥራት እንዲህ ይሁንብኝ በማለት መሐላውን በሥርዐቱ ያረጋግጣል። የአፈፃፀማቸውን ሁኔታ በመምሰል በራሳቸው ላይ ሞትን የሚጠሩበት፣ የፍጻሜያቸውን ሁኔታ ስምንነቱን ሳይጠብቁ ከቀሩ እንደነዚህ ያሉት መሐላዎች በምስጢር ማህበረሰቦችና መናፍስታዊ ቡድኖች የማስጀመሪያ *ሥነ-ሥርዓቶች* ውስጥ ለዘመናት ሲያገለግሉ ቆይተዋል፣ እናም በእነዚህ *ሥነ ሥርዓቶች* ውስጥ የሚሳተፉትን ሰዎች ከመገዛትና ከመታዘዝ ጋር ለማያያዝ *ሥነ* ልቦናዊና መንፈሳዊ ኃይል አላቸው።

የጂዝያ ሥነ ሥርዓቱ በምሳሌያዊ ሁኔታ ዚሚው የሚከፍለው ጂዚያ ጭንቅላቱ ስላለመቆረጡ ምክኒያት እንደሆነለት ማስገንዘብ ነው። "የቃል ኪዳኔን ቅድመ ሁኔታዎች ባፈርስ ራሴን ማግኘት ትችላለህ" የሚለው ራስን የመርገም ተግባር ነው። በኋላ ዚሚው ቃል ኪዳኑን ከጣሰ፣ ይህን ሕዝባዊ ስርዓት በመፈፀሙ በራሱ ላይ የሞት ፍርድ ፈርዶበታል፣ እናም ከተገደለ ግን አስቀድሞ በራሱ ፍቃድ ነው።

በእነዚህ ክፍሎች ውስጥ የዲማው ስርዓት ሙስሊም ባልሆኑት ላይ የሚፈጥረው የስነ-ልቦና ተፅዕኖን እንመለከታለን።

በውርደት ትሁት መሆን

በመሠረቱ፣ ሙስሊም ያልሆኑ ሰዎች በጥንታዊ እስላማዊ ሕግ ውስጥ ሕይወታቸውን ለሙስሊም ድል አድራጊዎቻቸው የሰጡ ሰዎች ተደርገው ይወሰዳሉ። የምስጋናና የትህትና የበታችነት አመለካከት እንዲይዙ ይጠበቅባቸዋል። የእስልምና ተንታኞች በዚህ ጉዳይ ላይ ግልፅ ናቸው።

ብዙዎቹ የሼሪዓ ህጎች ሙስሊም ባልሆኑ ሰዎች ላይ የበታችነትንና ተጋላጭነትን ለመጫን የተነደፉ ደንቦች ነበሩ። ለምሳሌ፡-

- የዚሚ ምስክር በሼሪዓ ፍርድ ቤት ተቀባይነትን አያገኝም። ይህ ደግሞ ለጭቆና ተጋላጭ እንዲሆኑ አድርጓቸኋል።
- የዚሚ ቤቶች ከሙስሊም ቤቶች ያነሱ መሆን ነበረባቸው።
- ዚሚዎች ፈረስ እንዲጋልቡ ወይም አንገታቸውን ከሙስሊሞች በላይ ከፍ እንዲል አልተፈቀደላቸውም።
- በሕዝብ መንገዶች ላይ ከሙስሊሞች መንገድ መውጣት ነበረበት፣ ወደ መንገዱ ዳር በመሄድ እንዲያልፉ ማድረግ ነበረበት።
- ምንም ዓይነት ራስን የመከላከል ዘዴ አልተፈቀደላቸውም ይህም በሙስሊሞች እጅ ለሚደርስባቸው የኃይል እርምጃ እንዲጋለጡ አድርጓቸዋል።
- ሙስሊም ያልሆኑ ሃይማኖታዊ ምልክቶችን ወይም የአምልኮ ሥርዓቶችን በይፋ ማሳየት አልተፈቀደም።
- አዲስ አብያተ ክርስቲያናት ሊገነቡ አይችሉም፣ የተበላሹ አብያተ ክርስቲያናትም መጠገን አይችሉም።
- እስልምናን መተቸት አልተፈቀደም።
- የተለየ ልብስ መልበስ ወይም ባለቀለም ንጣፍ ለብሶ መልበስ ነበረበት።
- ሙስሊም ወንዶች ዚሚ ሴቶችን ማግባት ይችላሉ። ማንኛውም ልጆች ግን እንደ ሙስሊም ማሳደግ ነበረባቸው። ነገር ግን አንዲት ሙስሊም ሴት ዚሚ ወንድን ማግባት የተከለከለ ነበር።

- ሙስሊም ባልሆኑ ማህበረሰቦች ላይ ውርደትንና መለያየትን የሚያስፈጽሙ ሌሎች ብዙ ህጎችም ነበሩ።

እንደዚህ ያሉ ህጎች በቁርኣን (ቁ9፡29) እንደታዘዙት “ትንሽ እንዲሆኑ” እንደ ማህበራዊና ሕጋዊ መግለጫ ተደርገዋል።

የ*ሻሃዳ* ስርአቱ የተነደፈው ሙስሊም ያልሆኑትን ማህበረሰቦች ለመቀነስና ለማዋረድ ነው። የአስራ ስምንተኛው መቶ ክፍለ ዘመን የሞሮኮ ተንታኝ ኢብኑ አጂባህ አላማውን ነፍስን መግደል ሲል ገልጿል፡-

> ነፍሱን፣ መልካም እድልንና ምኞቱን እንዲገድል ታዝዟል። ከሁሉም በላይ የሕይወት ፍቅርን፡ መሪነትንና ክብርን መግደል አለበት። የነፍሱን ናፍቆት መገልበጡ፣ ሙሉ በሙሉ እስኪታዘዝ ድረስ ሊሸከመው ከሚችለው በላይ ሊጭናት ነው። ከዚያ በኋላ ለእርሱ የማይታገሥ ነገር አይኖርም። እሱ ለመገዛት ወይም ለኃይል ግድየለሽ ይሆናል። ድህነትና ሀብት ለእርሱ ተመሳሳይ ይሆናል፡ ምስጋናና ስድብ ተመሳሳይ ይሆናል፡ መከላከልና ምርት መስጠት ተመሳሳይ ይሆናል፡ የጠፋና የተገኘ ተመሳሳይ ይሆናል. ያኔ፣ ሁሉም ነገር አንድ ሲሆን፣ [ነፍስ] ትገዛለችና መስጠት ያለባትን በፈቃደኝነት ትሰጣለች።

የበታችነት ስነ ልቦና

ዚሚ አስተሳሰብ የሚለው ቃል የዲማው ቃል ኪዳን የሚያመጣውን አጠቃላይ ሁኔታዎችን ለመግለጽ ጥቅም ላይ ይውላል። ልክ እንደ ፆታዊ መድሎና ዘረኝነት ዲሚትዩድ የሚገለጸው በሕጋዊና በማህበራዊ መዋቅሮች ብቻ ሳይሆን፣ ታላቅ በሆነ የበታችነት ስነልቦናና የማገልገል ፍላጎት ነው። ይህም የበላይ የሆነው ማህበረሰብ የራሱን ማንነት ለማስጠበቅ የሚያደረገው ጥረት ነው።

ታላቁ የመካከለኛው ዘመን አይቤሪያው አይሁድ ምሁር ማይሞኒደስ እንዳስቀመጡት፣ “ሽማግሌም ሆነ ወጣት፣ ራሳችንን ለውርደት እንድንዳርግ ተስማማን...”፤ና በ20ኛው ክፍለ ዘመን መጀመሪያ ላይ ሰርቢያዊው የጂኦግራፊያዊ ምሁር ጆቫን ሲቪጂች በገዢዎቹ ቱርኮችና ሙስሊም አልባኒያውያን የሚደርስባቸው የዓመፅ ፍርሀት የባልካንን የክርስቲያን ሕዝቦች በስነ ልቦና እንዴት እንደለወጠው ገልጿል፡-

> ራሳቸውን የበታች አገልጋይ አድርጎ ማቅረብን ለምደውታል። በጌታቸውን ለተቀባይነትን ለማግኘት ራሳቸውን ዝቅ ማድረግንና እርሱን ማስደሰትን ለምደዋል። እነዚህ ሰዎች ጋግርታም፣ ምስጢረኛና አስደሳች ይሆናሉ፣

> በሌሎች ላይ ያላቸውን መተማመን በሙሉ ያጣሉ፣ ለመኖርና ቅጣትን ለማምለጥ የግድ ስለሆነ አስመሳትነትንና ጭካኔን እያሳደጉ ይመጣሉ።
>
> የጭቆናና የዓመፅ ቀጥተኛ ተጽእኖ በሁሉም ክርስቲያኖች ማለት በሚቻል መልኩ እንደ በፍርሃት ስሜት ይገለጣል... በመቄዶኒያ ሰዎች "በህልማችንም ቢሆን ከቱርኮችና ከአልባኒያውያን እንሸሻለን" ሲሉ ሰማሁ።

የዚሚዎች ዝቅተኛነት ከሙስሊም የበላይነት ጋር የተቆራኘ ነው። ይህም ደግሞ ለዚሚዎች የመኖር ፈቃድን በመስጠትና ንብረቱን ከመዝረፍ በመታቀቡ ለሙስሊሙ የለጋስነትን ስሜይ ይሰጠዋል። አንድ ከእስልምና ወደ ክርስትና የመጣ ኢራናዊ እንዳለው ክርስትና አሁንም የዝቅተኛ ሰዎችና ባሪያዎች ኃይማኖት፣ እስልምና ደግሞ የሃለቆችና ጌቶች ኃይማኖት እንደሆነ ተደርጎ ይታሰባል።

ይህ የዚሚ አስተሳሰብ ንጽረተ ዓለም ሙስሊም ያልሆኑ ሰዎችን ስለሚያዋርድ ለሙስሊሞች ጎጂ ነው። ሙስሊሞች በእኩል ደረጃ መወዳደር የሚችሉበትን ሁኔታ ሲፈጥሩ ራሳቸውን ይጎዳሉ። ኢኮኖሚውን የሚጠብቁ ፖሊሲዎች ከላሉ የአንድን ሀገር ኢኮኖሚ እንደመውድቅ ይታወቃል። በተመሳሳይ መልኩ ሃይማኖታዊው የዚማ ጥበቃም ሙስሊሙ ባለው ሐሰተኛ የበላይነት ስሜት ይደገፋል ማለት ነው። ይህም በመጨረሻ አዳክሟቸዋል እናም ስለራሳቸውና በዙሪያቸው ስላለው ዓለም እውነተኛ ግንዛቤ የማግኘት ችሎታቸውን ጎድቷል።

የዚሚ አስተሳሰብ ስርዓት ከትውልድ ወደ ትውልድ በሁለቱም በኩል ሥር የሰደዱ የአመለካከት ስብስቦችን ይፈጥራል። በዘር ላይ የተመሰረተ ባርነት ከተወገደ ከብዙ አመታት በኋላም ዘረኝነት በሀገሮች ውስጥ ሊቀጥል እንደሚችል ሁሉ የዚማ ተቋምም በሙስሊሞችና በሌሎች መካከል ያለውን ግንኙነት እየነካና አልፎ ተርፎም የበላይነቱን እየወሰደ ነው፣ *ጂዝያ* ግብር የሩቅ ትዝታ ነው።

የዚሚ አስተሳሰብ ሳይኮሎጂ ወድቀው በማያውቁ ማህበረሰቦች ላይ ተጽዕኖ ሊያሳድር ይችላል። ይህ የአካዳሚክ ጥያቄን ሊያሸመደምድና የፖለቲካ ንግግርን ሊጎዳ ይችላል። ለምሳሌ እስልምናን የሰላም ሀይማኖት ነው ብለው ሲያውጁ የምዕራባውያን ፖለቲከኞችም በተመሳሳይ አድናቆትን ሲገልጹ ቆይተዋል። እንደዚህ ዓይነት የምስጋናና የምስጋና መግለጫዎች ባህሪያት ናቸው *ጉዳዩ* ለእስልምና አገዛዝ ምላሽ.

የሃይማኖት ስደትና ወደ ዚሚ አስተሳሰብ መመለስ

በአስራ ዘጠነኛውና በሃያኛው ክፍለ ዘመን የአውሮፓ ኃያላን የሙስሊሞች ዓለም የዚሚ አስተሳሰብ ስርዓትን እንዲቀንስ ወይም እንዲያፈርስ አስገድደውታል። ቢሆንም ባለፉት ክፍለ-ዘመናት የሺሪአው ስርዓት ዓለም አቀፋዊ መነቃቃትን አሳይቷል። ይህንንም መነቃቃት ተከትሎ ሕግጋቱና የዲማው የዓለም ንጽረተ-ዓለም በሙስሊሞች ዓለም እየተመለሱና ይህንም ተከትሎ ኢ-ፍታሃዊነት፣ ዘቻና መድሎ በክርስቲያኖችና በሌሎች ሙስሊም ባልሆኑ ሰዎች ላይ እየጨመረ እየመጣ ነው። ለዚህ ምሳሌው ፓኪስታን ነች። መጀመሪያ ስትምሰረት በ *ሴክውላር* ሕገ-መንግስት የምትመራ ሴኪውላር ሃገር ነበረች። በኋላ ግን ራሷን እስላማዊ መንግሥት ብላ አውጃ፣ የሸሪዓ ፍርድ ቤቶችን አቋቁማ፣ሙስሊም ያልሆኑትን መድሎን የሚያደርስ የስድብ ህግ አረቀቀች። ይህ ሸሪዓውን የማነቃቃት ተግባር ፓኪስታናዊ ክርስቲያኖች ላይ ስደት እንዲጨምር ያደረገ ነበር።

ዛሬ በዓለም ውስጥ፡ የትም *ሸሪዓ* ታድሷል፣ ለክርስቲያኖችና ለሌሎች ሙስሊም ያልሆኑ ሰዎች ሕይወት እየባሰ ሄዷል። ዛሬ፣ ክርስቲያኖች ከሚሰደዱባቸው አምስት አገሮች አራቱ እስላማዊ ናቸው በእነዚህ ቦታዎች በክርስቲያኖች ላይ የሚፈጸሙት ልዩ ልዩ የስደት ዓይነቶች፣ የአምልኮ ቦታዎችን በመገንበት ላይ ያሉ እገዳዎች፣ በሕገ-መንግሥቱ መነቃቃት የተደገፉና የዲማው ሕግጋት መነቃቃት የትልቁ ሸሪዓ መነቃቃት አካል ሆኖ የመጡ ናቸው።

በእነዚህ ክፍሎች ውስጥ የዚማ ኪዳንና የሚያስከትለውን አሉታዊ መንፈሳዊ ተጽዕኖ ለመካድ ምክንያቶች እንመለከታለን።

መንፈሳዊ መፍትሔ

የሙሐመድ ሕይወት የተቀረጸው ወደ ተጎዳ መንፈስ በመራው መገፋት፣ በጥቃት መንፈስ፣ በተጎጂነት አስተሳሰብ፣ በዓመፅ መንፈስና ሌሎችን በመግዛት ፍላጎት ነው። የእሱ ጂሃድ ጥሪዎች መነሻው ይህ የመጠቃት መንፈስ ነው። ከዚህም የሌሎችን ክብር ዝቅ በማድረግ ነፃ መውጣትን ይፈልጋል። ውጤቱም አዋራጁ የዚማ ስርዓት ነው።

በአንጻሩ ክርስቶስ ተገፍቷል፣ ነገር ግን ለማጥቃት አልፈቀደም፣ ዓመፅን አልተቀበለም፣ ሌሎችን ለመግዛት ፈቃደኛ አልሆነም፣ የቆሰለ መንፈስ ለመከተል ፈቃደኛ አልሆነም። መስቀሉና ትንሳኤው አመጽንና የጨለማውን ኃይል

አሸንፏል። ክርስቲያኖች ከዲማው እስራት ነፃነት ለማግኘት ወደ መስቀሉ መዞር ይችላሉ።

ከሽሃዳ ነፃነት ምስክርነት

የዲማውን ቃል-ኪዳን የሚክድ ጸሎትን በመጸለይ ነፃነትን ያገኙ ሰዎች ምስክረነቶች እዚህ አሉ።

የትውልዶች ፍርሃቶች

አብሬ የጸለይኳት አንዲት ሴት በተለያዩ የሕይወቷ ዘርፎች በፍርሃት ትሰቃይ ነበር። ከ100 ዓመታት በፊት ቅደመ አያቶቿ ታዋቂው የክርስቲያኖች ጭፍጨፋ በተካሄደበት ዘመን በ1860 በደማስቆ ሰሪያ ውስጥ ዲሚስ ሆነው ኖረዋል። የዚማ ቃል-ኪዳን የሚክደውን ጸሎት እንድትጸልይ አብረታታኋትና ስትጸልይ ፍርሃቷ ከላዩኣ ተሰበረ።

ከዘር ማጥፋት ውርስ ነፃ መውጣት

አንድ የአርሜኒያ ዝርያ ያለው ሰው ከዘር ማጥፋት ወንጀል የግሪክ ስም አውጥተው በሰምርኔስ በኩል አምልጠው ወደ ግብፅ በመሄድ የተረፉ ቅድመ አያቶች ነበሩት። በመጨረሻዎቹ ምርጥ የምዕተ-ዓመቱ ዓመታት ይህ የስደተኛ ልጅ በየቀኑ ጨቋኝ ፍርሃት ይደርስበት ነበር። ሁሉንም በሮችና መስኮቶች መቆለፉን በተመለከተ ከፍተኛ ጭንቀት ሳይሰማው ከቤት መውጣት አይችልም። ነገር ግን፣ ካለፉት የዘር ማጥፋት አሰቃቂ ሁኔታዎች ጋር የተያያዘውን የትውልድ ፍርሀትን እርግፍ አድርጎ በመተው እንዲፈታ ሲጸልይ፣ ጉልህ የሆነ መንፈሳዊ ፈውስና አርነት አግኝቷል።

ለሙስሊሞች አገልግሎት የላቀ ውጤታማነት

አንዲት የኒውዚላንድ ሴት ዲሚትዩድን የሚክድ ጸሎት ከጸለየች በኋላ ለሙስሊሞች የነበራት አገልግሎት እንዴት እንደተቀየረ እንዲህ ስትል ግልጻልኛለች፡-

> በአንተ ሰሚናር ላይ ዚሚ አስተሳሰብን የሚክድ ጸሎት ከጸለይኩ በኋላ በግሌ ግንኙነት ከጭንቀትና ከፍርሃት በኃይል ነፃ ወጣሁና ወደ የላቀ የሙስሊሞች የወንጌል አገልግሎት ውጤታማነት ገብቻለሁ። ከ1989 ጀምሮ ሙስሊሞችን በማነጋገር ላይ ነኝ… በእናንተ ሴሚናሮች ላይ የነበረው ሌላው የቡድኑ አባል እንዲሁ የመካከለኛው ምስራቅ ሴቶችን በማድረስ ረገድ የላቀ ውጤታማነት አግኝቷል።

ከፍርሃት ወደ ድፍረት፡ የስብከተ ወንጌል ሥልጠና

የአረብኛ ተናጋሪ ክርስቲያኖች ቡድን ወደ አውሮፓዊቷ አገር በቱሪስትነት ይጎበኟቸው ለነበሩት ሙስሊሞች ለማድረስ የዝግጅታቸው አካል አድርገው በዚህ መጽሐፍ ውስጥ የቀረቡትን ጸሎቶች ተጠቅመውበታል። ምንም እንኳን እነዚህ ክርስቲያኖች በነፃ አገር ውስጥ ቢሆኑም እምነታቸውን ለማካፈል ፍርሃት እንደተሰማቸው ተናዘዙ። ስለ ዚሚ አስተሳሰብ መወያይታቸው ከፍርሃት ነፃ መሆን እንደሚገባቸው ልባቸውን ከፈተ።አንድ መሪ እንዲህ ሲል አብራርቶታል "በአንተ ፈንታ በገባህ ቃል ኪዳን ምክንያት ፍርሃቱ በአንተ ውስጥ ይኖራል"። ስለ ዚማ ቃል-ካዳን ማብራሪያዎች ከተወያዩ በኋላ ሰዎች ለአርነት ጸሎቶችን ጸሎት አደረጉና በአንድነት ድርጊቱን ካዱ። በፕሮግራሙ የመጨረሻ ቀን ከመካከላቸው አንዱ ይህንን ግምገማ ጽፏል፡-

> ውጤቱ አስደናቂ ነበር። ያለ ምንም ልዩነት በስብሰባው ላይ የተገኙት ሁሉ ይህ አስፈላጊ የአገልግሎት ስልጠና ርዕስና ለጥልቅ በረከቶችና ለእውነተኛ ነፃነት መንስኤ መሆኑን በተለይም ሁሉም ሰው የመተው እድል እንዳገኘ በብርቱ ገልፀዋል። ዚማ ቃል ኪዳናቸውን ክደው፣ ከኢየሱስ ጋር የነበራቸውን ቃል ኪዳን በደሙ አውጁ። እግዚአብሔርን አመስግኑት ከዚህ ቃል ኪዳን በኢየሱስ ደም በጸሎት ነፃነት አለ።

አንድ የኮፕቲክ ክርስቲያን ሙስሊሞችን ለመስበክ ነፃነትና ኃይል አገኘ

አንድ የኮፕቲክ ክርስቲያን ጠበቃ ይህንን ምስክርነት አጋርቷል፡-

> በአንድ የእስልምና ሀገር ለአራት አመታት ህግ በማጠነበት ጊዜ ሸሪዓ ህግን ዋና ርዕሰ ጉዳይ አድርጌ ተማርኩ። በሸሪዓ ህግ ውስጥ የዚማ ደንቦችንም ጨምሮ የክርስቲያኖችን ዝቅጠት በዝርዝር አጥንቻለሁ። ነገር ግን እንደዚህ ያሉ ትምህርቶች በባህሪዬ ላይ እያመጡ የነበሩትን ተጽዕኖዎች እንዳላይ አንዳች ነገር ከልክሎኝ ነበር። ራሴን የሰጠው ክርስቲያንና ክርስቶስን የምወድ ነበርኩ ግን በጊዜ ሂደት የሙስሊም ጓደኞቼን ስሜት ላለምጉዳት ስል በእነርሱ ፊት "ጌታዬ" ብዬ መጥራት እየቸገረኝ መጣ።
>
> የዚሚ አስተሳሰብ ትምህርትን ስታደም መንፈሳዊ ሁኔታዬ ወደ ብርሃን እየመጣ እንደሆነ ተሰማኝ በነፍሴ ውስጥ ያሉ ጥልቅ ብስጭቶች እየተጋለጡ መጡ። የዚማ ስርዓትን በደስታ የተቀበልኩበት እንደውም ሙስሊሞች ወረው የያዙት የአባቶቼ ምድር ላይ ያላቸውን የበላይነት የተከላከልኩትን ሁኔታዎች ማስታወስ ጀመርኩ። ለብዙ ዓመታትም ዚሚ

የመሆንን ዝቅተኝነት ተቀብዬ እንደኖርኩ አመንኩ። ጸሎትን ጸልይኩ በቅጽበት በክርስቶስ ታላቅ ነፃነትን አገኘሁ።

በዚያው ምሽት ወደ ቤት ተመልሼ ለአንዲት የቅርብ ሴት ሙስሊም ጓደኛዬ ደወልኩ። ኢየሱስ ክርስቶስ እንደሚወዳትና በመስቀል ላይ እንደሞተላት ነገርኳት። ከዚያን ጊዜ ጀምሮ ለሙስሊሞች ያደረኩት አገልግሎት በጣም ውጤታማ ሆኗልና ብዙዎቹ ክርስቶስን ጌታና አዳኛቸው አድርገው ሲያውጁ አይቻለሁ።

ዚሚ አስተሳሰብን ቃል ኪዳን ማፍረስ ያስፈለገበት ምክንያት ምንድነው?

በዚህ ትምህርት ውስጥ የሚከተሏቸውን መግለጫዎችና ጸሎቶች በተለያዩ ምክንያቶች መጸለይ ትፈልጉ ይሆናል፡-

- እርስዎ ወይም ቅድመ አያቶችዎ በእስልምና አስተዳደር ስር ሙስሊም ያልሆኑ ሰዎች ሆናችሁና የዚማ ቃልኪዳኑን ተቀብላችሁ ወይም ደግሞ በጂሃድና ዲማቲዩድ መመሪያ ተጽዕኖ በተደረገበት ሁኔታ ውስጥ ኖራችሁ ይሆናል።
- የእርሶና የቤተሰቦ ታሪክ በአሰቃቂ ክስተቶች (ለምሳሌ ፡- ከጂሃድ ጋር በተያያዘ አመጽና በዚማ ቅድመ ሁኔታ ሊከሰት የሚችሉ በደሎች) በጥልቀት ተጎድቶ ሊሆን ይችላል። እንደዚህ ዓይነት ክስተቶችን መስማት እንኳን አልሰሙ ይሆናል ነገር ግን ራስዎን የቤተሰቦ ታሪክዎ አካል እንደሆኑ ሊጠራጠሩ ይችላሉ።
- እርስዎ ወይም ቅድመ አያቶችዎ በእስላማዊ ጂሃድ ዛቻ ደርሶባችሁ ይሆናል። በእስላም ሃገር የኖረ ቤተሰብ ኖሯችሁ ላያቅ ይችላል ነገር ግን ከፍርሃቱና ዛቻው ነፃ መሆን ትፈልጉ ይሆናል።
- እርስዎ ወይም ቅድመ አያቶችዎ ከዚህ ቀደም ሙስሊም ሆናችሁ ኖራችሁ ሊሆን ይችላልና እርስዎ የዲማውና የጎጂ ውጤት አካል መሆንን ለመሆን ይፈልጉ ይሆናል።

እነዚህ ጸሎቶች ዲማው በሕይወታችሁ ላይ ሥልጣን እንዳይኖረው ከመንፈሳዊ ውጤቶቹ ሁሉ ጋር ለመሰረዝ የተነደፉ ናቸው። እንዲሁም አንተ ውይም ቅድመ-አያቶችህ በእስላማዊ መንግስት ከዚህ ቀደም ዚሚ ሆናችሁ በመኖራችሁ የተሰራባችሁን እርግማኖች ሁሉ ለመስበር ያለሙ ናቸው። ቀጥሎ ያሉትን ጸሎቶች ስላለፉት ጊዜያት አለማወቅ በመጸጸትና በእግዚአብሔር እውነት ቃል

ለመጽናት በመፈልግ መጸለይ ይችላሉ። ጸሎቶቹ ከሚከተሉት የዲማው አሉታዊ መንፋሳዊ ተጽዕኖ ነጽ ለመውጣት ታልመው የተዘጋጁ ናቸው፡-

- መጎዳት
- ፍርሃት
- ዛቻ
- ሀፍረት
- የጥፋተኝነት ስሜት
- የበታችነት ስሜት
- ራስን መጥላትና ራስን አለመቀበል
- የሌሎች ጥላቻ
- የመንፈስ ጭንቀት
- ማታለል
- ውርደት
- መውጣትና ማግለል
- ዝምታ

አሁን ደግሞ የዚማ ኪዳንን ለመካድ የሚጠቅምን ጸሎት እንመለከታለን። ይህ ጸሎት ዛሬ በእስላማዊ አገዛዝ ሥር የሚኖሩ ወይም ቅድመ አያቶቻቸው በእስላማዊ አገዛዝ ሥር የኖሩ ክርስቲያኖችን ነፃ ለማውጣት የተዘጋጀ ነው።

እውነት መገናኘት

ባለፈው ትምህርት ይህን ካላደረጉ ዲማውን የሚያስክድ ጸሎት ከማየታችሁ በፊት በትምህርት 5 ውስጥ ያሉትን የ “እውነትን መገናኘት” ጥቅሶች ጮክ ብላችሁ ያንብቡ።

ዚማ ለማካድ የሚጠቅመውን ይህን ጸሎት ሁሉም ተሳታፊዎች በጋራ ጮክ ብለው የሚጸልዩት ጸሎት ነው።

ዚማ ለመካድና ኃይሉን ለመስበር የሚደረግ ጸሎትና እወጃ

የኑዛዜ ጸሎት

አፍቃሪ እግዚአብሔር ሆይ ኃጢአትን በመስራት ካንተ ዘወር ማለቴን እናዘዛለሁ። ሌሎች ሰዎችን ያስፈራራሁበትን እና በሰዎች ላይ የበታችነትን እንዲሁም ውርደትን የጫንኩበትን በደሌን ይቅር በለኝ። ስለ ትዕቢቴ ይቅር በለኝ። ሌሎችን የጎዳሁበትን እና የጨቆንኩበትን በደሌን ይቅር በለኝ። እነዚህን ሁሉ ነገሮች በኢየሱስ ስም ክጃያቸዋለሁ።

የጌታችን የኢየሱስ ክርስቶስ አባት እግዚአብሔር ሆይ በክርስቶስ በመስቀል ላይ ስለተገኘው የይቅርታ ስጦታ አመሰግንሃለሁ። አንተ እንደተቀበልከኝ ዕውቅና እሰጣለሁ። በመስቀል በኩል ካንተ ጋር እና ከሌሎች ጋር መታረቅ ስለሆነልን አመሰግንሃለሁ። ልጅህ መሆኔን እና የእግዚአብሔር መንግስት ወራሽ መሆኔን ዛሬ አውጃለሁ።

እወጃዎችና ክህደቶች

አባት ሆይ የፍርሃት ተገዢ አለመሆኔን ነገር ግን የፍቅርህ ልጅ መሆኔን ካንተ ጋር እስማማለሁ። ሙሐመድ ያስተማረውን የእስልምና ፍላጎቶች ሁሉ እቃወማለሁ እክዳለሁ። በማንኛውም መንገድ ለቁርአኑ አላህ የሚሆነውን መገዛትን እክዳለሁ። የጌታችን የኢየሱስ ክርስቶስ አምላክ የሆነውን እርሱን ብቻ እንደማመልክ አውጃለሁ።

ለዚማ ውል እና መርሆች ለመገዛት በመስማማት አባቶቻችን ለሰሩት ኃጢአት ንስሃ እንገባለን የኃጢአታቸውንም ይቅርታ እንጠይቅሃለን።

ለእስልምና ማህበረሰብ እና መርሆች ለመገዛት በኔም ሆነ በዘሮቼ የተደረጉትን ውሎች ሁሉ እክዳለሁ።

ዚማንና አኗሆኖቹን ሁሉ ሙሉ በሙሉ እቃወማለሁ። በጂዝያ ክፍያ ጊዜ አንገት ላይ የሚደረገውን ምልክት ከነትርጉሙ እክዳለሁ። በተለይ በዚህ ስርአት የተመሰለውን የእርድ እና የሞት እርግማን እክዳለሁ።

የዚማ ውል በክርስቶስ መስቀል ላይ መቸንከሩን አውጃለሁ። ዚማ በአደባባይ ስለተዋረደ በኔ ላይ ስልጣን የለውም። የዚማ ውል መንፈሳዊ መርሆች በክርስቶስ መስቀል መጋለጡን፣ እርቃኑን መቅረቱን እና መዋረዱን አውጃለሁ፡ ፡

ለእስልምና ያለኝን የውሸት ክብር ስሜት እክዳለሁ።

የውሸት የህሊና ክስን እክዳለሁ።

ማታለልን እና ውሸትን እተዋለሁ።

በክርስቶስ ያለኝን እምነት ላለመናገር የገባሁትን ውል ሁሉ እክዳለሁ።

ስለ ዚማ ወይንም ኢስላም ላለመናገር የገባሁትን ውል ሁሉ እክዳለሁ።

እናገራለሁ ዝምም አልልም።

እውነት አርነት እንደሚያወጣኝ አውጃለሁ።[13] በክርስቶስ ኢየሱስ ነፃ እንደወጣ ሰው መኖር ምርጫዬ ነው።

በኢስላም ስም በኔና በቤተሰቦቼ ላይ የተነገሩትን እርግማኖች ሁሉ እክዳለሁ አመክናለሁ። በዘሮቼ ላይ የተነገሩትን እርግማኖች ሁሉ እክዳለሁ አመክናለሁ።

በተለይ የሞትን እርግማን እሰብራለሁ። ሞት ሆይ በኔ ላይ ስልጣን የለህም!

እነዚህ እርማኖች በኔ ላይ ስልጣን እንደሌላቸው አውጃለሁ።

የክርስቶስን በረከቶች እንደመንፈሳዊ ውርሶቼ አድርጌ አውጃለሁ።

ፍርሃትን እክዳለሁ። በክርስቶስ ደፋር መሆን ምርጫዬ ነው።

የሰዎች መጠቀሚያ መሆንንና በቁጥጥራቸው ስር መሆንን እክዳለሁ።

ጭቆናና የኃይል ጥቃትን እክዳለሁ።

ፍርሃትን እክዳለሁ። በሰዎች ዘንድ ተቀባይነት የማጣት ፍርሃትን እክዳለሁ። የድህነትን ፍርሃት እክዳለሁ። ባርያ የመሆን ፍርሃትን እክዳለሁ። ተገዶ የመደፈርን ፍርሃት እክዳለሁ። ብቸኛ የመሆንን ፍርሃት እክዳለሁ። ቤተሰቦቼን የማጣት ፍርሃትን እክዳለሁ። የመገደልን እና የሞትን ፍርሃት እክዳለሁ።

እስልምናን መፍራትን እክዳለሁ። ሙስሊሞችን መፍራትን እክዳለሁ።

በሕዝባዊ ወይንም ፖለቲካዊ እንቅስቃሴዎች ውስጥ የመሰተፍ ፍርሃትን እክዳለሁ።

ኢየሱስ ክርስቶስ የሁሉ ጌታ መሆኑን አውጃለሁ።

ኢየሱስን በሁሉም የህይወቴ ክፍሎች ላይ ጌታ አድርጌ ራሴን እሰጠዋለሁ። ኢየሱስ ክርስቶስ የቤቴ ጌታ ነው። ኢየሱስ ክርስቶስ የሃገሬ ጌታ ነው። ኢየሱስ

---

13. ዮሃ 8፡32

ክርስቶስ በዚህች ሃገር ውስጥ ባሉ ሰዎች ሁሉ ላይ ጌታ ነው። ኢየሱስን እንደ ጌታዬ አድርጌ ራሴን እሰጠዋለሁ።

ውርደትን እክዳለሁ። ክርስቶስ እንደተቀበለኝ አውጃለሁ። እርሱንና እርሱን ብቻ አገለግላለሁ።

እፍረትን እክዳለሁ። በመስቀሉ በኩል ከሁሉም ኃጢአት መንጻቴን አውጃለሁ። እፍረት በኔ ላይ መብት የለውም። ከክርስቶስ ጋር በክብር እነግሳለሁ።

ጌታ ሆይ ሙስሊሞችን ስለመጥላታችን እኔንና ዘሮቼን ሁሉ ይቅር በለን። ሙስሊሞችንና ሌሎችን መጥላትን እክዳለሁ። የክርስቶስን ፍቅር በዚህ ምድር ላይ ላሉ ሰዎች ሁሉ አውጃለሁ።

ስለቤተ ክርስቲያን ኃጢአትና መሪዎች በተሳሳተ መንገድ ስለመገዛታቸው ንስሃ እገባለሁ።

ማግለልን እክዳለሁ። በክርስቶስ በኩል ይቅርታን ማግኘቴን እና በእግዚአብሔር ዘንድ ተቀባይነት ማግኘቴን አውጃለሁ። ከእግዚአብሔር ጋር ታርቄአለሁ። በእግዚአብሔር ዙፋን ፊት በሰማይም ሆነ በምድር ውስጥ ያለ ኃይል ለውጥ ሊያደርግብኝ አይችልም።

ምስጋናዬን ወደ አባታችን እግዚአብሔር፣ ብቸኛ አዳኜ ወደሆነው ወደ ክርስቶስ፣ ብቻውን ህይወትን ወደሚሰጠኝ ወደ መንፈስ ቅዱስ ከፍ አድርጌ አነሳለሁ።

ኢየሱስ ክርስቶስን ጌታ መሆኑን ህያው ምስክር ለመሆን ራሴን አሳልፌ እሰጠዋለሁ። በመስቀሉ አላፍርም። በትንሳኤው አላፍርም።

የአብርሃም የይስሃቅ የያዕቆብ አምላክ በሆነው የህያው እግዚአብሔር ልጅ መሆኔን አውጃለሁ።

የእግዚአብሔርንና የመሲሁን ድል አውጃለሁ። ጉልበት ሁሉ እንደሚንበረከክ እና ምላስም ሁሉ ኢየሱስ ጌታ መሆኑን ለእግዚአብሔር ክብር እንደሚመሰክር አውጃለሁ።

በዚሚ ስርአት ውስጥ በመሰተፋቸው ለሙስሊሞች ይቅርታን አውጃለሁ።

አባቴ እግዚአብሔር ሆይ እባክህን ከዚማ፣ ከዚሚ መንፈስ እና እግዚአብሔራዊ ካልሆነ ከዚማ ጋር ከተያያዘ መርህ ሁሉ ነፃ አውጣኝ።

አሁን በቅዱስ መንፈስህ እንድትሞላኝ እና የኢየሱስ ክርስቶስን መንግስት በረከቶች ሁሉ በኔ ላይ ታፈስ ዘንድ እጠይቅሃለሁ። የቃልህን እውነት አጥርቼ መረዳት እችል ዘንድ እና በእያንዳንዱ የህይወቴ ገጽታ ላይ ተግባራዊ ማድረግ እችል ዘንድ ጸጋህን ስጠኝ። የህይወትንና የተስፋን ቃሎች አደርጋለሁ ብለህ ቃል

በገባኸው መሰረት ትሰጠኝ ዘንድ እና በኢየሱስ ክርስቶስ ስም በስልጣንና በኃይል መናገር እችል ዘንድ ከናፍርቴን ትባርክ ዘንድ እለምንሃለሁ። ለክርስቶስ ታማኝ ምስክር እሆን ዘንድ ድፍረትን ስጠኝ። ለሙስሊሞች ጥልቅ ፍቅርንና የክርስቶስን ፍቅር ከነርሱ ጋር መካፈል እችል ዘንድ ሸክምን እንድትሰጠኝ እለምንሃለሁ።

እነዚህን ነገሮች አዳኜና ጌታ በሆነው በኢየሱስ ክርስቶስ ስም አውጃለሁ እጠይቃለሁ።

አሜን።

የጥናት መመሪያ

ትምህርት 6

መዝገበ ቃላት

ሸሃዳ	ጂዝያ	ዲምሚቱድ
ጉዳዩ	መሆን አለበት።	የጭንቅላት መቆረቁ ሥነ ሥርዓት
የሬገንስበርግ ንግግር	ጂሃድ	እውነት መገናኘት
"ሦስት ምርጫዎች"	የኡመር ቃል ኪዳን	
ግራንድ ሙፍቲ	ሀላል	

አዳዲስ ስሞች

- ርእሰ ሊቃነ ጳጳሳት በነዲክቶስ 16ኛ (በ1927 ዓ.ም.)፡ ጀርመናዊ ተወልደ ጆሴፍ ራትዚንገር፣ ርዕሰ ሊቃነ ጳጳሳት ከ2005-2013
- የባይዛንታይን ንጉሠ ነገሥት ማኑኤል 2ኛ ፓላሎጎስ (1350-1425፣ 1395-1425 ገዛ)
- ሼክ አብዱል አዚዝ አል ሼክ፡ ከ1999 ጀምሮ በሳውዲ አረቢያ ታላቅ ሙፍቲ (1943 ተወለዱ)
- ኢብኑ ከቲር፡- ሶሪያዊ የታሪክ ምሁርና ምሁር (1301-1373)
- ሙሐመድ ኢብን ዩሱፍ አትፋይሽ፡- አልጄሪያዊ ሙስሊም ምሁር (1818-1914)
- ዊልያም ኢቶን: በቱርክና በሩሲያ የብሪቲሽ ተመራማሪ፡ የታተመ *የቱርክ ኢምፓየር ቅኝት* በ1798 ዓ.ም
- ኢብን ቁዳማ፡ ፍልስጤማዊ የሱኒ ምሁርና የሱፊ ሚስቂራዊ (1147-1223)
- ሳሙኤል ሃ-ናጊድ (993-1055/56)ና ጆሴፍ ሃ-ናጊድ (1035-1066): በግራናዳ ውስጥ የአይሁድ ግራንድ ቪዚየርስ።
- ሙሐመድ አል-ማጊሊ፡ አልጄሪያዊ ምሁር (1400-1505 ገደማ)
- ኢብኑ አጂባህ፡- ሞሮካዊ የሱኒ ሱፊ ምሁር (1747-1809)

- ማይሞኒደስ፡- የአይቤሪያ ሴፋሪዲች አይሁዳዊ ምሁር (1138-1204)
- ጆቫን ሲቪጂች፡ ሰርቢያዊ ጂኦግራፊያዊና ስነ-ምህዳር (1865-1927)

በዚህ ትምህርት ውስጥ ቁርኣን

ቁ 9፡29 ቁ 48፡28 ቁ 3፡110

ጥያቄዎች ትምህርት 6

- በጉዳዩ ላይ ተወያይ።

የዚማ ቃል ኪዳን

1. 2006 ላይ የባይዛንታይን ንጉሠ ነገሥት ዳግማዊ ማኑዌል ፓሌዮሎግስ ርዕሰ ሊቃነ ጳጳሳት ቤኔዲክት 16ኛ በታዋቂው ሬገንስበርግ ትምህርት ከተናገሩት ጠቅሰ የተናገረውና ወደ 100 የሚጠጉ ሰዎች ሞት ምክኒያትና የሙስሊሞች አመጽ መንስኤ የሆነው ንግግር የቱ ነው?

2. ታላቁ ሙፍቲ ሼክ አብዱል አዚዝ አል-ሼክ ለጳጳስ ቤኔዲክት ምን የማስተካከያ መልስ ሰጡ?

3. እስልምና ሙስሊም ያልሆኑ ሰዎች ሲሸነፉ የሚያቀርበው ሦስት ምርጫዎች ምንድናቸው?

4. ዱሪ ከሳሂህ አል ቡኻሪ ሀዲስን ጠቅሶ ነበርና በዚህ ጥቅስ መሰረት የአላህ ትዕዛዝ ምንድን ነው?

5. ዱሪ ቀጥሎ ከሳሂህ ሙስሊም፡ ሀዲስ "በአላህ ስምና በአላህ መንገድ ተዋጉ እነዚያን የካዱትን ተዋጉ…" በእስልምና ድል የተነሡ ወይም የተሸነፉ ከሓዲዎች የትኞቹ ሦስት ምርጫዎች ይቀርብላቸዋል?

6. ቁ 9፡29 ከተማረኩ ሙስሊም ያልሆኑ ሰዎች ምን ሁለት ነገሮችን ይፈልጋል?

7. የቃል ኪዳኑ ስም ምን ይባላል?

8. በዚህ ስምምነት ውስጥ ለመኖር የተስማሙ ሙስሊም ያልሆኑ ሰዎች ምን ይባላሉ?

9. የዚማ ስርዓትን የሚደግፉ ሁለት የቁርአን መርሆዎች ምንድናቸው?

የጂዝያ ግብር

10. በሙስሊም ሊቃውንት የሚነገርው የነፍስ ቤዛ ዓመታዊ የጂዝያ ክፍያ የሚያስፈልገው ለምንድነውብለው ተናገሩ?

11. ኢማም አትፋይሽ እንደተናገረው የሞትና ባርነት ምትክ የሆነው የጂዝያ ክፍያ የሚጠቅመው እነማንን ነው?

12. እንደ ዊልያም ኤተን አገላለጽ በጂዝያ ክፍያ የሚገኘው ምንድነው?

አለማክበር ቅጣቱ

13. ለዚማ ሰው መሐላውን የማይጠብቅ ከሆነ የሚጠብቀው ቅጣት ምን ድነው?

14. የኡመር ቃል ኪዳን የዲሚን መሐላ የፈጸሙትን በራሳቸው ላይ ምን አውጀዋል ይላል?

15. ኢማም **ኢብን ቁዳማ** የአዚማን መሐላ የማይታዘዙን ሰዎችናና ንብረቶቻቸውን ሀላል ማድረግ ሲሉ ምን ማለት ነው?

16. በታሪክ ውስጥ በዚማ ማሕበረሰብ መካከል ምን አሰቃቂ ክስተቶች ተከስተዋል?

17. በ1066 የግራናዳ አይሁዶች ለምን ተገደሉ?

18. በ1860 በደማስቆ ክርስቲያኖች ለምን ተጨፈጨፉ? አንዳንዶች እንዳይገደሉ ምን አደረጉ?

የሚረብሽ ሡነ ሥርዓት

19. ዱሪ ከአንድ ሺህ ዓመታት በላይ ከሞሮኮ እስከ ቡኻራ ድረስ ተስፋፍቶ ነበር ያለው ሥርዓት ምን ነበር?

20. ይህን ሡነ ሥርዓት ለመግለጽ የታሰበው ቃል ምንድነው?

21. በዚህ የአምልኮ ሥርዓት ውስጥ የሚያልፈው ሰው የሚገልጸው ነገር ምንድርነው?

22. የጂዝያ ክፍያውን ሲያወጡ ተሳታፊዎች በራሳቸው ላይ ምን ይጠራሉ?

23. ***ጂዝያ*** ግብርን በመክፈል በራስ ላይ የሚታወጀው አዋጅ ምንድንነው የሚለውን ግልጽ?

በውርደት ትሁት መሆን

24. ዱሪ እንዳሉት ሙስሊም ያልሆኑ ሰዎች በሙስሊሞች ላይ ሊከተሏቸው የሚገባቸው ሁለት አመለካከቶች ምንድን ናቸው?

25. የሸሪዓው ደንቦች ሙስሊም ባልሆኑ ሰዎች ላይ ያስቀመጠውን የበታችነት ምሳሌ ያስቀምጡ፡ -

- የዚሚዎች ምስክር
- የዚሚዎች ቤቶች
- የዚሚዎች ፈረሶች
- የዚሚዎች በሕዝብ መንገድ ላይ መራመድ
- የዚሚዎች ራስን መከላከል
- የዚሚዎች ሃይማኖታዊ ምልክቶች
- የዚሚዎች አብያተ ክርስቲያናት
- የዚሚዎች እስልምና ላይ ትችት
- የዚሚዎች አለባበስ
- የዚሚዎች ጋብቻ

26. ቁ 9:29 በሙስሊም አገዛዝ ስር የሚኖሩ ሙስሊም ያልሆኑ ሰዎች ትዕዛዝ ምንድን ነው?

27. እንዴት ነው **ኢብኑ አጂባህ** 'ሦስተኛውን ምርጫ' የገለጸው?

የበታችነት ስነ ልቦና

28. ዚማ የሚለው ቃል ምን ማለት እንደሆነ ይግለጹ?

29. እንደ መካከለኛው ዘመን አይቤሪያዊ የአይሁድ ምሁር ማይሞኒደስ አገላለጽ በዚማ ቃል ኪዳን ምክንያት ዲማውያን ምን ያድርጋሉ?

30. እንደ ሰርቢያዊ የጂኦግራፊ ተመራማሪ ጆቫን ሲቪች ዓመፀኞች ዲማዊያን በባልካን ሕዝብ ላይ በቱርኮች ተፈጻሚነት ያለው ሥነ ልቦናዊ ውጤት ምን ድነው?

31. ማርክ ዱሪ ያነጋገረ አንድ ኢራናዊ ወደ ክርስትና የተመለሰ ሰው እንደተናገረው ሙስሊሞች ከክርስትና ጋር በተያያዘ የራሳቸውን ሃይማኖት እንዴት ይገነዘባሉ?

32. ዚማ ሙስሊሞችንም ለምን ይጎዳል?

33. በዩናይትድ ስቴትስ ኦፍ አሜሪካ ካለው ታሪካዊ ሁኔታ ጋር ዱሪ ዚማ ከየትኛው ጋር ያወዳድራል?

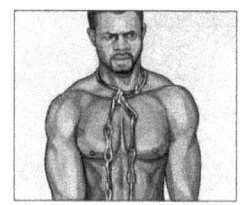

34. እንደ ዱሪ አባባል የአካዳሚክ ጥያቄዎችንና የፖለቲካ ንግግሮችን እያሽመደመደ ያለው ምንድን ነው?

ሃይማኖታዊ ስደትና የዚማ መመለስ

35. በ19ኛውና በ20 ምዕተ ዓመት የሙስሊሙ ዓለም የዚማ ስርዓት እንዲያፈርስ ያስገደደው የትኛው ኃይል ነበር?

36. እንደ ዱሪ አባባል በፓኪስታን በክርስቲያኖች ላይ የሚደርሰው ስደት ከጊዜ ወደ ጊዜ እየጨመረ የመጣውና በሌሎች በርካታ አገሮች ክርስቲያኖች ላይ የሚደርሰው ስደት እንዲባባስ ያደረገው ምንድን ነው?

መንፈሳዊ መፍትሔ

37. ዱሪ የዘረዘረው አምስት የሙሐመድ ጥልቅ መገፋት የፈጠራቸውመንፈሳዊ ውጤቶች የትኞቹ ናቸው

38. የሙሐመድን የጂሃድ ጥሪ ያነሳሳው ምንድ ነው?

39. ክርስቶስ በተገፋበት ጊዜ ሊያደርግ ያልፈቀዳቸው አራት ነገሮች የትኞቹ ናቸው?

ከዚማ አርነት የወጡ ሰዎች ምስክርነቶች

40. ዱሪ የሚጋሩት እነዚህ አምስት ምስክሮች ምን የሚያመሳስላቸው ነገር አለ?

የሸሃዳን ቃል ኪዳን ማፍረስ ያስፈለገበት ምክንያት

41. በእስልምና ተጽዕኖ የሚኖርም ወይም ቅድመ አያቶቹ በእስልምና ተጽዕኖ ውስጥ በዚማ መሐላ የኖኑረበት ሰው ሸሃዳን የሚክድ ጸሎት መጸለይ ያለበት ሦስት ምክንያቶችን ጥቀስ።

42. ዚማ ለመካድ ተብሎ የመንደፉ ጸሎቶች ሁለት ዓላማ ምንድነው።

43. በዚማ መሐላ ምክንያት የሚመጡ 13 ኣሉታዊ መንፈሳዊ ተጽዕኖዎችን በዝርዝር እዩ። በአምላክ ቃል እውነት ላይ የተመሠረቱ ጸሎቶች በእነዚህ ተጽዕኖዎች ላይ ምን ያደርጋሉ?

ለጸሎት ትምህርት፣ እባክዎ የሚከተሉትን ደረጃዎች ይከተሉ።

1. **የእውነት መገናኛት** ትምህርት 5 ውስጥ ያሉት ቁጥሮች ያን ትምህርት ሲሰሩ ካልተነበቡ ለሁሉም ተሳታፊዎች ጮክ ብለው ይነበባሉ።

2. ከዚህ በኋላ ሁሉም ተሳታፊዎች በአንድነት ይቆሙና "እወጋናና ጸሎት ዚማ ለመካድና ኃይሉን ለመስበር"ን ያነባሉ።

3. ለበለጠ ዝርዝር መመሪያዎች፣ የመሪዎች መመሪያን ይመልከቱ።

7

ውሸት፣ የሐሰት የበላይነትና እርግማን

“ምላስ በሕይወትና በሞት ላይ ሥልጣን አለው፤
የሚወዱአትም ፍሬዋን ይበላሉ።
ምሳሌ 18፡21

የትምህርቱ ዓላማዎች

ሀ. እስልምናን ለመዋሸትና ሌሎችን ለማታለል የሰጠውን ፍቃድ ግምት ውስጥ ማስገባትትና ውድቅ ማድረግ።

ለ. እስላማዊ ማታለልን ለመተው በምትዘጋጅበት ጊዜ 20 ልዩ እውነቶችን የሚገልጹ የመጽሐፍ ቅዱስ ጥቅሶችን መመልከት።

ሐ. ስምንት ልዩ መግለጫዎችንና ክህደቶችን ጨምሮ የክህደት ጸሎት በማንበብ ከማታለል መንፈሳዊ ነፃነትን እንዲጠይቁ።

መ. እስልምና የአንድን ሰው የበላይነት ለማግኘት የሚያደርገውን ጥረት አለመቀበል።

ሠ. እስላማዊ የበላይነትን ለመካድ በምትዘጋጁበት ጊዜ የተወሰኑ እውነቶችን የሚገልጹ የቅዱሳት መጻሕፍት ጥቅሶችን ማሰባሰብ።

ረ. ከሐሰተኛ የበላይነት መንፈሳዊ ነፃነትን የመካድ ጸሎትን (11 ልዩ እወጃዎችንና መካዶችን ጨምሮ) በመጸለይ ማግኘት።

ሰ. በርካታ ምእመናን መስጊድ ላይ አብረው ከሀዲዎችን ሲረግሙ የነበረውን ኢስላማዊ የአምልኮ ሥርዓት መረዳት።

ሸ. በእስልምና ስለ መርገም ያለውን የተለያየ አመለካከት ማስተዋል።

ቀ. በአምልኮ ሥርዓተ እርግማን ውስጥ ያሉ ተሳታፊዎች ሊሰማቸው የሚችለውን ስሜታዊ ግንኙነትና 'ክስ' ማስተዋል።

በ. የአምልኮ ሥርዓተ እርግማንን ለመተው በምትዘጋጅበት ጊዜ ስድስት ልዩ እውነቶችን የሚገልጹ የመጽሐፍ ቅዱስ ጥቅሶችን መመልከት።

ተ. 19 ልዩ መግለጫዎችንና ክህደቶችን ጨምሮ የክህደት ጸሎት በማንበብ ከአምልኮ ሥርዓቶች ለመርገም መንፈሳዊ ነፃነትን ማግኘት።

የመክፈቻ ጥናት ርዕሰ ጉዳይ፡ እርሶ ቢሆኑ ምን ያደርጋሉ?

አሌክሳንደር፣ ሳሙኤል እና ፒየር ከሚባሉ ሶስት ክርስቲያን ባልደረቦች ጋር በቤተክርስቲያን ሚኒባስ ውስጥ እየተጓዙ ነው። በሙስሊሞች መካከል ደቀመዝሙርነትን ወደሚናገር ኮንፈረንስ እየተጓዙ ነው። ፒየር ስለ ቤተ ክርስቲያን፣ ቤተሰብ እና ፖለቲካ ካካፈለ በኋላ ሙስሊሞች ስለ ክርስቶስ ስላላቸው ብዙ ህልሞች እና ስለ አክራሪው እስልምና መነሳት ሌሎች ምን እንደሚያስቡ ጠየቀ። ይህ ማለት በመጨረሻው ዘመን ላይ ነን ማለት ነው? ኢየሱስን እንደ መሲህ እንደሚከተሉt አይሁዶች ሙስሊሞችm ልዩ የደቀመዝሙርነት መንገድ ሊዘጋጅላቸው ይገባል?

አሌክሳንደር በምላሹ እንዲህ ብሏል: - "በጣም የሚገርመው ነገር ሙስሊሞች ሃይማኖታቸውን ለውጠው ከሄዱ በኋላ ከአይሁዶች ወይም ከቡድሂስቶች የተለየ ደቀ መዝሙር የሚያስፈልጋቸው ለምንድን ነው? ታሪካዊዋ ቤተ ክርስቲያን የተለያየ ሃይማኖት ላላቸው ሰዎች የተለየ ደቀ መዛሙርትነት ግብዣ ያቀረበችው መቼ ነው? ሁላችንም አንድ ዓይነት መጽሐፍ ቅዱስ ተጠቅመን አንድ ዓይነት የሃይማኖት መግለጫ እንጠቀም የለምን? ሙስሊሞች 'ዳግመኛ በመወለዳቸውየተለየና ልዩ የጥምቀት ትምህርት ወይም ደቀ መዝሙርነት እንደሚያስፈልጋቸው የሚያሳይ ምን ማስረጃ አለ?

ሳሙኤል ሲመልስ፣ "ኢየሱስ እያንዳንዱ ጉልበት እንደሚንበረከክ ቃል ገብቷል፣ እናም ይህ በሚሊዮን የሚቆጠሩ ሙስሊሞች ወደ ክርስቶስ የሚመጡትን ያካትታል ብዬ አምናለሁ፣ እኛ ከአይሁዶች ጋር እንደምንደረገው በልዩ የቤተሰብ ቤተክርስትያኖች ውስጥ በልዩ ትኩረት ልንቀበላቸው ይገባል። ጳውሎስም ሆነ ጴጥሮስ ለአይሁድ የወንጌል አገልግሎትን ከአህዛብ በተለየ መንገድ ያዙ። ሙስሊሞችን እንደ 'አይሁዶች የአጎት ልጆች' ልንይዛቸው እና መንፈሳዊ ፍላጎታቸውን የሚያሟላ ልዩ ደቀመዝሙርነት ሊኖረን ይገባል።

ፒየር በመቀጠል እንዲህ አለ: - "ሳሙኤል ግን ሁሉም ሐዋርያት የአዲስ ኪዳንን ቤተ ክርስቲያን ለማስተዳደር ተመሳሳይ መሠረተ ትምህርቶችን ይጠቀሙ ነበር። ሁሉም የሐዋርያት መልእክቶች የተጻፉት ለአይሁዳውያንም ሆነ ለአሕዛብ አይደለም? ሙስሊሞች ወደ ክርስቶስ ሲመጡ ሁሉም ሰው የሚፈልገው ነገር ያስፈልጋቸዋል ፤ ይኸውም የጥምቀት ሥነ ሥርዓት ፣ ስብከቶች ፣ የሰንበት ትምህርት ቤትና የመጽሐፍ ቅዱስ ጥናት ናቸው ። እንዲያውም ለየት ያለ አያያዝ

መስጠታችን አሁን ባሉት አብያተ ክርስቲያናታችን ውስጥ ያለውን የጾና አቋም እንዳይከተሉ ሊያደርጋቸው ይችላል።"

ሳሙኤል በመቀጠል "የቀድሞ ሙስሊሞችን ደቀመዝሙርነት እንዴት ታየዋለህ?" ብሎ ጠየቀህ።

እንዴት ትመልሳለህ?

ከመዋሸት ነፃ መውጣት

በእነዚህ ክፍሎች ውሸትን በተመለከተ የእስልምናን አስተምህሮ እንመለከታለን ውሸትን መተው እንመርጣለን።

እውነት ውድ ነው።

ፓስተር ዳማኒክ በኢንዶኔዢያ ስለ ኢስላማዊ ጂሃድ እውነትን በመናገሩ ምክንያት ለእስር ተዳርጎ ነበር። ስለዚህም እውነት ሲናገር፡-

> ምንም እንኳን እውነት አስቸጋሪና በጣም ውድ ቢሆንም እንኳ ምንም ምርጫ የለንም። ውድ የሆነውን ዋጋ ለእውነት ለመክፈል ፈቃደኛ መሆን አለብን። ሌላኛው አማራጭ እውነትን መሰናበት ነው። የእውነት ወዳጅ የሆነ ሰው ለእውነት ሁሉንም ዋጋ ሊከፍል የተዘጋጀ መሆን ይገባዋል። በተጨማሪም ልቡን እንደ ብረት አጠንክሮና እንደምስታወት ደግሞ ንጹህ ያደረገ መሆን አለበት። ብረት ጠንካራ ነው አይታጠፍም እንዲሁ እውነተን ለመናገር ምንም መሸበር አያስፈልግም። እንደ ንጹህ መስታዋት የእውነት ወዳጆች ምንም የተደበቀ ፍላጎት ወይም አጀንዳ የላቸውም። መስታወት ተሰባሪ እንደሆነ ይሄ ልብም ኢ-ፍትሐዊነትን ሲመለከት ወዲያው ይሰበራል። ይሄ መሰበር የደካማነት ምልክት አይደለም ነገር ግን የጥንካሬና የኃይል ምልክት እንጂ። እሱ በስለታም አፉ ውሸትንታ ሲያገኝ ፊትለፊት ይጋፈጠዋል። ልቡ ዝምታን መምረጥ አይችልም። ልቡ ሁል ጊዜ ግፍን በመዋጋት የተሞላ ነው።

አምላክ እውነተኛ መሆኑን ማወቃችን ከእሱ ጋር ወዳጅነት ለመመሥረት መሠረታዊ ነው። እግዚአብሔር ግንኙነት የሚያደርግ አምላክ ነው።

የሸሪዓ ባህል

እንደ ቁርአንና የእስልምና አስተምህሮ መሠረት ውሸት በአንዳንድ ሁኔታዎች ይፈቀዳል። ውሸት በእስልምና እንዴት እንደሚፈቀድና አንዳንዴም ግዴታ እንደሆነ በትምህርት 3 አይተናል።

በቁርኣን ውስጥ አላህ እንኳ አታላይ ነው ተብሏል ሰዎችን ወደ ጥፋት ይመራል፡-

> አላህም የሚሻውን ያጠማል። የሚሻውንም ያቀናል። እርሱም አሸናፊው ጥበበኛው ነው። (ቁ14:4)

የውሸት ዓይነቶች ሸሪዓ የሕግ ድጋፍ የሚከተሉትን ያጠቃልላል፡-

- በጦርነት ውስጥ መዋሸት
- ባሎች ሚስቶችን ለማስታረቅ መዋሸት
- ራስን ለመጠበቅ መዋሸት
- ማህበረሰብን ለመከላከል መዋሸት
- ራስን የሚከላከል ውሸት (ተቂያህ) ሙስሊሞች አደጋ ላይ መሆናቸውን ሲያምኑ፡ በዚህ ሁኔታ አንድ ሙስሊም እምነታቸውን ለመካድ እንኳን ይፈቀድለታል (ቁ16፡106)።

እነዚህ ሃይማኖታዊ እሴቶች በእስልምና ባህሎች ላይ በጥልቁ ተጽዕኖ አሳድረዋል።

እውነትት ማግኘት

ከእስልምና በተለየ፣ አንድ ክርስቲያን እምነታቸውን መካድ አይፈቀድለትም።

> “በሰው ፊት ለሚመሰክርልኝ፣ እኔም በሰማይ ባለው አባቴ ፊት እመሰክርለታለሁ፤ 33ነገር ግን በሰው ፊት የሚክደኝን፣ እኔም በሰማይ ባለው አባቴ ፊት እክደዋለሁ። (ማቴዎስ 10:32-33)

ኢየሱስ እንዲህ አለ፡- “ከአንተ የሚጠበቀው ‘አዎ’ ወይም ‘አይሆንም’ ብቻ ነው…” (ማቴዎስ 5:37)

በዘፍጥረት 17 መሠረት እግዚአብሔር ከአብርሃም ጋር ምን አቋቋመ?

> በእኔና በአንተ፣ ከአንተም በኋላ ከዘርህ ጋር ከትውልድ እስከ ትውልድ የዘላለም ኪዳኔን እመሠርታለሁ፤ በዚህም የአንተና ከአንተም በኋላ የዘርህ

አምላክ (ኤሎሂም) እሆናለሁ። 8ይህችን አሁን በእንግድነት የምትኖርባትን የከነዓንን ምድር በሙሉ ለአንተና ከአንተም በኋላ ለዘርህ ለዘላለም ርስት አድርጌ እሰጣለሁ፤ አምላካቸውም (ኤሎሂም) እሆናለሁ።" (ዘፍጥረት 17:7-8)

በመዝሙር 89 መሠረት እግዚአብሔር ከዳዊት ጋር ምን አቋቋመ?

አንተም እንዲህ ብለሃል፤ "ከመረጥሁት ጋር ኪዳን ገብቻለሁ፤ ለባሪያዬ ለዳዊት ምያለሁ፤ 'ዘርህን ለዘላለም እተክላለሁ፤ (መዝ. 89:3-4)

እነዚህ ያነበብካቸው ሁለት ምንባቦች እንደሚያሳዩት እግዚአብሔር ከሕዝቡ ጋር ታማኝ ቃል ኪዳኖችን መሥርቷል።

በሚቀጥሉት ምንባቦች ውስጥ የትኞቹን ሁለት የእግዚአብሔር ግንኙነቶች ማስተዋል ትችላላችሁ?

ይዋሽ ዘንድ እግዚአብሔር (ኤሎሂም) ሰው አይደለም፤ ይጸጸትም ዘንድ የሰው ልጅ አይደለም፤ (ዘኍልቁ 23:19)

እግዚአብሔርን አመስግኑ፤ ቸር ነውና፤ ምሕረቱ ለዘላለም ነውና።(መዝሙረ ዳዊት 136:1)

እንደ ምሥራቹ ቃል ለእናንተ ሲባል ጠላቶች ናቸው፤ እንደ ምርጫ ከሆነ ግን፣ ለአባቶች ሲባል የተወደዱ ናቸው፤ 29የእግዚአብሔር ስጦታና ጥሪ ጸጸት የለበትም። (ሮሜ 11:28-29)

የእግዚአብሔርን ምርጦች እምነትና ወደ እውነተኛ መንፈሳዊነት የሚመራውን የእውነት ዕውቀት ለማሳደግ የእግዚአብሔር ባሪያና የኢየሱስ ክርስቶስ ሐዋርያ የሆነው ጳውሎስ፤ 2እምነቱና ዕውቀቱ የተመሠረቱትም የማይዋሸው አምላክ ከዘመናት በፊት በገባው የዘላለም ሕይወት ተስፋ ላይ ነው። (ቲቶ 1፡1-2)

እግዚአብሔር ከቶ ሊዋሽ አይችልም፤ እርሱ በሁለት በማይለወጡ ነገሮች በፊታችን ያለውን ተስፋ ለመያዝ ወደ እርሱ ለሸሸን ለእኛ ብርቱ መጽናናት እንድናገኝ አድርጓል። እኛም የነፍስ መልሕቅ የሆነ ጽኑና አስተማማኝ ተስፋ አለን፤ ይህም ተስፋ ከመጋረጃው በስተ ጀርባ ወዳለው ውስጠኛ መቅደስ ይገባል። (ዕብራዊያን 6:17-19)

እግዚአብሔር ታማኝ እንደ ሆነ ሁሉ፣ ለእናንተ የምንናገረው ቃላችን፣ "አዎን"ና "አይደለም" ሊሆን አይችልም፤ ምክንያቱም እኔም ሆንሁ ሲላስና ጢሞቴዎስ፣ እኛ የሰበክንላችሁ የእግዚአብሔር ልጅ ኢየሱስ ክርስቶስ "አዎን"ና "አይደለም" አልነበረም፤ ነገር ግን በእርሱ ዘወትር፣ "አዎን" ነው።

> በእግዚአብሔር የተሰጡ ተስፋዎች ሁሉ፣ “አዎን” የሚሆኑት በእርሱ ነውና፤ እኛም በእርሱ አማካይነት ለእግዚአብሔር ክብር፣ “አሜን” የምንለው በዚህ ምክንያት ነው። (2 ቆሮንቶስ 1:18-20)

እግዚአብሔር የማይለወጥና በግንኙነቱ ታማኝ ነው። ሁል ጊዜ ቃሉን ይጠብቃል።

በዘሌዋውያን መሠረት አምላክ ከሰዎች የሚፈልገው ምንድን ነው?

> እግዚአብሔር (ያህዌ) ሙሴን እንዲህ አለው፤ “ለመላው የእስራኤል ሕዝብ ጉባኤ እንዲህ ብለህ ተናገራቸው፤ ‘እኔ እግዚአብሔር አምላካችሁ (ያህዌ ኤሎሂም) ቅዱስ ነኝና እናንተም ቅዱሳን ሁኑ። (ዘሌዋውያን 19:1-2)

የመጽሐፍ ቅዱስ እውነተኛው አምላክ እንደ እርሱ ቅዱሳን እንድንሆን ይፈልጋል።

በነዚህ በሚቀጥሉት ሦስት ጥቅሶች መሠረት፣ የእግዚአብሔርን ቅድስና በሕይወታችን ውስጥ የምናሳየው እንዴት ነው?

> ... ምሕረትህ ከፊቴ አልተለየምና፣ በእውነትህም ተመላለስሁ። (መዝሙረ ዳዊት 26:3) ... [14] (መዝሙረ ዳዊት 26:3)

> መንፈሴን በእጅህ ዐደራ እሰጣለሁ፤ እግዚአብሔር የእውነት አምላክ ሆይ፤ አንተ ተቤዠኝ። (መዝሙረ ዳዊት 31:5)

> እግዚአብሔር ሆይ፤ ምሕረትህን አትንፈገኝ፤ ቸርነትህና እውነትህ ዘወትር ይጠብቁኝ (መዝሙረ ዳዊት 40:11)

እውነተኞች በመሆንና በእውነት በመኖር የእግዚአብሔርን ቅድስና ማሳየት እንችላለን፣ ምክንያቱም እግዚአብሔር እውነተኛና ለቃሉ ታማኝ ነው። ሰይጣን በልባችን ውስጥ ውሸቶችን እንድናኖር ቢወድም የአምላክ እውነት ይጠብቀናል።

በዚህ መዝሙረ ዳዊት መሰረት እውነት ምን ያደርግልናል?

> ስወለድ ጀምሮ በደለኛ፣ ገና እናቴም ስትፀንሰኝ ኀጢአተኛ ነኝ። እነሆ፤ እውነትን ከሰው ልብ ትሻለህ፤ ስለዚህ ጥልቅ ጥበብን በውስጤ አስተምረኝ። በሂሶጵ እርጨኝ፤ እኔም እነፃለሁ፤ ዕጠበኝ፤ ከበረዶም ይልቅ ነጭ እሆናለሁ። (መዝሙረ ዳዊት 51:5-7)

---

14. እዚህ ላይ ‘እውነት’ ተብሎ የተተረጎመው ቃል ‘ታማኝነት’ ማለት ሊሆን ይችላል።

ይህ መዝሙር እውነት እንደሚያነፃን ይናገራል።

በዚህ ጥቅስ መሠረት የኢየሱስን ሕይወት የሞላው ምንድን ነው?

> ቃልም ሥጋ ሆነ፤ ጸጋንና እውነትን ተሞልቶ በመካከላችንም ዐደረ፤ እኛም ከአባቱ ዘንድ የመጣውን የአንድያ ልጅን ክብር አየን። (ዮሐንስ 1:14)

ኢየሱስ በእውነት የተሞላ ነበር።

በምንስ ነው ለመኖር የተጠራነው?

> በእውነት የሚመላለስ ግን ሥራው በእግዚአብሔር የተሠራ መሆኑ በግልጽ ይታይ ዘንድ ወደ ብርሃን ይመጣል።" (ዮሐንስ 3:21)

የተጠራነው በእውነት እንድንኖር ነው።

በእነዚህ ሁለት ጥቅሶች መሠረት አምላክን በምን ብቻ ማወቅ እንችላለን?

> እግዚአብሔር መንፈስ ነው፤ የሚሰግዱለትም በመንፈስና በእውነት ሊሰግዱለት ይገባል።" (ዮሐንስ 4:24)
>
> ኢየሱስም እንዲህ አለው፤ "መንገዱ እኔ ነኝ፤ እውነትና ሕይወትም እኔው ነኝ፤ በእኔ በኩል ካልሆነ በቀር ወደ አብ የሚመጣ የለም። (ዮሐንስ 14:6)

ኢየሱስ ወደ እግዚአብሔር መቅረብ የምንችለው በእውነት ብቻ እንደሆነ እየነገረን ነው። (በወንጌሎች ውስጥ ኢየሱስ "እውነት እላችኋለሁ" ሲል 78 ጊዜ ተናግሯል።)

በዚህ የጳውሎስ ትምህርት መሠረት ክርስቶስን ከመከተል ጋር የማይስማማው ምንድን ነው?

> ደግሞም ሕግ የተሰጠው ለጻድቃን ሳይሆን፣ ለሕግ ተላላፊዎችና ለዐመፀኞች፣ ፈሪሀ እግዚአብሔር ለሌላቸውና ለኀጢአተኞች፣ ቅድስና ለሌላቸውና እግዚአብሔርን ለሚንቁ፣ አባትና እናታቸውን ለሚገድሉ፣ ለነፍሰ ገዳዮች መሆኑን እናውቃለን።እንዲሁም ለዘማውያን፣ ከወንድ ጋር ለሚተኙ ወንዶች፣ ሰውን ለሚሸጡና ለሚገዙ፣ ለውሸተኞች፣ በሐሰት ለሚምሉ፣ ጤናማ የሆነውን ትምህርት ለሚፃረሩ ሁሉ ነው። ይህ ጤናማ ትምህርት ቡሩክ የሆነው እግዚአብሔር ለእኔ በዐደራ ከሰጠኝ የክብር ወንጌል ጋር የሚስማማ ነው። (1 ጢሞቴዎስ 1:9-11)

ጳውሎስ ውሸት ክርስቶስን ከመከተል ጋር እንደማይስማማ እያብራራ ነው።

ይህ ማታለልን ለመተው ጸሎት ሁሉም ተሳታፊዎች በአንድ ላይ ቆመው ጮክ ብለው ማንበብ አለባቸው።

ማታለልን ለመተው እወጃና ጸሎት

አባት ሆይ አንድ ነገር አውቃለሁ አንተ የእውነት አምላክ ነህ። በጨለማው ምሽት ላይ ብርሃንህን አብርተሃል። ዛሬ በጨለማ ውስጥ ሳይሆን በብርሃንህ ውስጥ ለማደር መርጫለሁ።

እባክህን የዋሸኋቸውን ውሸቶች ሁሉ ይቅር ትል ዘንድ እማጸንሀለሁ። ምቾት ያለበትንና ቀላሉን መንገድ መርጫለሁ ትክክለኛውን ግን አይደለም። በከናፍርቶቼ የበደልትን በደል ሁሉ ይቅርበለኝ። በእውነትህ የምደሰትበትን ልብ ስጠኝ። እውነትን ለሌሎች የሚናገር አንደብትንም ስጠኝ።

ውሸትን የማስወግድበትና በእውነት የምጽናናበትን ብርታት ስጠኝ።

በእየለቱ ኑሮዬ የምዋሸውን ውሸት ዛሬ አስወግዳለሁ ድግሞም እክደዋለሁ።

ውሸትን የሚያበረታታውን የሙስሊሞችን አስተምህሮ አስወግዳለሁ ***ታቂያንም*** *ጨምሮ። ከማንኛውም ውሸትና ማታለል ራሴን ዞር አደርጋለሁ በእውነት ለመኖር መርጫለሁ።*

ዋስትናዬ ያለው ባንተ መሆኑን አውጃለሁ እውነትም አርነት ያወጣኛል።

የሰማይ አባት ሆይ በእውነትህ ብርሃን እንዴት መመላለስ እንዳለብኝ አሳየኝ። የምናገራቸውንም ቃሎች ስጠኝ በእውነትህ ላይ እንድራመድም መንገዱን አሳየኝ።

አሜን።

ከሐሰት የበላይነት ነፃ መውጣት

በዚህ ትምህርት የእስልምናን አንድን ከሌላ ሰው የበላይ የማድረግ አስተምህሮን እንመለከታለን፣ ይህንንም ከመጽሐፍ ቅዱስ ትምህርቶች ጋር እናነፃፅራለን። ያኔ የውሸት የበላይነት ስሜትን ለመተው እንመርጣለን።

የእስልምና የበላይነት ይገባኛል ጥይቄ

በእስልምና በበላይነት ላይ ትልቅ ትኩረት ተሰጥቶታል። ማን 'ምርጥ' ነው? ቁርኣን ሙስሊሞች ከክርስቲያኖችና ከአይሁዶች የተሻሉ ናቸው ይላል፡-

> እናንተ (ሙስሊሞች) ለሰው ልጆች ከተፈጠሩት በላጭ ማህበረሰብ ናችሁ። የመጽሐፉ ሰዎች ባመኑ ኖሮ ለነሱ የተሻለ በሆነ ነበር። ከፊላቸው ምእመናን ናቸው። ግን አብዛኞቻቸው አመጸኞች ናቸው። (ሱራ 3:110)

እና እስልምና በሌሎች ሃይማኖቶች ላይ መግዛት አለበት፡-

> እርሱ ያ መልክተኛውን በቅን መንገድና በእውነተኛ ሃይማኖት ከሃይማኖት ሁሉ ላይ ያሸንፍ ዘንድ የላከ ነው። (ሱራ 48:28)

በእስልምና እንደ የበታች መቆጠር አሳፋሪ ነው። ብዙ ሀዲሶች የሙሐመድ የበላይነት ላይ ትልቅ ትኩረት ሰጥቷል። ለምሳሌ፣ ሙሐመድ በ*ሀዲስ* በአል-ቲሚርዚ ዘግበው ከነበሩት ሰዎች ሁሉ የላቀ ነበር፡-

> በፍርድ ቀን የአደም ልጆች ጌታ እሆናለሁ እንጂ አልመካም። የምስጋና ባንዲራ በእጄ ውስጥ ይሆናል እናም አልመካም። በዚያ ቀን የአደምን ጨምሮ የሁሉም ነቢይ በእኔ ባንዲራ ስር ይሆናሉ። ምድርም የምትከፈትለት የመጀመሪያው እኔ ነኝ [ማለትም. መጀመሪያ የተነሣው] እኔም አልመካም።

የእስልምና ሀይማኖት በአረብ ባህል ላይ ከፍተኛ ተጽዕኖ አሳድሯል፡ ከሺህ አመታት በላይ በመቅረጽ.በአረብ ባህሎች የክብርና የውርደት ፅንሰ-ሀሳቦች በጣም አስፈላጊ ናቸው። ስለዚህ ሰዎች የበታች መምሰል አምርረው ይጠላሉ። ሰዎች እርስ በርስ ሲጋጩ አንዱ ሌላውን ለማዋረድ ይሞክራሉና ይህ ደግሞ የጥላቻን ስሜት ይፈትርባቸዋል።

አንድ ሰው እስልምናን ትቶ ክርስቶስን ለመከተል ሲወስን አንድ ሰው በዙሪያው ካሉት ሰዎች ሁሉ እንዳነሰ ተደርጎ የሚታሰበውን ዓለማዊ አስተሳሰብ መካድ አለባቸው።

እውነትን መገናኘት

በኤደን ገነት ውስጥ፣ እባቡ ሔዋንን "እንደ እግዚአብሔር" መሆን እንደምትችል በመንገር ፈትኗታል እናም በዚህ መሠረት ሔዋን እባቡ የሚፈልገውን ነገር አደረገች። ይህም ለአዳምና ለሔዋን ውድቀት ምክንያት ሆኗል። የበላይ ለመሆን መፈለግ ስላለው አደጋ ከዚህ ምንባብ ምን እንማራለን?

> ሴቲቱም ለእባቡ እንዲህ አለችው፡- "በገነት ካሉት ዛፎች ፍሬ ልንበላ እንችላለን፤ ነገር ግን እግዚአብሔር አለ፡- በገነት መካከል ካለው ዛፍ ፍሬ አትብላ አትንካው ወይም ትሞታለህ።'

እባቡ ለሴቲቱ "በእርግጥ አትሞትም" አላት።" ከእርሱ በበላችሁ ጊዜ ዓይኖቻችሁ እንዲከፈቱ እንደ እግዚአብሔርም መልካምንና ክፉን የምታውቁ እንድትሆኑ እግዚአብሔር ያውቃልና። (ዘፍጥረት 3:2-5)

የበላይ ለመሆን መሻት ለሰው ልጅ ወጥመድ ነው፡ በዚህ ዓለም ላይ ብዙ ችግርና ህመም ሊፈጠር የሚችለው ሰዎች ከሌሎች የበላይ ለመሆን በመፈለግ ነው።

ከጊዜ ወደ ጊዜ በኢየሱስ ተከታዮች መካከል ከመካከላቸው ምርጥ የሆነው ማን እንደሆነ ወይም እንደሚሆን ጥያቄ ይነሳ ነበር። ያዕቆብና ዮሐንስ በኢየሱስ መንግሥት ውስጥ የክብር ቦታ ያለው ማን እንደሆነ ለማወቅ ይፈልጉ ነበር። እንደ ያዕቆብና ዮሐንስ፣ በዓለም ላይ ያሉ የሰው ልጆች ምርጡን መቀመጫ ወይም ታላቅ የክብር ቦታን ይፈልጋሉ። ኢየሱስ ስለዚህ ጉዳይ ምን አለ?

የዘብዴዎስም ልጆች ያዕቆብና ዮሐንስ ወደ እርሱ መጡ። "መምህር፣ የምንለምንህን ሁሉ እንድታደርግልን እንፈልጋለን" አሉት።

"ምን እንዳደርግልህ ትፈልጋለህ?" ብሎ ጠየቀ።

በክብርህ አንዳችን በቀኝህ ሌላውም በግራህ እንቀመጥ ብለው መለሱ። ...

አሥሩም ይህን በሰሙ ጊዜ በያዕቆብና በዮሐንስ ተቈጡ። ኢየሱስም በአንድነት ጠርቶ እንዲህ አላቸው፡- "የአሕዛብ አለቆች ተብለው የሚታሰቡት እንደ ሆኑ ታውቃላችሁ[15] በላያቸው ላይ ጌታ አድርገላቸው፤ አለቆቻቸውም በእነርሱ ላይ ሥልጣን አላቸው። በእንተም እንደዚያ አይደለም። ከዚህ ይልቅ ማንም ከእናንተ ታላቅ ሊሆን የሚወድ የእናንተ አገልጋይ ይሁን፤ ማንም ፊተኛ ሊሆን የሚወድ የሁሉ ባሪያ ይሁን። የሰው ልጅ ሊያገለግል ነፍሱንም ለብዙዎች ቤዛ ሊሰጥ እንጂ እንዲያገለግሉት አልመጣምና" (ማር. 10:35-45)

ኢየሱስ ደቀ መዛሙርቱ እሱን ለመከተል ከልባቸው የሚፈልጉ ከሆነ ሌሎችን እንዴት ማገልገል እንዳለባቸው በመግለጽ ለዚህ ፍላጎት ምላሽ ሰጥቷል።

የበላይ የመሆን አደጋም በአባካኙ ልጅ ታሪክ ውስጥ ተጠቅሷል (ሉቃስ 15፡11-32)። 'ጥሩ' ልጅ እራሱን የላቀ እንደሆነ ተሰምቶት ሲመለስ ለረጅም ጊዜ የጠፋውን ልጅ የአባቱን ድግስ መቀላቀል አልቻለም. ለዚህም በአባቱ ተወቅሷል። የእውነተኛ ስኬት መንገድ፣ በእግዚአብሔር ዓይን፣ ሌሎችን ለማገልገል መፈለግ እንጂ እነሱን በመናቅ ወይም በእነርሱ ላይ ጌታ ለማድረግ አይደለም።

---

15. እዚህ ላይ ኢየሱስ ስለ አህዛብ ሲጠቅስ፣ ሁሉንም ብሔራት ማለቱ ነው፡ አስፈላጊ ሆኖ እንዲሰማቸው መፈለግ የሰው ተፈጥሮ ሁለንተናዊ ባህሪ ነው።

በዚህ ውብ የፊልጵስዩስ ሰዎች ትምህርት 2 ላይ ዓለምን ከማየት ጭቆና ለመላቀቅ ቁልፉ ምንድን ነው?

> እንግዲህ ከክርስቶስ ጋር አንድ እንድትሆኑ መጽናናት ቢኖራችሁ፥ ከፍቅሩም የሆነ መጽናናት፥ በመንፈስም መካፈል፥ ርኅራኄና ርኅራኄም ቢሆን፥ አንድ ልብ ሆኜ፥ አንድ ዓይነት ፍቅርም ሆኜ ደስታዬን ፍጹም አድርጉ። አንድ በመንፈስና በአንድ አእምሮ. ከራስ ወዳድነት ፍላጎት ወይም ከንቱ ትምክህት የተነሳ ምንም ነገር አታድርጉ። ይልቁንም በትሕትና ሌሎችን ከራሳችሁ አስበልጡ።
>
> እርስ በርሳችሁ ግንኙነታችሁ እንደ ክርስቶስ ኢየሱስ አንድ ዓይነት አስተሳሰብ ይኑራችሁ። ይልቁንም የባሪያን ባሕርይ ይዞ በሰውም ምሳሌ ሆኖ ራሱን ምንም አላደረገም።
>
> በምስሉም እንደ ሰው ተገኝቶ ራሱን አዋረደ ለሞትም ይኸውም የመስቀል ሞት እንኳ የታዘዘ ሆነ።
>
> ስለዚህም በሰማይና በምድር ከምድርም በታች ያሉት ሁሉ በኢየሱስ ስም ይንበረከኩ ዘንድ እግዚአብሔርም ከፍ ከፍ አደረገው ከስምም ሁሉ በላይ ያለውን ስም ሰጠው። ለእግዚአብሔር አብ ክብር። (ፊልጵስዩስ 2:1-11)

ከጨቋኝ የዓለም የበላይነት ለመላቀቅ ቁልፉ የኢየሱስ ክርስቶስ ምሳሌ ነው።

የኢየሱስ ልብ ፈጽሞ የተለየ ነው። የበላይ ለመሆን ሳይሆን ማገልገልን መርጧል። አልገደለም ነገር ግን ነፍሱን ለሌሎች አሳልፏል። ኢየሱስ ራሱን ዝቅ ማድረግ ምን ማለት እንደሆነ በተግባር አሳይቷል፡- "ራሱን ምንም አላደረገም" (ፊልጵስዩስ 2: 7) ራሱን እንዲሰቀል ፈቅዷል።

እውነተኛው የክርስቶስ ተከታይም እንዲሁ ያደርጋል። እሱ ወይም እሷ ከማንኛውም የላቀ ስሜት ምንም ደስታ አያገኙም። እውነተኛ የክርስቶስ ተከታዮች እፍረትን ወይም ሌሎች ሰዎችን የሚያስቡትን አይፈሩም፣ ምክንያቱም እነርሱን እንደሚከላከልና በእግዚአብሔር ላይ ስለሚያምኑ ነው።

ይህ የውሸት የበላይነት ስሜትን ለመተው ጸሎት ሁሉም ተሳታፊዎች በአንድ ላይ ቆመው ጮክ ብለው ማንበብ አለባቸው።

የበላይነትን ለመተው አዋጅና ጸሎት

አባት ሆይ ድንቅ አድርገህ ስለፈጠርከኝ አመሰግንሀለሁ። ምክንያቱ ደግሞ የፈጠርከኝ አንተ ስለሆንክ ነው። ስለወደድከኝና የአንተ ስላደረግከኝ

አመሰግንሀለሁ። ኢየሱስ ክርስቶስን የምከተልበትን እድል ስለሰጠኸኝ አመሰግንሀለሁ።

የበላይ የመሆንን ፍላጎት በማስተናገዴ ምህረትን አድርግልኝ። ከሌሎች የተሻለ ሆኖ ለመገኘት ፍላጎቴ በመገዛቴም ይቅር በለኝ፤ እንደ ማንኛውም ሰው ኃጢአተኛ መሆኔን አውቃለሁ። ያለ አንተም አንዳች ማድረግ አልችልም።

የኋላ ታሪኬን በምመለከትበት ጊዜም ሆነ አሁን ባለሁበት ሁኔታ በቡድን ውስጥም ባለኝ ግንኙነት የበላይ ለመሆን ለነበረኝ ፍላጎት ይቅር በለኝ፤ እኔም እክደዋለሁ። ሁሉም ሰዎች በአንተ ፊት እኩል መሆናቸውን አምናለሁ።

ሌሎችን ዝቅ የሚያደርግ ንግግርን በመናገሬ ይቅርታ አድርግልኝ። ለነዚህ ቃላቶቼ ምህረትን እጠይቃለሁ።

በዘራቸው፣ በፆታቸው፣ በሀብታቸውና በትምህርታቸው ምክንያት ሌሎችን ዝቅ አድርጎ ማየትን እቃወማለሁ።

በፊትህ መገኘት የቻልኩት በጸጋህ ብቻ መሆኑን አውቃለሁ። በሰው ልጆች ላይ ሊደረግ ካለሁ ከማንኛውም ፍርድ እራሴን እለያለሁ። ያዳንከኝን አንተን ብቻ እመለከታለሁ።

ጻድቆች የበላይ ናቸው የሚለውን የሙስሊሞች አስተምህሮ እክዳለሁ። ሙስሊም መሆን ስኬታማ ያደርጋል፣ ሙስሉሞች የበላይ ሕዝቦች ናቸው የሚለውን እክዳለሁ።

ወንዶች ከሴቶች የበላይ ናቸው የሚለውን አስተሳሰብ አልቀበልም። ደግሞም እክዳለሁ።

የሰማዩ አባት እግዚአብሔር ሆይ ከነበረኝ ማንኛውም የበላይ የመሆን አስተሳሰብ እመለሳለሁ። አንተንም ለማገልገል መርጫለሁ።

ጌታ ሆይ በሌሎች ስኬት ለመደሰት መርጫለሁ። በሌሎች ላይ መቅናትና ጥላቻን አልቀበልም ደግሞም እክደዋለሁ።

ጌታ ሆይ በፊትህ ምን ዓይነት ሰው ስለመሆኔ ጤናማና ትክክለኛውን ፍርድ ስጠኝ፤ እንዴት እንደምታየኝ እውነቱን አስተምህረኝ። አንተ የምትፈልገው ዓይነት ሰው እንድሆንልህ እርዳኝ።

አሜን።

ከመርገም ነፃ መውጣት

በእነዚህ ክፍሎች በእስልምና ሌሎችን የመርገም ልምምዶችን እንመለከታለን። ይህን ተግባር ለመተውን እንመርጣለን። በእኛ ላይ የተደረገን ማንኛውም መርገምን እንሰብራለን።

እርግማን በእስልምና

በትምህርት 2 ውስጥ ያሉትን ግብዓቶች በመጠቀም አማኞች ከተለያዩ እስላሞች ወይም ሌሎች ምንጮች ነፃ እንዲወጡ የጸሎት ስልቶችን ማዳበር ይችላሉ።

በዚህ ትምህርት ውስጥ አንድ የተለየ ኢስላማዊ ሥርዓት እንመለከታለንና እሱን ለመተው ጸሎት እናቀርባለን። ይህ ጸሎት የተዘጋጀው ከእስልምና እምነት ተከታይ የሆነ አንድ ክርስቲያን እንደ ሙስሊምነቱ በሃይማኖታዊ ልምዱ ውስጥ ትልቅ ቦታ እንደነበረውና መንፈሳዊ ኃይል እንዳለው ስለሚሰማው ስለነገረኝ ነው።

ቁርኣን የክርስቶስን አምላክነት የተናዘዙ ክርስቲያኖችን እርግማን ያሳስባል፡- “በትህትና እንጸልይና የአላህን እርግማን በውሸታሞች ላይ እንጥራ” (ቁ3፡61)። ሆኖም፣ የ*ሀዲሶች* ስለ እርግማን እርስ በርሱ የሚጋጩ መግለጫዎች አሏቸው። በአንድ በኩል፡ በርካታ*ሀዲሶች* ሙሐመድ አይሁዶችን ወይም ክርስቲያኖችንና ተቃራኒ ጾታን የሚመስሉ ወንዶችን ወይም ሴቶችን ጨምሮ የተለያዩ የሰዎች ምድቦችን ይረግማል። በሌላ በኩል ደግሞ *ሀዲሶች* የመርገምን አደጋ በማስጠንቀቅ ሙስሊም ሌላውን ሙስሊም በፍፁም ሊራገሙ አይገባም ይላሉ።

በእነዚህ እርስ በርሱ የሚጋጩ ዘገባዎች ስላሉ የሙስሊም ሊቃውንት ሙስሊሞች ሌሎችን መርገም ሕጋዊ ነው ወይስ አይደለም፣ ማንን ይረግማሉና ኢስላማዊው መንገድ ምንድነው በሚለው ላይ የተለያየ አስተያየት አላቸው። ሆኖም ሙስሊም ያልሆኑ ሰዎችን መሳደብ በእስልምና ባህሎች በጣም የተለመደ ነው። እ.ኤ.አ. በ1836 ኤድዋርድ ሌን በግብፅ የሚገኙ ሙስሊም ተማሪዎች በክርስቲያኖች፣ በአይሁዶችና በሌሎች የእስልምና እምነት ተከታዮች ላይ እንዲናገሩ እርግማን እየተማሩ እንደነበር ጽፏል።[16]

16. Edward W. Lane, *An account of the manner and custom of the modern Egyptians* p. 276

ሥርዓተ እርግማን

ከተለያዩ ሀገራት የመጡ የቀድሞ ሙስሊሞች በመስጊድ በጅምላ የእርግማን ድግስ ላይ መገኘት ልማዳቸው እንደሆነ ነግረውኛል።

በመስጂዱ ኢማም መሪነት የጁምዓ ሰላት ሲደረግ እነዚህን ክስተቶች ማየቱን አንድ ወዳጄ ገልጿል። ወንዶቹ በመስመር ላይ "ትከሻ ለትከሻ" ተገጣጥመው ይቆማሉ። ኢማሙን ተከትለው፣ ሙሉ በሙሉ እያነበቡ የእስልምና ጠላቶች ናቸው የሚሏቸውን ይሳደቡ ነበር። እርግማኖቹ ሥርዓታዊና ተደጋጋሚ ነበሩ። ይህ ጓደኛዬ እርግማኖቹን ሲፈጽሙ ስሜታቸው ከፍተኛ፣ በጣም ጠንካራ የሆነ የጥላቻና የደስታ ስሜት፣ በጠንካራ መንፈሳዊ “ክስ” (በአካላቸው ውስጥ የሚፈስ የኃይል ስሜት) እንደሚሰማቸው ተናግሯል። ይህ ልምምድ ከአባት ወደ ልጅ የሚተላለፍ በመሆኑ አንድ ላይ ያስተሳሰራቸው እንደነበር ተናግሯ፤። እሱም ከአባቱ ጋር ግንኙነት እንዲኖረው አድርጎታል፣ በእርሱ በኩል ከአያቱና ከዚያ በፊት ከነበሩት የቀድሞ አባቶች ጋር፡ ሁሉም ለእስልምና ሲሉ ሌሎችን ለመርገም “ትከሻ ለትከሻ ተያይዘው” ይቆማሉ።

ሌላው የሳዑዲ አረቢያ ወዳጅ አሁን ክርስቲያን የሆነ በሺህ የሚቆጠሩ ሰዎች በታላቁ የመካ መስጊድ ተሰብስበው የሚጸልዩበትን በረመዳን የተወሰነ ቀን በጉጉት ይጠባበቅ ነበር። ሁልጊዜም ሙስሊም ያልሆኑ ሰዎች በሕዝቡ የሚረገሙበትን ጊዜ በደስታ ይጠባበቅ ነበር። እሱም እርግማኑ ሲተባበር ያንን መንፈሳዊ “ክስ” ተቀበለው። ኢማሙ በካፊሮች ላይ እርግማን ሲወርድ እያለቀሰ ነበር። እናም በቦታው የተገኙት ሁሉ ጉልበታቸውንና ጥላቻቸውን እስከዚያች ቅጽበት ድረስ በማተኮር የኢማሙን እርግማን ይደግፋሉ።

እንዲህ ያለው ክስተት እርግማን ክልክል ነው ከሚለው የኢየሱስ ትምህርት ጋር ይጋጫል (ሉቃስ 6፡28)። ክርስቲያኖች የተማሩት ሌሎችን መርገም ሳይሆን በረከትን በእርግማን መመለስ ነው። እንዲህ ዓይነቱ ሥርዓት በአምላኪና በኢማሙ መካከል እንዲሁም በአባትና በልጅ መካከል አንድ ላይ በሚያደርጉት ጊዜ ፈሪሃ አምላክ የሌለው ‘የነፍስ ትስስር’ ይፈጥራል። እነዚህ የመርገም ልምምዶች ጓደኛዬ ኢየሱስን ከማወቁ በፊት በወጣትነቱ ላይ ትልቅ ተጽዕኖ አሳድረዋል።

'የነፍስ ትስስር' የሚለው አገላለጽ ምን ማለት ነው? የአንድ ሰው ነፍስ ከሌላው ጋር የተገናኘ ማለት ነው። አንዳቸው ከሌላው ነፃ አይደሉም። የነፍስ ማሰሪያ የተከፈተ በር ወይም የሁለት እግር ማቆሚያ ዓይነት ነው (ይህ በትምህርት 2 ላይ አልተወያየንም)።በመሰረቱ የነፍስ ማሰሪያ ሁለት ሰዎችን መንፈሳዊ ተጽእኖ ከአንዱ ወደ ሌላው እንዲተላለፍ የሚያስተሳስር ቃል ኪዳን ነው። አንዳንድ

የነፍስ ትስስር ጥሩና የበረከት ምንጭ ሊሆን ይችላል። ለምሳሌ በወላጅና በልጅ መካከል ያለ አምላካዊ የነፍስ ትስስር፣ ሌሎች ግን የጉዳት ምንጭ ሊሆኑ ይችላሉ።

አንድ ሰው ፈሪሃ አምላክ የሌለው የነፍስ ትስስር ሲኖረው፣ የነፍስ ማሰሪያው መቆረጡን ለማረጋገጡ ይቅርታ አስፈላጊ ነው። አንድ ሰው በሌላ ሰው ላይ ይቅርታ እስካልያዘ ድረስ፣ አሁንም በመካከላቸው ፈሪሃ አምላክ የሌለው ትስስር ወይም የነፍስ ትስስር አለ።

የነፍስ ትስስር ፈሪሃ አምላክ ሊሆን ይችላል። እንደ እድል ሆኖ፣ ክርስቲያኖች በትምህርት 2 ላይ የተገለፀውን ባለ አምስት ደረጃ ሂደት (መናዘዝ፣ መካድ፣ መስበር፣ መጣል (ሲፈለግ)ና በመጨረሻም መባረክ።) በመጠቀም ፈሪሃ አምላክ የሌላቸውን የነፍስ ግንኙነቶች መቁረጥ ወይም ማፍረስ ይችላሉ።

እርግማን እንዴት እንደሚሰብር

በአንድ ኮንፈረንስ ላይ እያስተማርኩ ሳለ አንድ ወጣት እርዳታ ለመጠየቅ ወደ እኔ ቀረበ። እሱና ቤተሰቡ በሚስዮናዊነት ለማገልገል ሥልጠና ወደሚገኝበት የመካከለኛው ምሥራቅ አገር ሄደው ነበር። ይሁን እንጂ ቤተሰቡ አደጋዎችንና በሽታዎችን ጨምሮ ብዙ ችግሮች አጋጥሟቸው ነበር። ሁኔታዎቹ በጣም ከመከፋታቸው የተነሳ ትተው ወደ ቤት ለመሄድ እያሰቡ ነበር። ወጣቱ አፓርትመንታቸው የተረገመ ሊሆን ይችላል ብሎ አሰበ ነገር ግን ምን ማድረግ እንዳለበት አያውቅም። እርግማን እንዴት እንደሚሰብር አካፍየዋለሁ። ከዚያም ይህንን ምክር ወደ ቤት ተመለሰና በአፓርታማው በኩል ለመጸለይ ስልጣን ወሰደ፡ ሁሉንም እርግማኖች ሰበረ. ከዚህ በኋላ፣ የቤተሰቡ ችግር ጠፋ ቤታቸውን በሰላም መደሰት ቻሉ።

ከሙስሊም ዳራ የመጡ አማኞችን ጨምሮ በሙስሊሞች አገልግሎት ላይ የተሰማሩ ብዙዎች በሙስሊሞች እርግማን ተደርገዋል። እነዚህ በአላህ ስም የሚደረግ እርግማን ወይም ጥንቆላ ሊሆኑ ይችላሉ።

እርስዎ ወይም የሚወዱት ሰው ተረግመዋል ብለው ካመኑ፣ እርግማኑን ለማስወገድ የሚወስዷቸው ዘጠኝ እርምጃዎች እዚህ አሉ፡-

- በመጀመሪያ፣ ተናዘዙና ንስሐ ግቡ የኢየሱስን ደም በሕይወታችሁ ላይ አውጁ።
- ከዚያ ማንኛቸውም ፈሪሃ አምላክ የሌላቸውን ወይም ያልተቀደሱ ነገሮችን ከቤታችሁ አስወግዱ።

- በመቀጠል፣ የእርግማን ቃል በናንተ ላይ የተናገረ ሰው ቢኖር ወይም እናንተ ተናግራችሁ ከሆነ ይቅርታ አድርጉ።
- በክርስቶስ ያላችሁን ስልጣን እወቅና ስጡ።
- የኢየሱስ ክርስቶስን ሉዓላዊ ሥልጣን በጨለማ ሥራ ሁሉ ላይ በመስቀሉ በመያዝ "ይህን እርግማን እክዳለሁ፣ በኢየሱስ ስም እሰብራለሁ" በማለት እርግማኑን አስወግዱ።
- ክርስቶስ በመስቀል ላይ ባደረገው ስራ በክርስቶስ ከክፉ ነገር ሁሉ ነፃነታችሁን አውጁ።
- ከእርግማኑ ጋር የተጎዳኘ ማንኛውም ኃኔን እናንተን፣ ቤተሰቦቻችሁንና ቤታችሁን እንዲለቅ እዘዙ።
- ከዚያም "አልሞትም በሕይወትም እኖራለሁ፣ እግዚአብሔርም ያደረገውን እናገራለሁ" እንደሚሉት ባሉ ተስማሚ በሆኑ የመጽሐፍ ቅዱስ ጥቅሶች በመጠቀም ከመርገም ተቃራኒውን ጨምሮ በራሳችሁ፣ በቤተሰባችሁና በቤታችሁ ላይ በረከቶችን አውጁ። (መዝሙረ ዳዊት 118:17)
- ስለ ፍቅሩ፣ ኃይሉና ጸጋው እግዚአብሔርን አመስግኑት።

እውነትን መገናኘት

ይህ ጥቅስ እንዴት ከእርግማን ነፃ እንደወጣን ይናገራል፡-

> በእርሱም እንደ እግዚአብሔር ጸጋ ባለ ጠግነት መጠን በደሙ የተደረገ ቤዛነታችንን አገኘን እርሱም የኃጢአት ስርየት...(ኤፌሶን 1፡7)

በክርስቶስ ደም የተዋጀን ስለሆንን ከእርግማን ነፃ ወጥተናል።

አንድ ክርስቲያን በክፉት ኃይል ላይ ምን ሥልጣን አለው?

> "እነሆ እባቡንና ጊንጡን ትረግጡ ዘንድ በጠላትም ኃይል ሁሉ ላይ ሥልጣን ሰጥቻችኋለሁ፥ የሚጐዳችሁም ምንም የለም። (ሉቃስ 10:19)

በክርስቶስ በጠላት ኃይል ሁሉ ላይ፣ እርግማንም ሁሉ ላይ ልንገዛ እንደምንችል ልንገነዘብ ይገባል።

በዚህ የሚቀጥለው ጥቅስ መሠረት ኢየሱስ ወደዚህ ዓለም የመጣው ለምንድነው?

> የእግዚአብሔር ልጅ የተገለጠበት ምክንያት የዲያብሎስን ሥራ ሊያፈርስ ነው። (1 ዮሐንስ 3:8)

ኢየሱስ የመጣው የሰይጣንን ኃይል ለማጥፋት ነው፡ ሁሉንም ክፉ እርግማኖች ጨምሮ።

የኢየሱስ መሰቀል የዘዳግም 21፡23 ህግን የፈጸመው እንዴት ነው?

> "በእንጨት ላይ የሚሰቀል ሁሉ የተረገመ ነው" ተብሎ ተጽፎአልና ክርስቶስ ስለ እኛ እርግማን ሆኖ ከሕግ እርግማን ዋጀን። በእምነት የመንፈስን ተስፋ እንድንቀበል ለአብርሃም የተሰጠው በረከት በክርስቶስ ኢየሱስ ለአሕዛብ ይደርስላቸው ዘንድ ዋጀን። (ገላትያ 3:13-14)

በዘዳግም 21፡23 ላይ እንጨት ወይም ዛፍ ላይ የሚሰቀል የተረገመ ነው ይላል። ከመርገም ነፃ እንድንወጣ ኢየሱስ ክርስቶስ በመስቀል ላይ ተገድሎ በዚህ መንገድ ተረግሟል። በረከትን እንድንቀበል እርግማኑን ተሸከመልን።

ይህ ጥቅስ የማይገባውን እርግማን በተመለከተ ምን ይላል?

> እንደሚወዛወዝ ድንቢጥ ወይም እንደሚበርር ዋጥ፣ የማይገባ እርግማን አያርፍም። (ምሳሌ 26:2)

የደሙ ጥበቃና የመስቀሉ ነፃነት የኛ መሆኑን ስንቀበልና ተግባራዊ ስናደርግ ከእርግማን ነፃ መሆናችንን ይህ ጥቅስ ያስታውሰናል።

ቀጣዩ ቁጥር ደሙ በእርግማን ላይ ስላለው ኃይል ምን ይላል?

> ነገር ግን ወደ ጽዮን ተራራ ደርሳችኋል...የአዲስ ኪዳን መካከለኛ ወደሚሆን ወደ ኢየሱስ፣ከአቤልም ደም ይልቅ የሚሻለውን ወደሚናገር ወደ መርጨት ደም ደርሳችኋል። (ዕብራዊያን 12:22-24)

የኢየሱስ ደም የወንድሙ የአቤልን ደም ካፈሰሰው ከቃየል እርግማን የተሻለ ቃል ይናገራል። ደሙ ከተነገረብን እርግማን የተሻለ ቃል ይናገራል።

በሉቃስ 6ና በጳውሎስ መልእክቶች ውስጥ ለክርስቲያኖች ምን አዎንታዊ ትእዛዝና ምሳሌ ተሰጥቷል?

> “ጠላቶቻችሁን ውደዱ፣ ለሚጠሉአችሁ መልካም አድርጉ፣ የሚረግሙአችሁን መርጡ፣ ለሚበድሉአችሁም ጸልዩ” እላለሁ። (ሉቃስ 6:27-28)

> የምታሳድዱአችሁን መርጡ፡ ባርከው አትሳደቡ። (ሮሜ 12:14)

> በገዛ እጃችን ጠንክረን እንሰራለን. ስንረገም እንመርቃለን፡ ስደት ሲደርስብን እንታገሣለን...(1ኛ ቆሮንቶስ 4፡12)

ክርስቲያኖች ለወዳጅም ሆኑ ለጠላቶች የበረከት ሰዎች እንዲሆኑ ተጠርተዋል።

ይህ ጸሎት በእርግማን ሥርዓት ውስጥ መሳተፍ ከሚያስከትላቸው ችግሮች ነፃ የሚወጣ፣ እንዲሁም ሌሎች ከሚላኩ እርግማን ነፃ የሚወጣ ጸሎት ነው። በትምህርት 2 የተዘጋጁትን መርሆች ተግባራዊ ያደርጋል።

እርግማንን ለማስወገድ አዋጅና ጸሎት

በእስልምና ስም የአባቶቼንና የወላጆቼንና የራሴንም የመርገም ኃጢያት እናዘዛለሁ።

አባቶቼን፣ አባቴን፣ በነዚህ እርግማኖች ውስጥ እኔንና እነርሱን የመሩ ኢማሞችን ሌሎች ይህንን ኃጢአት እንድሰራ ተጽዕኖ ያሳደሩብኝን ሁሉና በሕይወቴ ውስጥ ላስከተሉት መዘዞች ይቅር ብያለሁ።

እኔን ወይም ቤተሰቤን የረገሙትን ሁሉ ይቅር ለማለት እመርጣለሁ።

ጌታ ሆይ፣ ሌሎችን በመርገሜና በስርዓተ እርግማን በመሳተፌ ይቅር እንድትለኝ እለምንሃለሁ።

አሁን ይቅርታህን ተቀብያለሁ።

ጌታ ሆይ በይቅርታህ መሰረት ሌሎችን ስለረገምኩ ራሴን ይቅር ማለትን መርጫለሁ።

የመርገምን ኃጢአትና በዚህ ኃጢአት ምክንያት የሚመጡ እርግማኖችን እክዳለሁ።

ሌሎችን መጥላትን እተዋለሁ።

ሌሎችን በመርገም የመሰተፍን ከፍተኛ ስሜት እተዋለሁ።

እነዚህን ኃይሎች ከሕይወቴ (እና ከዘሮቼ ሕይወት) እሰብራለሁ በክርስቶስ የመስቀል ላይ የማዳን ሥራ።

ጌታ ሆይ የተሰተፍኩባቸውን እርግማኖች እንድታፈርስና የረገምኳቸውን በእግዚአብሔር መንግስት በረከቶች እንድትባርክ እለምንሃለሁ።

በኢየሱስ ስም፣ በእኔ ላይ የተደረጉትን እርግማኖች ሁሉ እሰብራለሁ።

ሁሉንም የጥላቻና የእርግማን አጋንንቶች እምቢ እላለሁ እክዳለሁ አሁን እንዲተዉኝ በኢየሱስ ስም አዝዛለሁ።

በእኔና በቤተሰቤ ላይ ከሚደርስባቸው እርግማን ሁሉ የእግዚአብሔርን ነፃነት አገኝቻለሁ። ሌሎችን ለመበረክ ሰላምን፣ ገርነትንና ስልጣንን ተቀብያለሁ።

በዘመኔ ሁሉ የምስጋናና የበረከት ቃል ለመናገር ከንፈሮቼን እቀድሳለሁ።

በኢየሱስ ስም፣ ሕይወትን፣ ጥሩ ጤንነትና ደስታን ጨምሮ በራሴና በቤተሰቤ ላይ የእግዚአብሔርን መንግስት ሙሉ በረከቶችን አውጃለሁ።

ሌሎችን ለመራገም ከኢማሞችና ከሌሎች የሙስሊም መሪዎች ጋር ያለኝን አምላካዊ ያልሆነ ግንኙነት እክዳለሁ።

እነዚህ መሪዎች አምላካዊ ያልሆነ የነፍስ ግንኙነት ለመመሥረትም ሆነ በዚያ ሕይወት ውስጥ እንድመላለስ ለማድረግ ስለነበራቸው ተሳትፎ ይቅር እላለሁ ።

እኔ በበኩሌ እነዚህን ፈሪሃ አምላክ የለሽ የነፍስ ግኑኝነቶች ከሙስሊም መሪዎች ጋር በማስቀጠሌ ራሴን ይቅር እላለሁ ።

እነዚህን የነፍስ ትስስር ከመመሥረት ወይም ከማቆየት ጋር ለተያያዙት ኃጢአቶች ሁሉ፣ በተለይም ሌሎችን የመርገምና ሌሎችን የመጥላት ኃጢያት ይቅር እንድትለኝ ጌታን እለምንሃለሁ።

አሁን ሁሉንም ፈሪሃ አምላክ የለሽ የነፍስ ግንኙነቶችንና ከሙስሊም መሪዎች ጋር ያለኝን ግንኙነት አቋርጣለሁ [ወደ አእምሯችን የሚመጡ ስሞች ካሉ መጥቀስ]። ከእነርሱ ራሴን ነፃ አደርጋለሁ [ስም ተናገሩ] እነርሱንም ከእኔ እለያለሁ [ስም ጥቀሱ]።

ጌታ ሆይ፣ እባክህ አእምሮዬን ከኃጢአተኛ ህብረት ትዝታዎች ሁሉ አጽዳ ስለዚህ ራሴን ለአንተ ለመስጠት ፈቃደኛ ነኝ።

እነዚህን አምላካዊ ያልሆኑትን የነፍስ ግንኙነቶች ለማስቀጠል የሚሞክሩትን ሁሉንም የአጋንንት ስራዎችን እሰርዛለሁ፤ አሁን እንዲተዉኝ በኢየሱስ ስም አዝዣለሁ።

ራሴን ከክርስቶስ ኢየሱስ ጋር አስተሳስራለሁ እርሱን ብቻ ለመከተል እመርጣለሁ።

አሜን።

የጥናት መመሪያ

ትምህርት 7

መዝገበ ቃላት

ተቂያሀ *ኢማም* የነፍስ ትስስር

አዳዲስ ስሞች

- ረናልዲ ዳማኒክ፡ የኢንዶኔዥያ ፓስተር (የተወለደው 1957)

በዚህ ትምህርት ውስጥ መጽሐፍ ቅዱስ

ማቴዎስ 10፡32-33
ማቴዎስ 5፡37
ዘፍጥረት 17፡7-8
መዝሙረ ዳዊት 89:3-4
ዘኍልቍ 23፡19
መዝሙረ ዳዊት 136:1
ሮሜ 11፡28-29
ቲቶ 1፡1-2
ዕብራውያን 6፡17-19
2ኛ ቆሮንቶስ 1፡18-20
ዘሌዋውያን 19፡1-2
መዝሙረ ዳዊት 26:3
መዝሙረ ዳዊት 31:5
መዝሙረ ዳዊት 40:11
መዝሙረ ዳዊት 51፡5-7
ዮሐንስ 1፡14
ዮሐንስ 3፡21
ዮሐንስ 4፡24
ዮሐንስ 14፡6
1ኛ ጢሞቴዎስ 1፡9-11
ዘፍጥረት 3፡2-5
ማርቆስ 10፡35-45
ሉቃስ 15፡11-32
ፊልጵስዩስ 2፡1-11
ሉቃስ 6፡28
መዝሙረ ዳዊት 118:17
ኤፌሶን 1፡7
1ኛ ዮሐንስ 3፡8
ዘዳግም 21:23
ገላ 3፡13-14
ምሳሌ 26፡2
ሉቃስ 6፡27-28
ሮሜ 12፡14
1ኛ ቆሮንቶስ 4፡12

በዚህ ትምህርት ውስጥ ቁርኣን

ሱራ 14:4 ሱራ 16:106 ሱራ 3:110 ሱራ 48:28 ሱራ 3:61

ጥያቄዎች ትምህርት 7

- በጉዳዩ ላይ ተወያዩ።

ከመዋሸት ነፃነት

እውነት ውድ ነው።

1. ለየትኛው መጽሐፍ ቅዱሳዊ እምነት ነበር **ፓስተር ዳማኒክ** ወደ እስር ቤት ለመሄድ ፈቃደኛ የሆነው?

2. እግዚአብሔር ራሱን ከሰዎች ጋር በቃልኪዳን ውስጥ የሚይዘው ለምንድን ነው?

የሸሪዓ ባህል

3. ዱሪ በቁርዓን ውስጥ የተፈቀደው ምንድን ነው ብሎ ገለጸ?

4. በሱራ 14:4 መሰረት አላህ ሰዎችን እንዴት ይመራል?

5. *በሸሪዓ* ህግ ውስጥ የተፈቀዱ አንዳንድ የውሸት ዓይነቶች ምንድን ናቸው?

6. በሱራ 16:106 ለሙስሊሞች የተፈቀደው ነገር ግን በማቴዎስ 10:28-33 ለክርስቲያኖች ያልተፈቀደው ምንድን ነው?

እውነትን መገናኘት

የ'እውነት ገጠመኝ' ጥቅሶች ለሁሉም ተሳታፊዎች ይነበባሉ።

ጸሎቱ

የ'እውነት ገጠመኝ' ጥቅሶች ለመላው ቡድን ከተነበቡ በኋላ፣ ሁሉም ተሳታፊዎች ቆመው 'ማታለልን ለመተው መግለጫና ጸሎት' በአንድነት ይናገራሉ።

ከሐሰት የበላይነት ነፃ መውጣት

የእስልምና የበላይነት ይገባኛል የሚለው

7. በሱራ 3፡110ና 48፡28 መሰረት ለሙስሊሞች ቃል የተገባላቸው ምንድን ነው?

8. እስከ ዛሬ ከኖሩት ሁሉ የላቀ ሰው ነኝ ያለው ማን ነው?

9. በአረብ ባህል ውስጥ ምን ጽንሰ-ሀሳቦች በጣም አስፈላጊ ናቸው?

10. አንድ ሰው ከእስልምና ሲወጣ ምን መተው አለበት?

እውነት መገናኘት

የ'እውነት ገጠመኝ' ጥቅሶች ለሁሉም ተሳታፊዎች ይነበባሉ።

ጸሎቱ

የእውነት ግኝቶች ጥቅሶች ለቡድኑ በሙሉ ከተነበቡ በኋላ፣ ሁሉም ተሳታፊዎች ቆመው 'የበላይነትን ለመካድ ማስታወቂያና ጸሎት' በአንድነት አሉ።

ከመርገም ነፃ መውጣት

እርግማን በእስልምና

11. የሙስሊም ሊቃውንት ስለ እርግማን በእስልምና የተለያዩ አስተያየቶች ምን አሉ?

12. ኤድዋርድ ሌን እንደገለጸው፣ በግብፅ ሙስሊም ተማሪዎች በ1836 ምን እንዲያደርጉ እየተማሩ ነበር?

ሥርዓተ እርግማን

13. ዱሪ ከእስልምና እምነት ተከታይ የሆነ አንድ ክርስቲያን ይሳተፍበት የነበረውን የአምልኮ ሥርዓት ዘግቧል።በዚህ ሥርዓት መካፈሉ ምን እንዲሰማው አደረገው?

14. ዱሪ እንዴት ነው የነፍስ ትስስርን የሚያስረዳው?

15. **የነፍስ ትስስር** እንዴት ከይቅርታ ጋር እንደሚያያዝ ግለጽ

16. 'እርግማንን ለመተው መግለጫና ጸሎት' የሚለውን ተመልከት። እነዚህ አምስት እርምጃዎች የተተገበሩባቸውን ነጥቦች ለይተህ ማወቅ ትችላለህ፦- መናዘዝ፣ መካድ፣ መስበር፣ መጣልና መባረክ? (ትምህርት 2ን ተመልከት።)

17. በዚህ ጸሎት ውስጥ የትኞቹ ነገሮች የተጣሉና የተበላሹ ናቸው?

18. በርግማን ፈንታ ም በረከት እንናገር መጽሐፍ ቅዱስ ያዛል ? እነዝህ በረከቶች ለምንድነው የተጠቀሱት?

19. በዚህ ጸሎት ውስጥ ማን ይቅር ይባላል?

እርግማን እንዴት እንደሚሰብር

20. ማርክ ዱሪን ያነጋገረው ወጣት የቤተሰቡን ችግር እየፈጠረ ሊሆን ይችላል ብሎ ያሰበው ምንድነው?

21. ለምን ይህን ችግር በራሱ ማስተካከል አልቻለም?

22. ወጣቱ በሰላም ከመኖር በፊት ምን ማድረግ ነበረበት?

23. በሙስሊሞች አገልግሎት ላይ ለተሳተፉ ብዙ ሰዎች ችግር የሚያመጣው ምንድን ነው?

24. ዱሪ እርግማንን ለማፍረስ የነገራቸው ዘጠኙ እርምጃዎች ምንድናቸው?

እውነት መገናኘት

የ'እውነት ገጠመኝ' ጥቅሶች ለሁሉም ተሳታፊዎች ይነበባሉ።

ጸሎቱ

የ'እውነት ገጠመኝ' ጥቅሶች ለቡድኑ በሙሉ ከተነበቡ በኋላ፣ ሁሉም ተሳታፊዎች ቆመው 'እርግማንን ለመተው መግለጫና ጸሎት' አብረው ይጸልዩ፡፡

8
ነፃ ቤተክርስቲያን

" በእኔ ብትኖሩ እኔም በእናንተ፣ ብዙ ፍሬ ታፈራላችሁ።
ዮሐንስ 15:5

የትምህርቱ ዓላማዎች

ሀ. በሳል በእምነት የጎለመሱ ደቀመዛሙርት ለመሆን ከሙስሊም ዳራ አማኞች ያጋጠሟቸውን የተለያዩ ችግሮች መረዳት።

ለ. አንድን ሰው ወደ ክርስቶስ መምራት ብቻውን በቂ እንዳልሆነ መረዳትና ወደ ክርስቲያናዊ ብስለትም መምጣት እናዳለባቸው ማወቅ።

ሐ. ጤናማ ደቀ መዛሙርትን ለማፍራት የጤነኛ ቤተ ክርስቲያንን አስፈላጊነትን መረዳት።

መ. ነፃ ሆኖ ለመቆየት አማኙ ሁሉንም በሮች ለጠላት መዝጋትና በኢየሱስ ክርስቶስ መልካም ነገሮች መሞላት እንዳለበት ማወቅ።

ሠ. ምዕመናን ይህን እንዲያደርጉ በመርዳት ረገድ የቤተ ክርስቲያንን ሚና መለየት።

ረ. በእስልምና ምክንያት ባሉ አካባቢዎች ብቻ ሳይሆን ነፃነትን በሚያስፈልግበት ሁሉ የማገልገልን አስፈላጊነት መረዳት።

ሰ. በተለይ እስልምና ድክመቶችን ባመጣባቸው አካባቢዎች ደቀመዛሙርትን ለማጠናከር 'ጉድለቶችን በማስተማር' ይህንን ችግር መቅረፍ።

ሸ. ከእስልምና ጋር የተደረጉ ስምምነቶችን መሻርና ለክርስቶስ ያለውን ታማኝነት እንደ ተገዢ ለእርሱ ሙሉ በሙሉ ታማኝነትን ማስተላለፍን ጨምሮ ለክርስትና ሕይወት ጠንካራ ጅምር ዋጋ መስጠት።

ቀ. የተሟላ የአማኝ ጸሎት ያለውን ጥቅም ማሳሰብ።

በ. ከእስልምና የመጡ ክርስቲያን መሪዎችን የማማከር አስፈላጊነትን መረዳት።

ተ. መሪዎችን በማቋቋም ረገድ አንዳንድ ቁልፍ ገጽታዎችን መመልከት።

የመክፈቻ ጥናት ርዕሰ ጉዳይ፡ እርስዎ ቢሆኑ ምን ያደርጋሉ?

እርስዎ ብዙ የተሳካላቸው አብያተ ክርስቲያናትን የመሩት ልምድ ያለው ፓስተር ነዎትና ለሌሎች ፓስተሮች ጥበባዊ ምክር በመስጠት ይታወቃሉ። በሌላ ከተማ ውስጥ ያለ ዘመድ እየጎበኘህ ነውና አንድ ሰው አንተ በምትኖርበት ጊዜ የኢራናዊው የቤተክርስትያን መሪ ከሆነው ጥሩ ጓደኛው ሬዛ ጋር እንድትገናኝ ጠይቆሃል። ሬዛ ወደ 100 የሚጠጉ ኢራናውያን የእስልምና እምነት ተከታዮችን ያቀፈ ጉባኤን ይመራል፣ ነገር ግን ቤተክርስቲያኑ ችግር ውስጥ መሆኗ ተነግሮታል፡ ብዙ ግጭት አለ። አንዳንድ ቁልፍ አባላት በቅርቡ እንደ አምባገነን እየሰሩ ነው በማለት ከከሰሱት። መስጠት እየወረደ ነውና ቤተክርስቲያኑ የፓስተርን ደሞዝ መክፈል አቅቷት አያውቅም። ከፓስተር ሬዛ ጋር ተገናኛቹ። ሰላምታም ተለዋወጣቹ። ለተወሰነ ጊዜ ከቡና ላይ ከተጨዋወቱ በኋላ በቤተክርስቲያኑ ውስጥ ነገሮች እንዴት እንደሆኑ ይጠይቁታል። እርሱ ግን እንዲህ ሲል ምላሽ ሰጠ፡- "በጣም ጥሩ! ሁሉም ነገር ምርጥ ነው፣ እግዚአብሔር ይመስገን።

ምን ምላሽ ትሰጣለህ?

ይህ ትምህርት ጤናማ የደቀመዝሙርነት መንገድን እንዴት መደገፍና ጤናማ የቤተክርስቲያን አካባቢ ከእስልምና ለመጡ ክርስቲያኖች እንዴት መገንባት እንደሚቻል ምክሮችን ይሰጣል። እያንዳንዱ ደቀ መዝሙር የእግዚአብሔርን ልዩ ተልዕኮዎች ለማገልገል ዝግጁና ብቁ ለመሆን መሻት መልካም ነው (2ኛ ጢሞቴዎስ 2፡20-21) ነገር ግን ይህንን ለማሳካት ሁሉም ሰው እድገታቸውን የሚደግፍ ጤናማ የቤተ ክርስቲያን አካባቢ ያስፈልገዋል። ይህንን እንዴት ማሳካት እንዳለብን ከማየታችን በፊት በመጀመሪያ ወደ እስልምና ለመመለስ መሻሽ፣ ደቀመዝሙር መሆንና ጤናማ ያልሆኑ አብያተ ክርስቲያናት የሚያጋጥሟቸውን ሦስት ፈተናዎች እንመለከታለን።

ወደ ኋላ መመለስ

አንዳንድ እስልምናን ትተው ክርስቶስን የተከተሉ ሰዎች ወደ እስልምና ይመለሳሉ። ለዚህ ብዙ ምክንያቶች አሉ፡ - አንዱ ምክንያት የሙስሊም ቤተሰብና ጓደኞች ወደ ክርስትና የተለወጠን ሰው ሲቃወሙ የማህበረሰብ ማጣት ህመም ሊሆን ይችላል። ሌላው ምክንያት እስልምና ለቀው ለሚወጡት

ሰዎች መንገድ ላይ ያስቀመጠው በርካታ መሰናክሎችና መንገዶች ነው። ሌላው ቀጥተኛ ስደት ነው።

ሌላው ምክንያት በክርስቲያኖችና በቤተክርስቲያን ላይ ተስፋ መቁረጥ ሊሆን ይችላል። እስልምናን ለቀው ለመውጣት የሚሞክሩ ሰዎች መመሪያና እርዳታ ለማግኘት ወደ አቅራቢያ ያሉ ክርስቲያኖች ሲቀርቡ፣ በክርስቲያኑ ማህበረሰብ ውስጥ ሙሉ ተቀባይነትን ለማግኘት ውድቅና ያልተጠበቁ እንቅፋቶች ሊያጋጥማቸው ይችላል። በርካቶች በአብያተ ክርስቲያናት ሳይቀር ተመልሰዋል። ይህ የሆነው በፍርሀት ምክንያት ነው፡ ይህም የእስልምና ጥያቄ ነው *የሚለው ጉዳይ ነው።* ከእስልምና እንዲወጣ ማንንም መርዳት የለበትም። አንድ ሰው ከእስልምና እንዲወጣ መርዳት ሙስሊም ላልሆኑ ሰዎች የሚሰጠውን 'ጥበቃ' ስለሚያስወግድ የክርስቲያኑን ማህበረሰብ አደጋ ላይ ይጥላል።

ይህንን በክርስቲያኖች የተለወጡትን አለመቀበልን ለመለወጥ፣ ቤተ ክርስቲያን የዚማ ቃል-ኪዳን ተረድታ መቃወም አለባት። አብያተ ክርስቲያናትና እያንዳንዱ ክርስቲያኖች በመንፈሳዊ ተጽዕኖ እስከቆዩ ድረስ *የዚማ ኪዳን* ከእስልምና የሚወጡትን እንዳይረዷቸው ጥልቅ መንፈሳዊ ጫና ያደርስባቸዋል። ይህንን ችግር ለመፍታት ቤተ ክርስቲያን የዚማ ስርዓት መቋቋ፣ መካድና መቃወም አለባት።

ሌላው ሰዎች የሚወድቁበት ምክንያት እስልምና በነፍሳቸው ላይ የሚያሳድረው ተጽዕኖ፣ አስተሳሰባቸውንና ከሌሎች ጋር ያላቸውን ግንኙነት መቅረጽ መቀተሉ ነው። ይህ እንደ ክርስቲያን ከመቀጠል ወደ እስልምና መመለስን ቀላል ያደርገዋል። አዲስ ጫማ ከማግኘት አንዳንድ ጊዜ ያረጁ ጫማዎች በቀላሉ የሚስማሙና የበለጠ ምቾት የሚሰጡ ይመስላሉ።

ፍሬ አልባ ደቀመዝሙርነት

ሁለተኛው ችግር ፍሬ አልባ ደቀመዝሙርነት ሊሆን ይችላል። የሙስሊም ዳራ ያላቸው ሰዎች መንፈሳዊ እድገትን የሚከለክሉ ጠንካራ ስሜታዊና መንፈሳዊ እገዳዎችና ቁጥጥሮች ሊያጋጥማቸው ይችላል። ከተለመዱት ጉዳዮች መካከል ፍርሃት፣ በራስ የመተማመን ስሜትና የገንዘብ ፍቅር፣ የመገለል ስሜት፣ የተጎጂነት ስሜት፣ መናደድ፣ ሌሎችን አለመታመን፣ የስሜት ህመም፣ የፆታ ኃጢአት፣ ሐሜትና ውሸትን ያካትታሉ። እነዚህ ሁሉ ሰዎች እድገታቸውን ሊያቆሙ ይችላሉ።

ለእንደዚህ ዓይነት ችግሮች ዋነኛው መንስኤ የእስልምና ቁጥጥር ቀጣይነት ያለው ተጽእኖ መሆኑ ነው። ለምሳሌ በእስልምና በሌሎች የበላይ መሆን ላይ አጽንዖት ተሰጥቶታል፣ ሙስሊሞችም ሙስሊም ካልሆኑት እንደሚበልጡ

ይታሰባል። በበላይነት በሕል ውስጥ ሰዎች ከሌሎች የተሻለ ስሜት በማግኘታቸው መፅናናትን ያገኛሉ። በቤተክርስቲያን ውስጥ ይህ ውድድርን ሊያስከትል ይችላል። ለምሳሌ፣ አንድ ሰው መሪ ሆኖ ከተሾመ፣ ሌሎች ስላልተሾሙ ቅር ይላቸዋል። የበላይ የመሆን አስፈላጊነት የሀሜት ባህልን ያነሳሳል ይህም ሌሎች ሰዎችን ወደ ታች የመሳብ ዘዴን ይፈጥራል። ሰዎች ሐሜተኛ ሊሆኑ ይችላሉ ምክንያቱም እነሱ ከሚታለሉት ሰዎች የተሻሉ እንደሆኑ አድርገው ያስባሉ። ሌላው ችግር የመበደል መንፈስ ሊሆን ይችላል፣ ይህም ሙሐመድ ውድቅ ለተደረገበት ምላሽ የሰጠው ምላሽ ነው።

ክርስቲያን ሆኖ በካናዳ ጥገኝነት ያገኘ ከኢራቅ የመጣ አንድ ወጣት ነበር። አብያተ ክርስቲያናትን ለመጎብኘት ሞከረ፣ ነገር ግን አዲስ ቤተ ክርስቲያን በገባ ቁጥር በአንድ ነገር ይናደዳል ሌሎች የቤተ ክርስቲያን ምዕመናን ግብዞች በማለት ይወቅሳቸው ነበር። ይህ ሰው በጣም የተገለለ፣ የብቸኝነት ኑሮ፣ አሁንም ክርስቲያን ቢሆንም ከየትኛውም የክርስቲያን ማህበረሰብ ሙሉ በሙሉ ተቋርጧል። ይህ ማለት የደቀመዝሙርነት እድገት ሙሉ በሙሉ ቆሟል፡ ወደ ብስለት ማደግ አልቻለም። ፍሬያማ መሆን አልቻለም።

ጤናማ ያልሆኑ አብያተ ክርስቲያናት

አዲስ አማኞች ከሚገጥሟቸው ፈተናዎች አንዱ ጤናማ ቤተ ክርስቲያን ማግኘት ነው። ቤተ ክርስቲያን የጻድቃን መሰብሰቢያ ሳትሆን የኃጢአተኞች ሆስፒታል ናት ወይም ይህ መሆን አለባት። ሆስፒታል ውስጥ ታመው እንደሚገኙት ታካሚዎች ሁሉ ኃጢአተኞችም የቤተክርስቲያን አካላት ናቸው። የቤተክርስቲያኑ አባላት በክርስቲያናዊ ብስለት ማደግ በማይችሉበት ጊዜ፡ ኃጢአታቸውና ችግራቸው እየሰፋ በመሄድ በመላው ማህበረሰብ ላይ ጉዳት ሊያደርስ ይችላል። ይህም አብያተ ክርስቲያናትን ሊገነጠልና እንዲወድቁ ሊያደርግ ይችላል። ጤናማ ያልሆኑ ክርስቲያኖች ጤናማ ያልሆኑ አብያተ ክርስቲያናትን መፍጠር እንደሚችሉ ሁሉ ጤናማ ያልሆኑ አብያተ ክርስቲያናትም በተራቸው ወደ ጤናማ ብስለት እንዲያድጉ ለአባሎቻቸው አስቸጋሪ ያደርጉታል።

የቤተ ክርስቲያን አባላት መጋቢያቸውን የሚያሙ ከሆነ፣ በመጨረሻ የተጎዳ መጋቢ ይኖራቸዋል፣ ወይም ጨርሶ መጋቢ አይኖራቸውም። ሁሉም ሰው ይሰቃያል። ይህ ደግሞ በቤተ ክርስቲያን ማኅበረሰብ ውስጥ መለያየትንና መፈራረስን ያስከትላል ጥቂት ሰዎች በእንደዚህ ዓይነት ቤተ ክርስቲያን ውስጥ መሪ ሆነው ማገልገል አይፈልጉም። እንደሌላ ምሳሌ፣ የቤተ ክርስቲያኒቱ አባላት በፉክክር መንገድ ማሰብ ከጀመሩ፣ ከሌሎች የበላይ ለመሆን የሚፈልጉ ከሆነ፣ ይህ በአንድ ከተማ ውስጥ ያሉ አብያተ ክርስቲያናት እርስ በእርሳቸው የተሻለች

ቤተ ክርስቲያን ናት እያሉ እንዲተቹ ሊያደርጋቸው ይችላል። እነዚህ አብያተ ክርስቲያናት በአንድነት የመስራትን ታላቅ በረከት ከመቅመስ ይልቅ፣ አንዱ ሌላውን የወንጌል አጋር ከመሆን ይልቅ እንደ ሥጋት ይመለከታሉ።

በአርነት የመቆየት አስፈላጊነት

ትምህርት 2 ሰይጣን ከሳሽ መሆኑንና ዋናው ስልቱም ክርስቲያን አማኞችን መወንጀል እንደሆነ አስታውስ። እነሱን ለመክሰስ በእነሱ ላይ ያለውን ማንኛውንም 'ሕጋዊ መብት' ይጠቀማል ለምሳሌ ያልተናዘዘ ኃጢአት፣ ይቅርታ አለመስጠት፣ እኛን የሚያስሩ ቃላት (መሐላ፣ ስእለት፣ ቃል ኪዳን ጨምሮ)፣ የነፍስ ቁስልና የትውልድ እርግማን። የክርስቶስ ደቀ መዛሙርት ነፃ ለመሆን እነዚህን 'ሕጋዊ መብቶች' መሻር፣ እግር ማስወገድና በሮችን መዝጋት አለባቸው።

በማቴዎስ 12:43-45 ላይ፣ ኢየሱስ አንድ ምሳሌ ሲናገር፣ ርኩስ መንፈስ ከሰው ሲወጣ፣ እንደገና ሰውየውን ሊይዝ፣ ከራሱ የከፉ ሰባት መናፍስትን እንደሚያመጣ፣ ስለዚህም የሰውዬው ሁኔታ መጨረሻው ጋኔኑ ከመውጣቱ በፊት ከነበረው የከፋ ይሆናል። ኢየሱስ በምሳሌው ላይ የተጠቀመው ምስል ንጹሕና ባዶ የሆነና እንደገና ለመያዝ የተዘጋጀ ቤት ነው። መናፍስት ይህንን ቤት እንዴት እንደገና ይይዛሉ? በመጀመሪያ፡ በሩ ክፍት መሆን አለበት፡ ሁለተኛ፣ ቤቱ "ያልተያዘ" ነው (ማቴዎስ 12:44)።

ስለዚህ ሁለት ችግሮች እዚህ አሉ፡-

1. በር ተከፍቶ ቀርቷል።
2. ቤቱ ባዶ ቀረ።

ጤናማ ቤተ ክርስቲያን ለመገንባት ጤናማ ክርስቲያኖች ያስፈልጉናል። እናም አንድ ክርስቲያን ጤናማ ለመሆን ነፃ መሆን አለበት። ይህ ማለት ሰውዬው ሰይጣን ሊጠቀምባቸው የሚችሉትን ክፍት በሮች ሁሉ መዝጋት አለበት፡ና ነፍሳቸው የተጣለውን ክፋት ለመተካት በመልካም ነገሮች መሞላት አለበት.

ሁሉም በሮች መዘጋት አለባቸው። እያንዳንዱ! ስለ መንፈሳዊ ነፃነት አስፈላጊ የሆነ ነገር አንድ የተከፈተ በር መዝጋት ብቻ በቂ አለመሆኑ ነው። ሁሉም መዘጋት ያስፈልጋቸዋል። የፊት ለፊት በር በሰፊው ክፍት ከሆነ በቤቱ የኋላ በር ላይ በዓለም ላይ ምርጡን መቆለፊያ ማድረጉ ጥሩ አይደለም። ሰይጣን በሰው ላይ እየተጠቀመበት ያለውን አንድ ሕጋዊ መብት ከከለከልን ነገር ግን ከሌሎቹ ጋር ካልተገናኘን ሰውዬው ገና ነፃ አልወጣም።

ነፃ መውጣት አንድ ነገር ነው። ነፃ ሆኖ መቆየት ሌላ ነው። በሮች መዝጋት ቤቱን መሙላትና ባዶ አለመተው እንደመሆኑ መጠን አስፈላጊ ነው። ይህም አንድ ሰው በመንፈስ ቅዱስ እንዲሞላ መጸለይን ይጨምራል። በተጨማሪም አምላካዊ የአኗኗር ዘይቤን ማዳበር ማለት ነው። ስለዚህ የአንድ ሰው ነፍስ በመልካም ነገሮች ይሞላል።

የአንድ ሰው እስራት ባመነውና በተናገረው ውሸት ምክንያት ነው እንበል። ውሸቶቹን ውድቅ ማድረግ ያስፈልጋል፣ በተጨማሪም፣ ሰውየው ማቀፍ፣ ማሰላሰልና በእውነት መደሰት አለበት። ውሸቶችን አውጥቶ እውነቶችን ማስገባት።

ሌላ ሁኔታ ደግሞ አስቡ፡ - የጥላቻ ጋኔን ያሠቃየው ሰው፣ ይህም (ጋኔኑ) በሌሎች ሰዎች ላይ የሚነገሩ ብዙ የጥላቻ እርግማንን ጨምሮ ወደ መጥፎ ድርጊቶች እንዲመራ ያደርገዋል። ይህ የጥላቻ ጋኔን ሲባረር ግን ሰውየው ጥላቻን መተውና አለመቀበል ብቻ ሳይሆን ሌሎችን በመውደድና በመባረክ የራሱን ነፍስ ከማፍረስ ይልቅ መገንባት የአኗኗር ዘይቤን ማዳበር ይኖርበታል። ልማዶቻቸውንና አስተሳሰባቸውን ሙሉ በሙሉ መቀየር አለባቸው። አንድ ሰው ነፃ ሆኖ እንዲቆይ የቤተክርስቲያን ማህበረሰብ ወሳኝ ሚና ይጫወታል። አንድ ሰው የተለወጠ ሰው ለመሆን፡ ነፍሱን እንዲያድስና እንዲገነባ ሊረዱት ይችላሉ።

ጳውሎስ በመልእክቶቹ ውስጥ ስለዚህ ሂደት ብዙ ጊዜ ይጽፋል። ምዕመናን በእውነትና በፍቅር እንዲታነጹ በየጊዜው እየጸለየና እየሠራ ነው። እሱ ሁል ጊዜ የአማኞች የቀድሞ ሁኔታ እያስታወሰ ነውና አንዳንዴም ይህንን በማስታወስ እያደጉ እንዲሄዱ ያበረታታል፡-

> በአንድ ወቅት እኛ ደግሞ ሞኞች፣ የማንታዘዝ፣ የተታለልንና በሁሉም ዓይነት ፍላጎቶችና ተድላዎች ባሪያዎች ነበርን። እየተጠላንና እየተጠላልን በክፋትና በምቀኝነት ኖረናል። (ቲቶ. 3:3)

የክርስቶስ ደቀ መዛሙርት ግን ከእንግዲህ እንደዚህ መኖር የለባቸውም። እኛ ተለውጠናል፣ እናም እየተለወጥን ይበልጥኑ ነውር የሌለበትና ሰይጣን ምንም የሚያቀርብበት ክስ የሌለውን ኢየሱስን እየመሰልን እንድንሄድ ያስፈልጋል። ስለዚህ ጳውሎስ ለፊልጵስዩስ ሰዎች እንዲህ ሲል ጽፏል፡-

> ... ይህ ጸሎቴ ነው፡ ፍቅራችሁ በእውቀትና በጥልቀት እንዲበዛ፥ የሚበጀውን ለይታችሁ ታውቁ ዘንድ ለክርስቶስም ቀን ንጹሕና ነውር የለሽ እንድትሆኑ፥ የጽድቅም ፍሬ ተሞልታችኋል። በኢየሱስ ክርስቶስ በኩል የሚመጣው - ለእግዚአብሔር ክብርና ምስጋና። (ፊልጵስዩስ 1:9-11)

በፍቅር፣ በእውቀትና በጥበብ የሚያድግ ጤናማ ደቀ መዝሙር እንዴት ያለ የሚያምር ምስል ነው! ንጹህና እንከን የለሽ፡ እግዚአብሔርንም የሚያመሰግን መልካም ፍሬ ማፍራት! እኚህ ሰው ነፃ መውጣታቸው ብቻ ሳይሆን የነፍሳቸው ቤት በአደገኛ ሁኔታ "ያልተያዙ" ከመሆን ይልቅ በኢየሱስ ክርስቶስ መልካም ነገሮች እየተሞላ ነው።

የቤተ ክርስቲያንና የመጋቢው ቁልፍ ሚና ደቀመዛሙርት እንዲኖሩ መርዳት ነው፡ ለሰይጣን ክፍት የሆኑትን በሮች ሁሉ መዝጋትና አማኞች በክርስቶስ መልካም ነገሮች እንዲሞሉ መርዳት ነው።

ደቀ መዛሙርትን መፍጠር ታላቅ ጥሪ ነውና ስለ እሱ ብዙ መማር አለበት። ከእስልምና እስራት ነፃ በወጡ ደቀመዛሙርት ጤናማ እድገትን እንዴት መደገፍ እንደሚቻል እዚህ እንመለከታለን።

ፈውስና ነፃ መውጣት

ሁሉንም በሮች መዝጋትና ሁሉንም እግሮች ማስወገድ አስፈላጊ መሆኑን አጽንኦት ሰጥተናል። በማንኛውም ደቀ መዝሙር ሕይወት ውስጥ ከእነዚህ ውስጥ አንዳንዶቹ በቀጥታ በእስልምና ተጽዕኖ ምክንያት ሊሆኑ ይችላሉ፡ና እዚህ የተሰጡት የጸሎት ምንጮች የእስልምናን በር ለመዝጋት ጥቅም ላይ ሊውሉ ይችላሉ.

ነገር ግን፣ የክርስቶስ ደቀ መዛሙርት በቀጥታ በእስልምና ምክንያት ሳይሆን በሕይወታቸው ውስጥ ሌሎች እስራት ሊኖራቸው ይችላል። እነዚህም በትምህርት 2 ውስጥ በተገለጹት በማናቸውም በታዎች፡- ያልተናዘዙ ኃጢአት፣ ይቅርታ አለመስጠት፣ የነፍስ ጥስል፣ ቃላትና ተያያዥ የአምልኮ ሥርዓቶች፣ ውሸቶችና የትውልድ እርግማን ሊሆኑ ይችላሉ። በቀድሞ ሙስሊሞች ሕይወት ውስጥ የሚከተሉትን ጎጂ ውጤቶች ማየት ይችላሉ-

- ይቅር ባይነት
- ተሳዳቢ አባቶች
- የቤተሰብ ውድቀት (ፍቺ፣ ከአንድ በላይ ማግባት)
- የዕፅ ሱስ
- አስማትና ጥንቆላ
- በወሲባዊ ጉዳት ምክንያት (በጥቃት፣ በመድፈር፣ በዘመድ ዘመዶች)

- ብጥብጥ
- የትውልድ እርግማን
- ቁጣ
- አለመቀበልና ራስን አለመቀበል
- ሴቶች ወንዶችን የማይተማመኑና የሚጠሉ
- ወንዶች በሴቶች ላይ ንቀት አላቸው.

አብዛኛዎቹ እነዚህ አካባቢዎች እስልምና በባህልና በቤተሰብ ሕይወት ላይ በሚያሳድረው ተጽዕኖ ተጽዕኖ ሊደረግባቸው ይችላል። ነገር ግን ሰዎች በሕይወታቸው ውስጥ የተከማቹ የራሳቸው የግል መንፈሳዊ ሸክሞች አሏቸው። ወደ ክርስቲያናዊ ብስለት ለማደግ ከእስልምና ብቻ ሳይሆን ከነዚህ ነገሮች ነፃ መውጣት አለብን።

አንድ ወጣት ከባድ የሆድ ችግር በሚያስከትል የቤተሰብ ችግር ተሠቃይቷል። አብዛኞቹ ዘመዶቹ በጨጓራ ነቀርሳ ሞተዋል። በኢራንና በአውስትራሊያ ያሉ ዶክተሮች በሆዱ ውስጥ የቅድመ ካንሰር በሽታ እንዳለበት ነግረውታል። ለዚህም የማያቋርጥ መድሃኒት መውሰድ ነበረበት። በአንድ ወቅት ይህ በቤተሰቡ ላይ እርግማን ሊሆን እንደሚችል ተገነዘበ። ይህንን ትዉልድ እርግማን ትቶ ቆርሶ ራሱን ለእግዚአብሔር ሰጠ። ሙሉ በሙሉ ተፈወሰና ሁሉንም መድሃኒቶች መውሰድ አቆመ። በጣም የሚያስደንቀው ግን በተመሳሳይ ጊዜ በቀላሉ የመጨነቅና በጭንቀት የመታመም ዝንባሌ ተፈውሷል። በሕይወቱ ሁኔታ የበለጠ የተረጋጋና በእግዚአብሄር የሚታመን ሆነ። ይህ ፈውስና መዳን እንደ መጋቢ ሆኖ የማገልገልን ጭንቀት እንዲሸከም ለማዘጋጀት አስፈላጊ እርምጃ ነበር።

ጤናማ ቤተ ክርስቲያን እንዲኖር፣ ሁሉንም ዓይነት ክፍት በሮችና እግሮች የሚመለከት አገልግሎት የአማኞች እረኝነት መደበኛ አካል መሆን አለበት። አስታውስ ቤትን ሲጠብቅ አንድ በር ወይም የእስልምና ቃልኪዳን በር መዝጋት ብቻ በቂ አይደለም። *ሁሉም* የቤቱ ክፍት በታዎች መዘጋት አለባቸው።

ክፍተቶችን የመዝጋት ጥበብ

ያረጀና የተበላሸ ቤትን አስብ። ጣሪያው የሚያፈስ፥ በእሱ ውስጥ ሰማዩን እንኳን ማየት የሚያስችል ቤት ነው። በአንድ ወቅት በመስታወት ያሸበረቁ የነበሩት መስኮቶች ተሰብረዋል እናም በውስጡ የውጪው ነፋሱ በነፃነት ይነፍሳል። የበሮቹ ማጠፊያዎቻቸው ተሰብረዋል፥ በሩ ውጭ መሬት ላይ

ተኝተዋል። የውስጡ ደግሞ፥ ግድግዳዎች ተሰነጣጥቀዋል፥ ቀዳዳዎቹ በቡጢ የተመቱ ይመስላሉ። ወለሉም የበሰበሰ ነው። መሠረቶቹ የተሰነጠቁ ናቸው።ና በቤቱ ውስጥ በቤቱ ለመኖር መብት የሌላቸው ሰዎችም አሉ። እነርሱ በቤቱ መኖር የለባቸውም ምክንያቱም ቤቱን አውዳሚዎች ናቸው።

ይህንን ቤት ለማደስ ብዙ ስራ ያስፈልጋል። ነገር ግን የመጀመሪያው እርምጃ ቤቱን ደህንነቱ የተጠበቀ እንዲሆን ማድረግ ነው። ጣሪያውን መጠገንና አዲስ መስኮቶችንና ጠንካራ በሮች ሰርቶ በጠንካራ ጋኖች መቆለፍ። ይህንን ካደረግን ተጨማሪ አውዳሚዎች አይገቡበትም። ይህ ስራ ከሁሉ የመጀምሪያው ሥራ ነው። የመጀመሪያው እርምጃ ይህ ነው። ይህንን በመጀምሪያ ማድረግ አስፈላጊነቱ ደህንነትን አስቀድሞ ማረጋገጥ ስለሚያስፈልግ ነው። ይህንን ማድረግ ካልተቻለ በክፍት በሮች አውዳሚ ሰይጣን ሊገባ ይችላል።

ቤቱ ደህንነቱ ከተጠበቀ በኋላ ሌሎች ስራዎች ሊጀምሩ ይችላሉ፥ መሠረቶቹን ወደነበረበት መመለስ፥ ግድግዳዎቹን መጠገንና ቤቱን ውብና ምቹ እንዲሆን ማድረግ።

የቀድሞ ሙስሊሞች ወደ ክርስቶስ ሲመጡ በእስልምናና በእስላማዊ ባህል ምክንያት በነፍሳቸው ላይ ጉዳት የሚያደርስሱ ሊኖሩ ይችላሉ ስለዚህ እነዚህ አውዳሚዎች ተመልሰው እንዳይመጡ ደህንነትን አስቀድሞ ማረጋገጥ ተገቢ ይሆናል።

የአማኝ ነፍስ ልክ እንደ ባልዲ ነው። ንፁህ ጣፋጭ ውኃን ማለትም ከኢየሱስ ክርስቶስ የሚመጣውን የሕይወት ውኃ ለመያዝ የተዘጋጀ ነው። ሕይወታችን እንዲመስል የታሰበው ይህንን ነው። ነገር ግን ባልዲው በጎን በኩል ቀዳዳ ወይም ክፍተት ካለው - እንደ ባህሪያችን ድክመት - ባልዲው ብዙ ውኃ መያዝ አይችልም። ባልዲው ውኃን መያዝ የሚችለው ቀዳዳው እስካለበት ዝቅተኛ ከፍታ ብቻ ነው። ይህ ባልዲ ብዙ ውኃ እንዲይዝ፥ ያንን ቀዳድ መድፈን አለብን።

በዓለም ላይ ይህ የነፍስ ጉዳት እስልምና ስር በሰደደበት ቦታ ሁሉ ተመሳሳይ መልክ አለው። ዶን ሊትል እንዳመለከተው፣ "የእስልምና በተለያዩ ሁኔታዎች ውስጥ ያለው ተጽእኖ ለክርስቶስ ለመኖር ለሚፈልጉ ከእስልምና ዳራ ለመጡ ተመሳሳይ እንቅፋት ይፈጥራል።[17]

ስለዚህ ጉዳይ ማሰብ የሚቻልበት ሌላው መንገድ አንድ ሰው መጥፎ አደጋ ሲያጋጥመው ምን እንደሚሆን ግምት ውስጥ ማስገባት ነው፥ ለማገገም ረጅም ጊዜ ይወስዳል። በተለምዶ አንዳንድ ጡንቻዎች በቶሎ በፍጥነት ላያገግምና

17. Don Little, *Effective Discipling in Muslim Communities*, p. 170.

ረጂም ጊዜ ሊቆይ ይችላል። ይህም ምን አልባት ጡንቻዎቹን ለረጂም ጊዜ በለመጠቀሙ ሊሆን ይችላል። ሙሉ በሙሉ ለማገገም እንዲህ ዓይነቱ ሰው ደካማ ጡንቻዎችን (ፊዚዮቴራፒ) ለማጠናከር በጣም ልዩ በሆኑ ልምዶች ሊረዳ ይችላል። እነዚህ መልመጃዎች ረጅም ጊዜ ሊወስዱና በጣም የሚያሠቃዩ ሊሆኑ ይችላሉ፣ ነገር ግን መላ ሰውነት በሚፈለገው መጠን እንደገና እንዲሰራ ለማስቻል አስፈላጊ ናቸው። በጣም ደካማ ጡንቻዎ የሚፈቅድልዎትን ያህል ብቻ ነው ስፖርታዊ ስራን ማከናወን የሚችሉት።

ይህ ማለት ከሙስሊም ዳራ ለመጡ አማኞች የሚሰጠው ስልጠና በጣም በጥንቃቄና ስልታዊ በሆነ መንገድ መስጠት ያስፈልጋል ማለት ነው። ከሙስሊም። ይህንን ' አስቀድሞ ደህንነትን ማረጋገጥን ማስተማር' ብለን እንጠራዋለን፡ ውሸቶች ይገዙባቸው በነበሩ በታዎች ላይ መጽሐፍ ቅዱሳዊ እውነትን መናገር ማለት ነው። ብዙ ትኩረት የሚሹ ጉዳዮች አሉ።

የሙሐመድ አንዱ አጽንዖት የአንድ ሰው ከሌላው ሰው የበላይ መሆን ነው፥ ለምሳሌ ሙስሊሞች ሙስሊም ካልሆኑት በላይ ናቸው የሚለው። ሙሐመድ ከሌላ ሰው ማነስ ወይም ዝቅ ማለት ነውር እንደሆነ ይቆጠራል። በእስላማዊ ማህበረሰቦች ውስጥ ከሌሎች ሰዎች የተሻለ ለመሆን መፈለግ ብዙውን ጊዜ የማሕበረሰቡ ባሕላዊ ዕይታ ተደርጎ ይወሰዳል።በኢራን ሕዝቦች ባሕል አንድ ክርስቲያን መንገድ ላይ ወይም ፈተና ወደቆ ሲያዩ ይደሰታሉ።ደስተኞች የሚሆኑትበት ምክንያት ደግሞ እነርሱ የበላይ እንደሆኑ ሰለሚሰማቸው ነው።

አንድን ሰው ክብር የምንመለከትበት መነገድ በአብያተ ክርስቲያንት መካከል እንኳን ብዙ ችግሮችን የሚፈጥር ሊሆን ይችላል። ለምሳሌ በአንድ ቤተ ክርስቲያን ውስጥ ያሉ ሰዎች ቤተ ክርስቲያናቸው ከሌሎች አብያተ ክርስቲያናት ትበልጣለች ሊሉ ይችላሉ። በዚህም ምክንያት በአካባቢው ያሉ አብያተ ክርስቲያናት አብረው ለመሥራት ፈቃደኛ እንዳይሆኑ ይህ አመለካከት ችግር ይፈጥራል። በዚህ አመለካከት አንድ ሰው በአመራርነት ከተሾመ ሌላ ሰው የበታችነት ሊሰማው ይችላል። "ለምን አልመረጡኝም? ጎበዝ እንዳልሆንኩ ያስባሉ?" ብለው ይቸገራሉ። ይህ ችግር በጣም የከፋ ከመሆኑ የተነሳ ሰዎች በቤተክርስቲያኑ ውስጥ ባሉ ሌሎች ሰዎች ጥቃትና ነቀፌታ ሊደርስባቸው ይችላል ብለው ስለሚፈሩ እራሳቸውን ለመሪነት ሚና ለማቅረብ ፈቃደኛ አይሆኑም።

በዚህ አመለካከት፣ ሰዎች በቤተ ክርስቲያን ሕይወት ውስጥ ማሻሻያ ለማድረግ በትሕትና ገንቢ አስተያየት ለመስጠት ችግር ውስጥ ይገባሉ። ይልቁንም እነሱ እንደ ሊቃውንት ይናገራሉ፥ በኩራት እየተናገሩና ሌሎች ሰዎችን በማይሰማ መንገድ ያርማሉ።

ሰዎች ሌሎችን በማፍረስ ስለሚደሰቱ እንዲህ ያለው አመለካከት በሕብረት መካከል ሐሜትን ያስነሳል።

ይህን ጥልቅ ችግር ለመፍታት የአገልጋዩን ልብ በማስተማር ማሳደግ አስፈላጊ ነው። ሰዎች ኢየሱስ የደቀ መዛሙርቱን እግር ያጠበበትን ምክንያት ማወቅና ተመሳሳይ ነገር እንዲያደርጉ የሰጠውን ትእዛዝ መስማት ያስፈልጋቸዋል። ሰዎች በክርስቶስ ውስጥ ማንነታቸውን እንዲፈልጉ መማር አለባቸው፥ የሚያደርጉት ወይም ሌሎች ሰዎች ስለሚናገሩት ወይም ስለሚያስቡት አይደለም። በድክመታቸው እንዲመኩና እንዲደሰቱ ማስተማር ያስፈልጋቸዋል (2ኛ ቆሮንቶስ 12፡9-10)። ሌሎችን መውደድ ማለት በሌሎች ሰዎች ስኬት መደሰትና ሲሰቃዩ ወይም ሲያዝኑ ማዘን ማለት እንደሆነ መማር አለባቸው (ሮሜ 12፡15፤ 1 ቆሮንቶስ 12፡26)። ሰዎች እውነትን በፍቅር እንዴት እንደሚናገሩ ማስተማር ያስፈልጋቸዋል። ምዕመናን ሐሜት የሚያስከትለውን ጎጂ ውጤትና በወንድም ወይም በእህት ላይ ቅሬታ ካለ እንዴት ጥሩ ምላሽ መስጠት እንዳለባቸው ማስተማር አለባቸው።

ከእስልምና ወደ ክርስቶስ የሚመጡ ሰዎች ሌላው ችግር እውነትን መናገር መማር ሊሆን ይችላል። በእስላማዊ ባህሎች ውስጥ ሰዎች ሃፍረትን ለማስወገድ ግልጽና ሐቀኛ እንዳይሆኑ ሊሰለጥኑ ይቻላሉ (በማታለል ላይ ትምህርት 7 ይመልከቱ)። ለምሳሌ፣ አንድ የእምነት ባልንጀራህን በቤተ ክርስቲያን ውስጥ ካየህና ከአንድ ነገር ጋር እየታገለ እንደሆነ ተረድተህ “እንዴት ነህ? ሰላም ነህ?" ትላለህ። እንደ እውነቱ ከሆነ፥ አንድ ችግር አለ፥ና ሰውዬው ደህና አይደለም። ነገር ግን "ደህና ነኝ አመሰግናለሁ። ሁሉም ነገር ጥሩ ነው።” በማለት በዚህ መንገድ፥ ጭምብላቸውን ይይዛሉ። እንዲህ ዓይነቱን ችግር የመደበቅ ዝንባሌ እስልምናን ለቀው በወጡ ሰዎች ዘንድ የተለመደ ነው። ሰይጣን እርዳታ እንዳይጠይቁ በመከልከል ደቀ መዛሙርት እንዳያድጉ ለማድረግ ይህን ይጠቀማል።

ይህንን ችግር ለመፍታት ደቀ መዛሙርት እርስ በርሳቸው እውነትን የመናገርን አስፈላጊነትና ይህ ለግል እድገትና ነፃነት በጣም አስፈላጊ የሆነው ለምን እንደሆነ ደጋግመው ማስተማር ያስፈልጋቸዋል።

‘አስቀድሞ ደህንነትን ማረጋገጥ’ የሚያስፈልግባቸው ሌሎች ብዙ የእስልምና ባህሎችና አካባቢዎች አሉ፣ ለምሳሌ፡-

- የይቅርታ አስፈላጊነትና እንዴት እንደሚተገበር ማወቅ
- በቀላሉ የተገፉ የመሆንና በሌሎች ላይ የመበሳጨት ዝንባሌን ማሸነፍ
- በሰዎች መካከል መተማመንን በሚፈጥር መንገድ ማገልገልን መማር

- የጥንቆላ ድርጊቶችን መተው
- ሴቶችና ወንዶች እርስ በርስ መከባበርን ይማራሉ፥ና በግንኙነታቸው ውስጥ እውነትን ለመናገር ይማራሉ፥ በፍቅር፥ በትህትና፥ ያለ ኩራት ይኖራሉ
- ወላጆች ልጆቻቸውን ከመሳደብ ይልቅ መባረክን ይማራሉ።

(በእስልምና የተከሰቱትን ጉዳዮች ዝርዝርና በትምህርት 4 መጨረሻ ላይ የሙሐመድን ምሳሌ በመከተል ይመልከቱ።)

ሰዎች አጠቃላይ ስሜታዊና ሥነ-መለኮታዊ ዓለማዊ አመለካከታቸውን መልሰው እንዲገነቡ 'ክፍተቶችን የመዝጋት ጥበብ' ስልታዊና ጥልቅ፣ ወደ ጉዳዮች በጥልቀት መሄድ እንዳለበት አጽንኦት መስጠቱ በጣም አስፈላጊ ነው።

በእነዚህ ክፍሎች አማኞችንና መሪዎችን እንዴት መፍጠር እንደሚቻል እንመለከታለን።

በጥንቃቄ ማስተማር

ዶን ሊትል በሰሜን አፍሪካ ውስጥ በሙስሊሞች መካከል የሚሰሩትን ሁለት ሚሲዮናውያን ያነፃጽራል። ሁለቱም እዚያ ለዓመታት ሰርተዋል።[18]

ስቲቭ ሙስሊሞችን ለክርስቶስ ቃል ኪዳን እንዲገቡ በፍጥነት ይመራቸዋል፣ አንዳንድ ጊዜ ከእነሱ ጋር ባደረገው የመጀመሪያ ንግግርም ይህንን ሊያደርግ ይችላል። ሆኖም፣ እነዚህ ሁሉ ወደ የተለወጡት ሰዎች ኢየሱስን ለመከተል በወሰኑ በጥቂት ሳምንታት ውስጥ ይመለሳሉ። ጥቂቶች ከአንድ አመት በላይ የቆዩ ናቸው። የስቲቭ ቴክኒክ ሰዎችን በክርስቶስ ላይ በፍጥነት እንዲያምኑና ስለ ክርስትና እምነት የበለጠ እንዲማሩ የሚያደርገው መንፈስ ቅዱስን ይበልጥ በማመን ነው።

የቼሪ አቀራረብና የስኬት መጠን ከስቲቭ ተቃራኒ ነበር። ሰዎችን ወደ ክርስቶስ ከመምራቷ በፊት ብዙ ጊዜ ትወስዳለች፣ አንዳንዴም ዓመታት። አብሯት የነበሩትን ሴቶች ደቀ መዛሙርት እንዲሆኑ የጋበዘቻው ወደ ክርስቶስ መለወጥ ምን ማለት እንደሆነ፣ በባሎቻቸው ሊደርስባቸው የሚችለውን ስደትና መፋታትን ጨምሮ ሙሉ በሙሉ እንደተረዱ

---

18. Don Little, *Effective Discipling in Muslim Comunities*, p. 26-27

ስታረጋግጥ ነው። ወደ ክርስቶስ የመራቻው እያንዳንዷ ሴት ጠንካራ ቁርጠኛ ሆናለች፣ እምነቷ ቼሪ ከሰሜን አፍሪካ ከተባረረች በኋላም ቀጥሏል።

ሙስሊሞችን ወደ ክርስቶስ ሲመራቸውና ሲገሥጻቸው የአጀማመር ሂደታቸው ጥልቅ ነው። በትምህርት 5 ክርስቶስን የመከተል ቅድመ ተከተሎች አስታውስ፡-

1. ሁለት ኑዛዜዎች፡-
    - እኔ ኃጢአተኛ ነኝ እናም ራሴን ማዳን አልችልም።
    - አንዱ እውነተኛእ አምላክ የሁሉ ፈጣሪ ልጁን ለእኔ እንዲሞት ኣንደላከ
2. ከኃጢአቴና ከክፉ ነገር ሁሉ መራቅ (ንስሐ መግባት)።
3. የይቅርታ፣ የነፃነት፣ የዘላለም ሕይወትና የመንፈስ ቅዱስ ስጦታዎችን መጠየቅ።
4. የሕይወቴ ጌታ እንዲሆን ለክርስቶስ ተገዢነትን ማስተላለፍ።
5. ለክርስቶስ ለመገዛትና ለማገልገል ለሕይወቴ ቃል ገባና መቀደስ።
6. በክርስቶስ የእኔ ማንነት መግለጫ።

ስቲቭ አዳዲስ አማኞችን እስከ ቅድመ ተከተል 1-2ና ምናልባትም ደረጃ 3 ድረስ እየወሰደ ይመስላል ነገር ግን በቅድመ ተከተል 4-6 ያሉትን ባለማድረጉ የእነሱን ደህንነት አላስጠበቀም። ሙሉ የታማኝነት ሽግግር (ቅድመ ተከተል 4) ከእስልምና ጋር ያለውን ግንኙነት መቁረጥና እነዚህን ሙሉ በሙሉ በኢየሱስ ታማኝነት መተካትን ይጠይቃል። የተስፋው ቃልና ቅድስና (ቅድመ ተከተል 5) ከስደት ጋር መስማማትን ማካተት አለበትና ይህ ደግሞ የመጽሐፍ ቅዱስን ስነምግባር መረዳትን ይጠይቃል፡ እራስን ለመቀደስ ምን ዓይነት ሕይወት ለመኖር እንደተቀደሰ መረዳት ያስፈልግዎታል። አዲስ ማንነትን ማወጅ (ቅድመ ተከተል 6) የክርስትናን ማንነትና ለአላህ "ተገዢ" ብቻ ሳይሆን በኢየሱስ ክርስቶስ በኩል የእግዚአብሔር ልጅ መሆን ምን ማለት እንደሆነ መረዳትን ይጠይቃል። ይህ ማለት አሮጌውን ማንነትዎን ከማንሳት በመገለል ማጣት ምን ማለት እንደሆነ መረዳት ማለት ነው። ከማህበረሰብ፣ ከጓደኞችና ከቤተሰብ ሊለዩ የሚችሉትን ጨምሮ።

በተጨማሪም፣ ቅድመ ተከተል 3 በክርስቶስ ነፃ መሆን ምን ማለት እንደሆነ፣ ሌሎችን ይቅር ማለት ምን ማለት እንደሆነና በመንፈስ ውስጥ ስላለው ሕይወት ምንነት በሳል መረዳትን ይጠይቃል።

ሙሉ በሙሉ በመረዳት እነዚህን እርምጃዎች በጥልቀት ለመፈፀም የደቀመዝሙርነት ሂደት ያስፈልጋል። በዚህ ሂደት አንድ ሰው በጥንቃቄና በአስተሳሰብ የእስልምናን አመለካከት ወደ ጎን በመተው በመጽሐፍ ቅዱሳዊ አመለካከት መተካትን ይማራል።

አንድ ሰው ወደ ክርስቶስ ዘወር ሲልና እሱን ለመከተል ቃል ሲገባ፣ እነሱ በሰይጣን ላይ ጦርነት ማወጇ ነው። የሰይጣንን መብት ለመዝረፍና በሕይወታቸው ላይ ያላቸውን መብቶች ሁሉ ለኢየሱስ ክርስቶስ ለማስረከብ ራሳቸውን እየሰጡ ነው። ይህ ቀላል ወይም ውጫዊ ውሳኔ አይደለም። በሰውየው ሙሉ ተሳትፎ ግንዛቤና ፈቃድ መደገፍ አለበት።

በእነዚህ ምክንያቶች፣ የወንጌል አገልጋዮች ለመጠመቅ የዘገዩ ኢየሱስን ለመከተል በቁርጠኝነት ጸሎት ሰዎችን ለመምራት የዘገዩ እንዲሆኑ ተመክረዋል። ያንን ማድረግ ያለባቸው ግለሰቡ ለእነሱና ለሚወዷቸው ሰዎች ምን ማለት እንደሆነ ሙሉ በሙሉ ሲረዳ ብቻ ነው።

እንዲሁም ማንንም ሰው 'ለመተው መግለጫና ጸሎት እስኪጸልይ ድረስ እንዳያጠመቅ ይመከራል። *መጠኑንና ኃይሉን መስበር*' (ትምህርት 5 ይመልከቱ)፣ ከሙሉ ግንዛቤና ቁርጠኝነት ጋር ያስፈልጋል። ይህ ድርጊት አስፈላጊነቱን ለማስረዳት ከማስተማር በፊት መሆን አለበት። ይህ ከመጠመቁ ጥቂት ጊዜ በፊት መደረግ አለበት። የክህደት ጸሎት እንደ የጥምቀት ሥነ ሥርዓት አካል ሊካተት ይችላል። ይህ ክህደት ለቅድመ ተከተል 4 ሙሉ ቁርጠኝነትን ይፈቅዳል። ሙሉ በሙሉ ታማኝነትን ለኢየሱስ ክርስቶስ ጌታነት ማስተላለፍ ይህም ማለት በአንድ ሰው ሕይወት ላይ የእስልምናን ሁሉንም የይገባኛል ጥያቄዎች አለመቀበል ማለት ነው።

ከሙስሊም ዳራ የመጡ አማኞች መሪነት

በአሁኑ ጊዜ በዓለም ላይ ካሉት የሙስሊም ዳራ አማኞች ከሚገጥሟቸው ታላላቅ ፍላጎቶች አንዱ የበሰሉ ፓስተሮች ከሙስሊም ዳራ የመጡ መሆን ነው። ጤናማ ያልሆኑ መሪዎች ጤናማ ያልሆኑ ቤተክርስቲያኖችን ይፈጥራሉ። ሰዎች በብስለትና በነፃነት የሚያድጉባት ጤናማ ቤተ ክርስቲያን እንዲኖራት፣ ቤተ ክርስቲያን ጤናማ መሪዎች ያስፈልጋታል። ጤናማ አብያተ ክርስቲያናት ሊመሩ በሚችሉ የከሙስሊም ዳራ የመጡ መሪዎች ላይ ኢንቨስት ማድረግ በጣም አስፈላጊ ነው። ይህ ኢንቬስትመንት ለዓመታት እንክብካቤና ድጋፍ ያስፈልገዋል።

ሊሆኑ በሚችሉ መሪዎች ላይ ኢንቬስት ከማድረግዎ በፊት፥ እነሱን ማግኘት አለብዎት! ዋናው መርህ፡ ሰዎችን ወደ አመራርነት ለማምጣት ዘገምተኛ መሆን

ነው። አንድን ሰው በፍጥነት ወደ መሪነት አምጥተው ከዚያም ቢመለስ እናም ከዚያ ቢመለስ ይጸጸትዎታል። ከእስላማዊ ዳራ የመጡ ሰዎች በተቃውሞ ና ተወዳዳሪነት ሊታገሉ ይችላሉ ስለዚህ አንድን ሰው እንደ መሪ ከማስነሳትዎ በፊት የሚከተሉትን ያረጋግጡ፡-

- ለመምራት ዝግጁ ናቸው።
- የመሪነት ሚና ለመጫወት ትህትና አላቸው።
- ማስተማር የሚችሉ ናቸው።
- የሚደርስባቸውን የማይቀር ትችት ለመቋቋም የሚያስችል ጥንካሬ አላቸው።

ቤተክርስቲያንን ለመምራት ከተጠራህ ከሙስሊም ወገን የመጣህ ሰው ከሆንክ ለመዘጋጀት ፈጣኑን ወይም ቀላሉን መንገድ አትፈልግ። ለመዘጋጀት ጊዜ እንደሚወስድ በትህትና ተረዳ። ለሥልጠና ዝግጁ ይሁኑ። ታገስ። ለማስተማር የሚችል ሁን።

ከእስልምና ዳራ የመጡ ክርስቲያን መሪዎች በጣም በፍጥነት በማደግ ሊበላሹ ይችላሉ። በጣም በፍጥነት የሚራመዱ ከሆነ ትህትናን አይማሩ ይሆናል። ማወቅ ያለባቸውን ሁሉ እንደሚያውቁ ያስቡ ይሆናልና ተጨማሪ አሰራርና ስልጠና አያስፈልጋቸውም። ሊሆኑ ከሚችሉ መሪዎች ጋር በመጀመርያ ተከታታይ የአጭር ጊዜ ቀጠሮዎችን በሙከራ ወይም በሠልጣኝ መቀበልና ጥሪያቸውንና በጉባኤው ፊት የሚስማሙ መሆናቸውን በሚያረጋግጡበት ጊዜ ቀስ በቀስ ወደ ቋሚ አመራርነት ማረጋገጫ መስጠቱ ብልህነት ነው። ሰዎች በጣም ፈጣን እድገት ካላቸው፣ በጉባኤው ፊት ራሳቸውን ለማሳየት የሚያስችል አጋጣሚ ከማግኘታቸው በፊት፣ ችግሩን ለመቋቋም ከመዘጋጀታቸው በፊት ቀደም ብለው ውድቅ ሊያደርጉ ይችላሉ፤ ይህ ደግሞ ምስረታቸውን ሊጎዳ ይችላል።

ጤናማ መሪዎችን ለመንከባከብ ጊዜ የሚፈጅ ነውና የጎለመሱ ክርስቲያን መሪዎችን የረጅም ጊዜ አመለካከት ማዳበር አስፈላጊ ነው። መሪ ሊሆን ለሚችል ለማንኛውም አዲስ አማኝ ወደ ክርስቲያናዊ ብስለት ማደግ አመታትን ይወስዳል። ብዙ የሚማሩት ነገር አለ፣ ምክንያቱም ከኢስላማዊ ዳራ ለሚመጡ ሰዎች፣ ስለ ሕይወትና ግንኙነት አንዳንድ የአስተሳሰብና ስሜቶች ሙሉ በሙሉ መገንባት አለባቸው።

መሪዎችን ወደ ብስለት ለመምራት 12 ቁልፍ ነገሮች እዚህ አሉ፡-

1. የሚሰለጥነው ሰው (ሠልጣኙ) ቢያንስ በሳምንት አንድ ጊዜ ከሚያሠለጥናቸው (አማካሪው) ጋር በየጊዜው መገናኘት አለበት።

2. የሰልጣኞችን አሰልጣኝ የመጽሐፍ ቅዱስ መረዳን ከምልልስና ከእምነት ጋር እንዴት አቆራኝቶ መረዳት እንዳለበት አስተምሯቸው። ይህም ትምህርት መጽሐፍ ቅዱሳዊ የሆኑ እምነቶች በዕለተ ተዕለት ኑሮ ላይ በማገናኘት በሕይወት የሚገጥመንን ፈተና እድንሻገር ይረዳናል። ስለዚህ ሆን ተብሎ የመጽሐፍ ቅዱስን እውቀት ከሕይወት ጋ ርማዛመድ የግለሰቦች ባሕሪ ከዚህ የመጽሐፍቅዱስ እውነት የተነሳ በመጸፍ ቅዱስ ይፈተሻል። ስለዚህ በቃሉ እየታነጹ ይበልጥ ኢየሱስን እየመሰሉ ይሄዳሉ።

3. ስለ ግልጽነትና ታማኝነት ስልጠና ይሰጡአቸው። በዚህ ስልጠና ጥሩ ውጤት እንደሚገኝ ተስፋ ያድርጉ። ስለዚህ ጉዳይ የሚያስረዳ አንድ ምሳሌ እንመልከት፡ - አንድ ሰው ፎቶ መነስት ቢፈልግ ነገር ግን ፊቱ ላይ ጭንብል አጥልቆ ቢሆን የፎቶው ምስል እርሱ ሳይሆን ጭንብሉ እንደሚሆን ሁሉ አንድ ሰው እውነተኛ ማንነቱን ግልጽ አድርጎ ካልቀረበ ሌሎችን እንዲሰለጥን የታሰበውን ሰው በትክክል አላወቅንም ማለት ነው።

የሰልጣኞች አሰልጣኝ ግልጽነት ሲባል ምን ማለት እንደሆነ የሚረዳበት ማስተማሪያ ሞደል ይዘጋጅ። ስለዚህ ግልጽ ከሆነ በስልጠናው ላይ የሚያጋጥመውን ችግሮችና መሠናክሎች ይረዳል።

በአገልግሎቴ ቀድሞ ሙስሊም የነብሩ ባልና ሚስት መጀመሪያ እንደተገናኘን እንዲህ ብዬ ጠየኳቸው "ያጋጠማችሁ ችግር አለ?"

እነርሱም "አይ።"

በሚቀጥለው ሳምንት ደግሜ "ያጋጠማችሁ ችግር አለ?"

አሁንም መልሱ "አይ" የሚል ነበር።

ለሶስተኛው ሳምንት ስንገናኝ አንድ ጊዜ ደግሜ "ያጋጠማችሁ ችግር አለ?"

ዳግመኛም "አይ" አሉ።

ሲሉኝ እንዲህ አልኳቸው። ይህንን ሰላላችሁኝ በጣም አዝናለሁ ወይም እናንተ ልትነሩኝ ያልፈለጋችሁ ወይ ደግሞ የማታውቁት የሆነ ችግር ግን አለ ምንድነው እሱ?

በዚህ ጊዜ ጥንዶቹ መናገር ጀመሩ። በችግር ውስጥ እያለፉ የነበረ ቢሆንም ነገር ግን በእስልምና ውስጥ የነበራቸው ሕይወት አኡን ችግር ሲሰማቸው ለሰው መናገር አሳፋሪ ሆኖ እንድሰማቸው አድርጓቸዋል። በእስልምና ችግር ወይም ድካምን መናገር በጣም የሚያስፍር ሆን ይቆጠራል። ከዚያን ቀን ጀምሮ እነዚህ ንዶች ማገዝ ጀመሩ። በዚህም በመካከላች እምነት ሊፈጠር ቻለ። በክርስትና ይወታቸውም ወደ ብስለት ለመማት ረዳቸው።

4. አሰልጣኙም ሆነ መሪው ንቁና የተለያዩ ጉዳዮችን በማንሳትና ስራዎችን ለመስራት የተነሳሱ መሆን ይገባቸዋል። ስለዚህ አሰልጣኙ ንቁ ተስታፊ እንዲሆን ማበረታታት ያስፈልጋል።

5. ሰልጣኙና አማካሪው የጉባኤውን ሕይወት ከሚነኩ ቁልፍ ችግሮችና ውሳኔዎች ጋር መታገል ይኖርባቸዋል። በዚህ መንገድ ሰልጣኙ መሪ በእረኝነት አገልግሎት ፈታኝ ጉዳዮችን እንዴት በአምላካዊ፣ መጽሐፍ ቅዱሳዊ መንገድ እንዴት እንደሚወጣ መማር ይችላል።

6. ሰልጣኙን ስትመክር፣ በነፃነት እንዲራመዱ እርዷቸው። ለአገልግሎት የሥልጠና አንድ አካል ሁሉም ማለት ይቻላል ከአንድ ነገር ነፃ መውጣት አለበት። እስራት ካልተፈታና ቁስሎች ካልተፈወሱ፡ የፈውስና የነፃነት እጦት ወደፊት የሰውን ፍሬያማነት ይገድባል። የግል ነፃነት እጦትን የሚያመለክቱ ጉዳዮች ሲመጡ፣ በክርስቶስ ያለንን ሃብት በመተግበር ጉዳዩን መፍታት ይቻላል። እነዚህ ሁሉ በትምህርት 2 ላይ ተገልጸዋል። በተጨማሪም፣ ነፃ በመውጣቱ ሂደት ውስጥ ያለ አንድ ሰው ሌሎች ነፃ እንዲሆኑ እንዴት መርዳት እንዳለበት በደንብ ይረዳል።

7. ከእስልምና ዳራ የመጡ ክርሲቲያኖች ሰልጣኙን በራስ እንክብካቤ አሰልጥኑት። ለእስልምና ዳራ የመጡ ክርሲያኖች መሪዎች እንደ ከፍተኛ ቅድሚያ ለራሳቸውና ለቤተሰቦቻቸው መንከባከብን መማር አስፈላጊ ነው። በዚህ አስቸጋሪ አገልግሎት ውስጥ ብዙ ተግዳሮቶች አሉ አንድ መጋቢ በመጀመሪያ ለራሳቸውና ለቤተሰባቸው መቆርቆርን ካላስቀደሙ ረጅም ላይቆዩ ይችላሉ። አንድ መጋቢ ቤተሰቡን የማይንከባከብ ከሆነ አገልግሎቱ እምነት ሊያጣ ይችላል። ሰዎች “የራሳቸውን ቤተሰብ መጠበቅ ካልቻሉ እንዴት ቤተ ክርስቲያንን መንከባከብ ይችላሉ?” ብለው ይጠይቃሉ።

8. መሪዎቻችሁ ባልና ሚስት ከሆኑ አንድን ሰው በሌላው በመግዛትና በመግዛት ላይ ሳይሆን በአገልጋይ ልብ በፍቅርና በመከባበር ላይ የተመሠረተ ክርስቲያናዊ ጋብቻ ምን ማለት እንደሆነ በመረዳት እንዲያድጉ ድጋፍ ያስፈልጋቸዋል።

9. በአገልግሎት ውስጥ ራስን የማወቅን አስፈላጊነት አጽንኦት ይስጡ። ሰዎች ተፎካካሪ ሲሆኑ፣ ግልጽነት የጎደላቸው ሲሆኑ ከሌሎች የበላይ እንደሆኑ እንዲሰማቸው ሲፈልጉ፣ ራሳቸውን ማወቅ ይጎድላቸዋል። ይህ የእስልምና ጉዳት አካል ሊሆን ይችላል። ለማደግ፣ እየተመከረ ያለ ሰው ወሳኝ ግብረመልስን እንደ ውድ ስጦታና ግብአት ዋጋ መስጠትን መማር አለበት። ይህ ማለት ግብረ መልስ ወሳኝ በሚሆንበት ጊዜ መከላከል ወይም ማስፈራራት፣ መከፋት ወይም ውድቅ እንዳትሆን መማር ማለት ነው።

በተመሳሳይ ጊዜ መካሪው ተቀባዩና ክፍት አቀራረብን መምሰል አለበት፡ ለግምገማዎች እንዴት እንደሚፈልጉና ምላሽ እንደሚሰጡ ራስን ማወቅ. ሰልጣኞች አማካሪው ወሳኝ ግብረ መልስ መቀበል መቻሉን ካዩ፣ እነሱ ራሳቸው በተሻለ ሁኔታ ሊቀበሉ ይችላሉ።

10. ሰልጣኙ ንዴትን መጽሐፍ ቅዱሳዊ በሆነ መንገድ እንዲያስተናግድ እርዱት። ሰልጣኙ እስልምና ዳራ የመጡ ክርሲያኖች መሪዎች በሌሎች ሲናደዱ የመጽሐፍ ቅዱስን የእምነት ሀብቶች እንዴት እንደሚተገብሩ ያስታውቋቸው።

11. ለመንፈሳዊ ጦርነት መታጠቅ ወደ ክርስቶስ የሚመጡ ሰዎችን ማገልገል ሁል ጊዜ ከክፉው መገፋትን ያካትታል። ይህህም ሊያስወግዱት አይችሉም። ከሙስሊም ዳራ የመጡ አማኞች ሰይጣን በሚያጠቃበት ጊዜ መንፍሳዊ ትጥቃቸውን እንዲይዙ መሰልጠን አለባቸው።

12. ከሌሎች ክርስቲያኖች ጋር መተማመንንና ትብብርን ሞዴል ያድርጉና ከሌሎች አገልግሎቶች ጋር መንፈሳዊ አንድነትን ያዳብሩ። ከእስልምና ዳራ የመጡ ክርስቲያኖች የክርስቶስን አካል በማወቅ እንዲያድግ ማስተማር አስፈላጊ ነው። ይህም እግዚአብሔርን ያከብራል እናም ለቤተክርስቲያንህ የእግዚአብሔርን በረከት የምትቀበልበት መንገድ ነው። ይህ ደግሞ ትህትናን ለማስተማር ጥሩ መንገድ ነው።

የጥናት መመሪያ

ትምህርት 8

በዚህ ትምህርት ውስጥ የተነሱ የመጽሐፍ ቅዱስ ጥቅሶች

2ኛ ጢሞቴዎስ 2:20-21
ማቴዎስ 12:43-45
ቲቶ 3:3
ፊልጵስዩስ 1:9-11

2ኛ ቆሮንቶስ 12:9-10
ሮሜ 12:15
1ኛ ቆሮንቶስ 12:26

በዚህ ትምህርት ውስጥ ምንም የቁርዓን ማጣቀሻዎች፣ አዲስ የቃላት ዝርዝርና አዲስ ስሞች የሉም።

ጥያቄዎች ትምህርት 8

- በጉዳዩ ላይ ተወያዩ።

ወደ ኋላ መመለስ

1. ዱሪ ኢየሱስን ለመከተል ከወሰኑ በኋላ ወደ እስልምና ለተመለሱ ሰዎች ምን አራት ምክንያቶችን ሰጥቷል?

2. አንዳንድ ጊዜ አብያተ ክርስቲያናት ስለ ኢየሱስና ስለ ክርስትና የበለጠ ለማወቅ ሲጠይቁ ሙስሊሞች ለምን ከእምነት ይመለሳሉ?

3. አብያተ ክርስቲያናት ሙስሊሞች ወደ ክርስቶስ እንዲመለሱ ለመርዳት ምን ማድረግ አለባቸው?

ፍሬ አልባ ደቀመዝሙርነት

4. ዱሪ የቀደሙት ሙስሊሞች ክርስቲያን የሆኑባቸው የተለመዱ ጉዳዮች ምን እንደሆኑ ይናገራል?

5. የብዙዎቹ ችግሮች ዋነኛ መንስኤ ምንድን ነው?

6. መሪ መሾም በቤተ ክርስቲያን ውስጥ እንዴት ችግር ሊፈጥር ይችላል?

7. ወደ ካናዳ የሄደው ጥገኝነት ጠያቂ ለምን ከሌሎች ክርስቲያኖች ራሱን አገለለ?

ጤናማ ያልሆኑ አብያተ ክርስቲያናት

8. የበላይ ሆኖ የመሰማት ፍላጎት አብያተ ክርስቲያናት አብረው ከመስራት የሚያስቆመው እንዴት ነው?

በአርነት የመቆየት አስፈላጊነት

9. ኢየሱስ ስለ ባዶ ቤት የተናገረው ምሳሌ የትኞቹን ሁለት ችግሮች ያሳያል?

10. ጤናማ ቤተ ክርስቲያን ለመገንባት ምን ያስፈልግዎታል?

11. አንድ ሰው ነፃ ከወጣ በኋላ ምንን መለወጥ አለበት?

12. ጳውሎስ በአንድ ወቅት ሁለቱም ምን ይመስሉ እንደነበር ለቲቶ ያሳሰበው ለምንድን ነው?

13. ጳውሎስ የቀድሞ ሕይወት ኢየሱስን ከመከተሉ በፊት ስለ ሕይወት ከሰጠው መግለጫ ጋር የሚስማማው እንዴት ነው?

14. ጳውሎስ በፊልጵስዩስ 1፡9-11 ላይ በጻፈው መሠረት አንድ አማኝ የነፍሱን 'ቤት' እንዴት ይሞላል?

መዳንና ነፃ መውጣት

15. ዱሪ በተለወጡ ሰዎች ሕይወት ላይ 12 አሉታዊ ተፅእኖዎችን ዘግቧል። ከእነዚህ ውስጥ ስንቱን ታስታውሳለህ?

16. ወጣቱ ከካንሰር በፊት ከነበረው የሆድ ህመም ለመፈወስ ምን አደረገ? ከዳነ በኋላ ያጋጠመው ሌላ ለውጥ ምን ነበር?

17. አንድ ቤት በትክክል ደህንነቱ የተጠበቀ እንዲሆን ለማድረግ ምን ማድረግ አስፈላጊ ነው?

ክፍተቶችን የመዝጋት ጥበብ

18. በአርነት አገልግሎት ውስጥ የመጀመሪያው እርምጃ ምንድን ነውና ለምን የመጀመሪያው እርምጃ ሆነ?

19. የሰው ነፍስ እንዴት እንደ ውኃ ባልዲ ተመሰለ?

20. ዶን ሊትል በዓለም ዙሪያ ባሉ የቀድሞ ሙስሊም ክርስቲያኖች ውስጥ ምን ተመሳሳይነት ተመልክቷል?

21. አንዳንድ ሰዎች ስለ ሌሎች ሰዎች ችግር ሲሰሙ ለምን ደስ ሊላቸው ይችላል?

22. አማኞች በቤተ ክርስቲያን ውስጥ ካሉ ሌሎች የበላይ ለመሆን ሲፈልጉ ለአብያተ ክርስቲያናት አንዳንድ ችግሮች ምንድናቸው?

23. ሰዎች ከሌሎች እንደሚበልጡ ሊሰማቸው የሚፈልጓቸውን ችግሮች ለማስተካከል ምን ስድስት ትምህርቶችን ዱሪ ጠቁሟል?

24. ዱሪ እውነትን ባለመናገር ሊከሰት የሚችለው ችግር ምን ሊሆን ይችላል አለ?

25. ዱሪ "ክፍተቶችን የመዝጋት ጥበብ" የሚያስፈልጋቸው የትኞቹን ስድስት የእስልምና ባህል ዘርፎች ለይቷል?

26. 'ክፍተቶችን የመዝጋት ጥበብ' ስልታዊና ጥልቅ መሆን ያለበት ለምንድን ነው?

በጥሩ ሁኔታ ጀምር

27. በስቲቭና በቼሪ አቀራረቦች መካከል ያለው ልዩነት ምንድን ነበር ለምን የቼሪ አካሄድ የበለጠ የተሳካ ሆነ?

28. 'ኢየሱስን ለመከተል የተሰጠ መግለጫና ጸሎት' ስድስቱን ደረጃዎች በማስታወስ ልትዘረዝር ትችላለህ? ካልሆነ ግን ሁሉም ሰው በቅደም ተከተል እስኪሰየም ድረስ በመድገም በቡድን አስቡዋቸው።

29. ከስድስቱ እርከኖች አንፃር፣ ስቲቭ ሰዎችን ወደ ክርስቶስ ሲመራ የጠፋው የሚመስለው ምን ምን ደረጃዎች ነበሩ?

30. ወደ ክርስቶስ ስትዞር በማን ላይ ጦርነት እያወጃችሁ ነው?

31. ከእስልምና የወጣ ሰው ለመጠመቅ ዝግጁ ከመሆኑ በፊት ምን መደረግ አለበት?

ታዳጊ መሪዎችን መካሪ

32. ዱሪ ዛሬ በዓለም ላይ ካሉ የሙስሊም ዳራ አማኞች ጋር የሚጋፈጠው ትልቅ ፍላጎት ምንድን ነው ብሎ ያምናል? ትስማማለህ?

33. ለምንድነው ዱሪ መሪዎችን ቀስ ብሎ ማራመድ የተሻለ ነው ያለው?

34. መሪዎች በፍጥነት ቢያድጉ ምን ሊፈጠር ይችላል?

35. ዱሪ እንደተናገረው የሰልጣኝ መሪን ሲያማክሩ ምን ያህል ጊዜ ከእነሱ ጋር መገናኘት አለብዎት?

36. ሥነ-መለኮታዊ ነጸብራቅ ምንድን ነውና ሰዎች በብስለት እንዲያድጉ የሚረዳው እንዴት ነው?

37. አንድ አማካሪ ከሚያሰለጥኑት ሰው ጋር ክፍትና ግልጽ መሆን ለምን አስፈለገ?

38. ዱሪ በተናገረው ታሪክ ውስጥ ሰልጣኙ እያጋጠመው ላለው ችግር እርዳታ ለመጠየቅ ለምን አመነታ?

39. አንድ አማካሪ ሰልጣኙ በጉባኤው ውስጥ ስላጋጠሟቸው አስፈላጊ ችግሮች ውሳኔ እንዲሰጡ ማድረግ ያለበት ለምንድን ነው?

40. መሪ ለመሆን በስልጣና ላይ ያለ ሰው ነፃነትን ማገልገል መቻል ለምን አስፈለገ?

41. በአገልግሎት ውስጥ ራስን መቻል ለምን አስፈላጊ ነው?

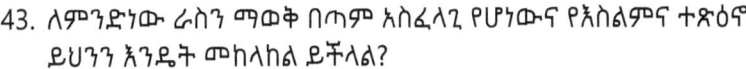

42. ክርስቲያናዊ ጋብቻ በምን ላይ የተመሠረተ መሆን አለበት?

43. ለምንድነው ራስን ማወቅ በጣም አስፈላጊ የሆነውና የእስልምና ተጽዕኖ ይህንን እንዴት መከላከል ይችላል?

44. አንድ አማካሪ ትችትን ለመቀበል ክፍት ማድረጉ አስፈላጊ የሆነው ለምንድነው?

45. ከእስልምና ዳራ የመጡ ክርስቲያኖች ጉባኤን የሚያገለግል መጋቢ ለመንፈሳዊ ጦርነት እንዲሰለጥን የሚመከረው ለምንድን ነው?

46. ከእስልምና ዳራ የመጡ ክርሲያኖች አብያተ ክርስቲያናት መሪዎች ከሌሎች አብያተ ክርስቲያናት ጋር ማክበርና መስራትን መማር ለምን አስፈለገ?

ተጨማሪ መረጃዎች

ስለ እስልምና ስለ ሚያስተምሩ በርካታ ርዕሰ ጉዳዮች የበለጠ መረጃ ለማግኘት እባክዎን *The Third Choice: Islam, Dhimmitude and Freedom* ያንብቡ።.

"አርነት በምርኮ ውስጥ ላሉት" ጸሎቶችን ጨምሮ በተለያዩ ቋንቋዎች የሚገኙ መረጃዎች በ https://Luke4-18.com ድረ ገጽ ላይ ይገኛሉ።

ሰዎችን ከአጋንንት ነፃ ለማውጣት ስለሚያስፈልጉት እርምጃዎች የበለጠ መረጃ ለማግኘት፣ ማርክ ዱሪ "Free in christ" የሚለውን የ ፓብሎ በታሪን መጽሐፍ ይጠቁማል። መጽሐፉ በኢንግሊዘኛና በስፓኒሽ ተተርጉሟል። እንዲሁም የስልጠና ግብዓቶችን በ https://www.freemin.org/ ድረ ገጽ በኢንግሊዘኛና በአንዳንድ ቋንቋዎች ይገኛል።

ሰዎችን ነፃ ለማውጣት የሚረዱ አንዳንድ ተጨማሪ ጸሎቶች እዚህ አሉ።

የይቅርታ ጸሎት[19]

አባት ሆይ፣ ይቅርታ እንድጠይቅህ እንደምትፈልግ ገልጠሃል። ይቅርታ የሚያመጣውን ፈውስና ነፃነት ትፈልጋለህ።

ዛሬ፣ ወደ ኃጢአት እንድገባ የገፋፉኝን ሁሉ ይቅር ለማለት እመርጣለሁ [ስማቸውን ጥቀሱ]፥ *የጎዱኝንም ሁሉ* [ስማቸውን ጥቀሱ]። *እያንዳንዳቸውንና ሁሉንም ይቅር ለማለት እመርጣለሁ* [የሠሩትን በደል ስም ጥቀሱ]።

በእነርሱ ላይ መፍረድን እተዋለሁ፣ በልቤ ያሰብኩትን ቅጣት ሁሉ ትቻለሁ። ከፍርድ ተመልሻለሁ [ስማቸውን ጥቀሱ] *አንተ ብቻ ጻድቅ ፈራጅ ነህና።*

ጌታ ሆይ፣ የራሴ አጸፋዊ ምላሽ ሌሎችን እንዲጎዳና ራሴን ለመጉዳት በመፍቀዴ ይቅር በለኝ።

በይቅርታህ መሰረት ይህ ጉዳት በአመለካከቴና በባህሪዬ ላይ ተጽዕኖ እንዲያሰድር በመፍቀዴ ራሴን ይቅር ለማለት እመርጣለሁ።

መንፈስ ቅዱስ ሆይ፣ በሕይወቴ ውስጥ ይቅርታን ስለሠራህ፣ ይቅር ለማለት የሚያስፈልገኝን ጸጋ ስለሰጠኸኝና ይቅር እንድል ስላስቻልከኝ አመሰግንሃለሁ።

በኢየሱስ ስም፣

---

19. ይህ እና የሚቀጥሉት ሁለት ጸሎቶች Restoring the foundation Chester እና Betsy Kylstra ላይ ተመሥርተው የተዘጋጁ ናቸው

አሜን።

ውሸትን ለመተው ጸሎት (የእግዚአብሔር ያልሆነውን እምነት)

አባት ሆይ፣ መዋሸቴን በማመን ኃጢአቴን (እና የአባቶቼን ኃጢአት) እናዘዛለሁ። [የውሸቱን ስም ይስጡ]።

ይህንን ፈሪሃ አምላክ የሌለው እምነት እንዲፈጠር አስተዋፅዖ ያደረጉትን በተለይም ይቅር እላለሁ [ስማቸውን ጥቀሱ]።

ከዚህ ኃጢአት ንስሐ ገብቻለሁ፣ ይህን ከአምላክ የራቀ እምነት ስለተቀበልኩኝ፣ ሕይወቴን በእርሱ ላይ መስርቼ በመኖሬና በዚህ ምክንያት በሌሎች ላይ ስለፈረድኩበት በማንኛውም መንገድ ይቅር እንድትለኝ እለምንሃለሁ። አሁን ይቅርታህን እቀበላለሁ። [ከእግዚአብሔር ጠብቁና ተቀበሉ]።

ጌታ ሆይ ውሸቱን ስላመንኩ በይቅርታህ መሰረት ራሴን ይቅር ማለትን መርጫለሁ።

ከዚህ ፈሪሃ አምላክ ከሌለው እምነት ጋር የገባኋቸውን ስምምነቶች ሁሉ እክዳለሁ አፈርሳለሁ። ከጨለማው መንግሥት ጋር የገባሁትን ስምምነት እሰርዛለሁ። ከአጋንንት ጋር የፈጸምኳቸውን ስምምነቶች ሁሉ እፈርሳለሁ።

ጌታ ሆይ ስለዚህ አምላክ ስለሌለው እምነት ምን እውነት ልትገልጥልኝ ትፈልጋለህ? [ውሸት የሆነውን የሚያስወግድ እውነት የሆነውን ሐሳብ እንዲገልጥላችሁ ቆም ብላችሁ ጌታን ስሙት።]

ያንን እውነት አውጃለሁ [እውነቱን ጥቀሱ]።

በኢየሱስ ስም፣

አሜን።

ለትውልድ ኃጢአት ጸሎት

የአባቶቼን፣ የወላጆቼን ኃጢአትና የራሴን ኃጢአት እናዘዛለሁ [የኃጢአቱን ጥቀሱ]።

ለነዚህ ኃጢያቶችና እርግማኖች እንዲሁም በሕይወቴ ውስጥ ለሚያስከትሏቸው መዘዞች ቅድመ አያቶቼን እንዲሁም በእኔ ላይ ተጽእኖ የፈጠሩትን ሁሉ ይቅር ለማለትና ለመተው እመርጣለሁ። [የእያንዳንዳቸውን ስም ጥቀሱ]።

ጌታ ሆይ ስለ እነዚህ ኃጢአቶች ይቅር እንድትለኝ እለምንሃለሁ፤ ለእነርሱና ለእርግማኖች እጅ በመስጠቴ ይቅር በለኝ። ይቅርታህን ተቀብያለሁ።

ጌታ ሆይ በአንተ ይቅርታ መሰረት ራሴን ይቅር ለማለት መርጫለሁ።

ኃጢአትንና እርግማንን እክዳለሁ [ስማቸውን ጥቀሱ]።

ክርስቶስ በመስቀል ላይ ባደረገው የማዳን ሥራ የነዚህን ኃጢአቶችና እርግማኖች ኃይል ከሕይወቴና ከዘሮቼ ሕይወት እሰብራለሁ።

ከእነዚህ ኃጢአቶችና ከሚፈጥሩት እርግማኖች ነፃነቴን ተቀብያለሁ። እቀበላለሁ [በተለይ በእምነት የምትቀበሏቸውን የእግዚአብሔርን በረከቶች ስም ጥቀሱ።]

በኢየሱስ ስም፣

አሜን።

የመልስ ቁልፎች

ትምህርት 1 መልሶች

1. መንፈስ ቅዱስ ከእስልምና እንዲርቅ ነገረው።
2. በጣም አጣዳፊ ከሆኑት ነገሮች አንዱ እስልምናን መተው ነው።
3. ሻሃዳ እና ዚማ ።
4. ክርስቶስን ለመከተል የመረጠ ሙስሊም።
5. አማኝ ያልኾነ።
6. የእስልምና ሃይማኖት ተከታይ የሆኑ ሰዎች እጅ መስጠትና የእስልምና ሃይማኖት ተከታይ ያልሆኑ ሰዎች እጅ መስጠት ነው።
7. አላህ ነጠላ አንድ እንደሆነና ሙሐመድም መልእክተኛው እንደሆነ መመስከር።
8. የክርስቲያኖችን የበላይነት የሚወስነው የእስልምና ሕግ።
9. ሙስሊሞች ያልነበሩ ክርስቲያኖች የዚማን ብሒል መካድ እንዳለባቸው የታወቀ ነው ።
10. የሸሪዓ ሕግ ከሁሉም በላይ ታላቅ እንዲሆንና የፍትሕ ወይም የኃይል መርሆችን ሁሉ እንዲገዛ ነው ።
11. ከክርስቶስ ውጪ በነፍሳቸው ላይ ባለቤት መሆን የሚፈልጉትን መንፈሳውያን ኃይላት ሁሉ።
12. ከመንፈሳዊ ጨለማ ወደ ክርስቶስ አገዛዝ ።
13. 13. የፖለቲካና የማኅበረሰብ እርምጃ፣ የሰብዓዊ መብት ተሟጋችነት፣ የትምህርት ምርመራ ፣ የመገናኛ ብዙኃን አጠቃቀምና አንዳንድ ጊዜ ከመንግሥታት ወታደራዊ ምላሽ የሚሰጥበት ሁኔታ ይታያል።
14. መለወጥ ፣ ፖለቲካዊ እጅ መስጠት ወይም ሰይፍ።
15. ከአንድ ሺህ ዓመት በላይ፤ ወይም 800 ዓመት ገደማ ይሆናል።
16. ለክርስትና ግዛት ሲሉ ሕይወታቸውን ከሰጡ በገነት የመኖር ዋስትና እንደሚያገኙ ቃል ገብቶላቸዋል ።
17. የእስልምና መሰረቱ መንፈሳዊ ነው።

18. ለዳንኤል ትንቢት ለጨካኙና ተንኮለኛ ንጉሥ።

19. እስልምና፡-

- የበላይነት ስሜት...
- ረሃብ... ለስኬት
- ማታለልን... መጠቀም
- የሌሎችን ጥንካሬና ሀብት መጠቀም
- የውሸት የደህንነት ስሜት ያላቸውን ሀገራት በማሸነፍ...
- የእግዚአብሔርን ልጅ መቃወም
- የክርስቲያኖችና አይሁዶች ታሪክ የማጥፋት ታሪክ።

20. በሰው ኃይል አይደለም።

21. የክርስቶስና የመስቀሉ ኃይል።

ትምህርት 2 መልሶች

1. ሙሐመድ የሚለውን ቃል መናገር እንደማይችል አወቀ።
2. ከቁጣ ነፃ ወጥቶ በስብከተ ወንጌልና ሌሎችን በመምከር ውጤታማ ሆነ።
3. የእያንዳንዱ ክርስቲያን የልደት መብት የእግዚአብሔር ልጆች የከበረ ነፃነት ነው።
4. በናዝሬት።
5. የነፃነት ተስፋ።
6. ከተስፋ ማጣት፣ ከረሃብ፣ ከበሽታ፣ ከአጋንንት ነፃ መውጣት።
7. እስረኛው በተከፈተው በር መውጣት አለበት። መንፈሳዊ ነፃነት መምረጥ ያለብን ነገር ነው።
8. ሌባ፣ የዚህ ዓለም ልዑል፣ የዚህ ዘመን አምላክ፣ የአየር መንግሥት ገዥ፣ በዚህ ዓለም ውስጥ ሰይጣን ኃይል እንዳለው ያስተምሩናል።
9. ሰይጣን እውነተኛ ግን የተገደበ ኃይልና ሉዓላዊነት አለው።

10. የእስልምና የዓለም እይታና መንፈሳዊ ኃይሉ።

11. በአጋንንት ኃይል እስራት ውስጥ።

12. የሰይጣን ኃይልና የጨለማ ኃይል።

13. ወደ ኢየሱስ ክርስቶስ መንግሥት ገብተናል፣ ይቅር ተብለን ነፃ ወጥተናል።

14. ወደ ኢየሱስ ክርስቶስ መንግሥት ተላልፈዋል።

15. አምስት ገጽታዎች፡- 1) ሰይጣንንና ክፋትን ሁሉ አስወግዱ። 2) ከሌሎች ሰዎች ጋር ያለውን አምላካዊ ያልሆነ ግንኙነት ያቁሙ። 3) አምላካዊ ያልሆኑትን ቃል ኪዳኖች ሁሉ አስወግዱ። 4) ፈሪሃ አምላክ የሌላቸውን ችሎታዎች አስወግዱ። 5) ሕይወታችንን እንደ ጌታ ለኢየሱስ ክርስቶስ አስረክብ።

16. በእግዚአብሔርና በሰይጣን በሁለቱ መንግስታት መካከል ግጭት።

17. ቤተ ክርስቲያን የጦር አውድማ ልትሆን ትችላለች፣ እናም ለክፋት መጠቀሚያ ትሆናለች።

18. ክርስቲያኖች በመስቀል በኩል ድል እንደሚቀዳጁ እርግጠኛ መሆን ይችላሉ።

19. ከሮማውያን ድል ጋር ያለው ንጽጽር የሚያሳየው አጋንንት ኃይላቸውን እንዳጡና እንደተዋረዱ ነው።

20. ከሳሽ ወይም ተቃዋሚ።

21. ክርስቲያኖች ንቁ እንዲሆኑ ማስጠንቀቂያ ተሰጥቷቸዋል።

22. ለሰይጣን የተሰጡ ኃጢአቶቻችንና የሕይወታችን ክፍሎች።

23. ኃጢአት፣ ይቅርታ አለማድረግ፣ ቃላት (እና ምሳሌያዊ ድርጊቶች)፣ የነፍስ ቁስሎች፣ ፈሪሃ አምላክ የሌላቸው እምነቶች (ውሸቶች) የትውልድ ሀጢያትና እርግማኖች።

24. ሰይጣን በእኛ ላይ ሊነሳ የሚችለውን የይገባኛል ጥያቄ ለመሰየምና ላለመቀበል።

25. የተከፈተ በር ለሰይጣን የተሰጠ መግቢያ ነው። ሰይጣን ተሰጥቷል በሚለው ነፍስ ውስጥ መቆሚያ መሬት ነው።

26. ሕጋዊ መብቶች፡ በሰይጣን የተያዘ መንፈሳዊ መሬት።

27. ሰይጣን በእኛ ላይ የይገባኛል ጥያቄ ለማቅረብ እድል የለውም ማለት ነው።

28. ሰይጣን ኢየሱስን ለመወንጀል ሊጠቀምበት የሚችል ምንም ዓይነት ኃጢአት ሊያገኝ አልቻለም።

29. የኢየሱስ ንፁህ መሆን አስፈላጊ ነው ምክንያቱም ሰይጣን ስቅለቱ ትክክለኛ ቅጣት ነው ብሎ መናገር አይችልም ማለት ነው።

30. የተከፈቱ በሮችን መዝጋትና የእግረኛ በታዎችን ማስወገድ አለብን።

31. በኃጢአታችን ንስሐ በመግባት።

32. መጀመሪያ ሌሎችን ይቅር ማለት አለብን።

33. የኛን ይቅር አለመሆናችንን ሊጠቀምብን ይችላል።

34. ሌሎችን ይቅር ማለት፡ የእግዚአብሔርን ይቅርታ መቀበል፡ እራሳችንን ይቅር ማለት።

35. አይደለም፡ ይቅርታ ከመርሳት ይለያል።

36. ሰይጣን ጉዳቱን ተጠቅሞ ውሸትን ሊመግበን ይችላል።

37. በቤቷ 'እንግዶች' ከሚደርስባት ጥቃት ከአሰቃቂ ገጠመኞች ፈውስ አገኘች። ማስፈራሪያዋን መተው ነበረባት።

38. ነፍስህን ለጌታ አፍስሰው፡ ፈውስ ለማግኘት መጸለይ፡ ቁስሉን ያደረሰውን ሰው ይቅር ማለት፡ ፍርሃትን (ወይም ሌሎች ጎጂ ውጤቶችን) መተው፡ ማንኛውንም ውሸት መናዘዝና ውድቅ ማድረግ.

39. ለተናገርነው ለእያንዳንዱ ቃል።

40. ምክንያቱም ይህ ቃላችንን በእኛ ላይ እንዲጠቀምበት እድል ይሰጠዋል።

41. የኢየሱስ ደም።

42. እንደዚህ እንስሳ እሆናለሁ፡ ቃል ኪዳኑን ባፈርስም ተመሳሳይ ነገር ይደርስብኛል።

43. በቃል ኪዳኑ በተስማማው ሰው ላይ የሞት እርግማን ይጠራሉ።

44. ራስ ምታት።

45. ሰይጣን ውሸትን ይመግባል።

46. ቀደም ብለን እንደ እውነት የተቀበልናቸውን ውሸቶች ለይተው ውድቅ ያድርጉ።

47. "እውነተኛ ወንዶች አያለቅሱም"።

48. እውነት የሚሰማው ውሸት።

49. የእውነት ገጠመኝ ያመንንበትን ውሸት እንድንናዘዝ፣ እንድንቀበልና እንድንተው ያስችለናል።

50. መጥፎ መንፈሳዊ ውርስ።

51. የወላጆች ተጽእኖና መጥፎ ምሳሌዎች።

52. የበረከትና የመርገም ስርዓት።

53. አዳምና ሔዋን በትውልድ መካከል ያሉ እርግማንን ፈተዋል፡ ሕማም፣ የበላይነት፣ መበስበስና ሞት።

54. ይህ ለመሲሐዊው ዘመን፡ ለኢየሱስ ክርስቶስ መንግሥት የተሰጠ የተስፋ ቃል ነው።

55. የአባቶቻችንን ኃጢአትና የራሳችንን ኃጢአት ተናዘዙ፡ እነዚህን ኃጢአቶች አለመቀበልና መካድ፡ ሁሉንም ተያያዥ እርግማኖች ይጥፉ.

56. በሰይጣን ላይ ስልጣን።

57. ምክንያቱም ሁሉም ነገር ከጣዖታት ጋር ሙሉ በሙሉ መጥፋት አለበት ይላል።

58. መስቀል የገባንበትን ክፉ ቃል ኪዳን የማፍረስ ኃይል አለው።

59. የተወሰኑ እርምጃዎች።

60. "ከዚህ በኋላ ማንንም አልወድም" ሱዛን መራራና ጠላት ሆነች። መሐላዋን ትታለች።

61. አምስት ቅድመ ተከተሎች፡- 1) ተናዘዙና ንስሐ ግቡ 2) መካድ 3) መስበር 4) አውጣ 5) ባርከው ሙላ

62. ኃጢአትን መናዘዝና እውነትን መናገር

63. የሚረግሟቸሁን በተቃራኒው ባርካቸው።

ትምህርት 3 መልሶች

1. እንደ ሉዓላዊ ጌታ ለአላህ ተገዙ።
2. ሙስሊም።
3. ሙሐመድ የመጨረሻው የአላህ መልእክተኛ።
4. ቁርኣኑ የሙሐመድን መገለጦችና የሱና ትምህርቶች ደግሞ ተግባራቶቹን ይይዛል።
5. የሙሐመድ ምሳሌ በ*ሀዲሶች* (በህላዊ አባባሎች) ና በ*ሲራስ* (የሙሐመድ የሕይወት ታሪክ)።
6. ሙሐመድ።
7. ሙሐመድ ያደረጋቸው ነገሮች ሁሉ መለኪያ ይሆናሉ።
8. እነዚያ አላህንና መልክተኛውን የሚታዘዙ።
9. ገሃነመ እሳት።
10. የሙሐመድን መልእክት የማይቀበል ሰው።
11. ግድያ፣ ማሰቃየት፣ መድፈር፣ ሴቶችን ማጎሳቆል፣ ባርነት፣ ስርቆት፣ ማታለልና ሙስሊም ባልሆኑ ላይ ማነሳሳት።
12. ቁርኣንን ማመንና መታዘዝ አለብህ።
13. የሱና እንደ አካል ነው ቁርኣንም እንደ የጀርባ አጥንት ነው።
14. ሙስሊሞች በአዋቂ አናሳ ላይ ይመካሉ።
15. *ሸሪዓ* ህጎች ያለ እስልምና ሊኖር አይችልም።
16. *ሸሪዓ* በመለኮት የታዘዘ ነው ተብሎ ይታሰባል።
17. የስኬት ጥሪ ነው።
18. ሰዎች በአሸናፊዎች የተከፋፈሉ ሲሆን የተቀሩት - ተሸናፊዎች።
19. ሙስሊሞች ሙስሊም ካልሆኑ ሰዎች እንደሚበልጡ ተምረዋል። ፈሪሃ ሙስሊሞች ከትንሽ ሙስሊሞች ይበልጣሉ።
20. እውነተኛ ሙስሊሞች፣ ሙናፊቆች፣ ጣዖት አምላኪዎችና የመጽሐፉ ሰዎች።

21. *ሙሽሪክ* 'ተባባሪ'።

22. የተወገዙ አራት ነገሮች፡ 1) ቅዱሳት መጻህፍቶቻቸው ተበላሽተዋል። 2) የተዛባ እስልምናን ይከተላሉ። 3) ተሳስተዋል። 4) አላዋቂዎችና በሙሐመድ ነፃ መውጣት ያስፈልጋቸዋል።

23. በአዎንታዊ ጎኑ፣ ቁርኣን ክርስቲያኖችና አይሁዶች ታማኝና በእውነት ያምናሉ ይላል።

24. አራት የይገባኛል ጥያቄዎች፡- 1) ክርስቲያኖች በላያቸው ሥር መኖር አለባቸው። 2) ሙስሊሞች በእኛ ላይ ሊገዙን ነው። 3) መዋጋት አለብን። 4) ገሃነም እንገባለን ተብለን ተወግዘናል።

25. አይሁዶች በሙስሊሞች ላይ ከክርስቲያኖች የበለጠ ጠላትነት ይኖራቸዋል።

26. በቁርኣን ውስጥ በጣም የታወቀው ምዕራፍ ነው፡ና በየቀኑ መድገሙ ግዴታ ነው፡ በቀን እስከ 17 ጊዜ ወይም በዓመት 5,000 ጊዜ ይባላል።

27. ክርስቲያኖች (ተሳስተዋል) ና አይሁዶች (የአላህን ቁጣ አገኙ)።

28. የሙሐመድ ሕይወትና ትምህርት።

29. እስላማዊነት።

30. ስድስት ችግሮች፡ 1) ሴቶች የበታችነት ደረጃ አላቸው። 2) ትምህርት *ጂሃድ*. 3) ጨካኝና ከመጠን በላይ ቅጣቶች. 4)*ሸሪዓ* ሰዎችን ጥሩ ማድረግ አይችልም. 5) ውሸትን ማበረታታት. 6) ክርስቲያኖችን ጨምሮ ሙስሊም ባልሆኑ ሰዎች ላይ ስደት።

31. *ሸሪዓ* በናይጄሪያ ፍርድ ቤቶች ቀረቡ።

32. ዳኛው የሙሐመድን ምሳሌ ተከተሉ።

33. 1) ከመጠን በላይ ነው. 2) ጨካኝ ነው። 3) በድንጋይ የሚወገር ወንዶችን ይጎዳል። 4) ሴቶች ላይ ያነጣጠረ ነው። 5) ጨቅላ ወላጅ አልባ ያደርገዋል። 6) የመደፈር እድልን ችላ ይላል።

34. ሙስሊም ካልሆኑ ሰዎች አደጋ ሲደርስባቸው መዋሸት ይችላሉ። ባሎች ሚስቶቻቸውን ሊዋሹ ይችላሉ። ምስጢር ሲሰጣቸው፣በጦርነት፣ . . .ወዘተ።

35. የሙስሊሞችን ደህንነት ለመጠበቅ የማታለል ተግባር ነው።

36. እውነትን ያጠፋልና ግራ መጋባትን ይፈጥራል።

37. የሃይማኖት ሊቃውንቶቻቸው መመሪያ።

38. ምንም እንኳን የእስልምና አመራር በአደባባይ ብዙ ነገሮችን ላለመጥቀስ ወይም ለመወያየት ቢሞክርም እስልምናን ለራስዎ አጥኑ።

39. ኢየሱስን ወይም ሙሐመድን ለመከተል።

40. አንድ (ኢየሱስ)።

41. የሕይወት መንገድ (ሸሪዓ) የቀደሙት ነቢያት።

42. ለኢሳ (ኢሳ) በአላህ የተሰጠ መጽሐፍ።

43. ኢሳ ክርስትናን አጥፍቶ ሁሉም ሰው ሙስሊም እንዲሆን ያስገድዳል።

44. ሙስሊሞች ሙሐመድን ከተከተሉ ኢየሱስን እንደሚከተሉ ተምረዋል።

45. ይህ ትምህርት የእግዚአብሔርን የማዳን እቅድ ይደብቃል እናም ሙስሊሞች እውነተኛውን ኢየሱስን እንዳይከተሉ ይከለክላል።

46. ስለ እውነተኛው ኢየሱስ ከአራቱ ወንጌሎች ማወቅ እንችላለን።

47. ከመንፈሳዊ እስራት ነፃ ልናገኝ የምንችለው በወንጌል ኢየሱስ ብቻ ነው።

ትምህርት 4 መልሶች

1. ሦስት ህመሞች:- 1) የአባቱ ሞት 2) የእናቱ ሞት 3) ለአጎቱ እረኛ የመሆን ትሁት ተግባር። (የአያቱ ሞት ጨምር)

2. ለሙሐመድ ያለው ንቀት።

3. ስድስት ገፅታዎች፡ 1) አሰሪዋ ነበረች። 2) እሷ ትልቅ ነበረች። 3) አቀረበችለት። 4) ቀደም ሲል ሁለት ጊዜ አግብታ ነበር። 5) ኃያልና ሀብታም ነበረች። 6) ሙሐመድን ለማግባት የሱን ይሁንታ ለማግኘት አባቷን ሰክራለች።

4. አብዛኞቹ ልጆቻቸው ሞተዋል፣ ሙሐመድ ወንድ ወራሽ አልነበረውም።

5. የሙሐመድ አጎት አቡጣሊብና ሚስቱ ኸዲጃህ።

6. 40 ዓመቱ ነበርና በጣም ተጨንቆ ራሱን ሊያጠፋ ተቃርቧል።

7. ሙሐመድ ነብይ ሳይሆን እብድ ነበር።

8. ሙሐመድ እንደ ማጨበርበር ውድቅ እንዳይሆን ፈራ።

9. ኻዲጃና አሊ፣ የሙሐመድ ታናሽ የአጎት ልጅ።

10. ሙሐመድ የመካ አማልክትን ተሳለቀባቸው።

11. ሙሐመድን ከተናደዱ መካዎች ጠበቀው።

12. አጥቃላይ አድማ፣ ተጋላጭ ሙስሊሞችን ማሳደድና ሙሐመድን ማጎሳቆል።

13. 83 ሙስሊም ሰዎች ከነቤተሰቦቻቸው ወደ አቢሲኒያ (የአሁኗ ኢትዮጵያ) ተሰደዱ።

14. አላህንም ሆነ የመካ አማልክትን ማምለክ።

15. ለሦስት የአላህ ሴት ልጆች - አል-ላት፣ አል-ኡዛና ማናት - ጸሎት ተቀባይነት አግኝቷል።

16. ሁሉም እውነተኛ ነቢያት አልፎ አልፎ ይሳሳታሉ።

17. ጉራ፡- 1) ከቅድመ አያቶቹ መካከል አንዳቸውም ከጋብቻ ውጪ አልወለዱም። 2) ምርጥ ሰው ነበር። 3) ከምርጥ ጎሳ (ሀሺም) ነበር። 4) ከምርጥ ጎሳ (ቁረይሽ) ነበር። 5) ከምርጥ ሕዝብ (ከዐረቦች) ነበር።

18. በጦርነት ውስጥ ስኬት.

19. ኸዲጃና ጠባቂያቸው አቡ ጣሊብ ሞቱ። ጣኢፍ ከተቀበለው በኋላ የመዲናን አረቦች እሱን ለመጠበቅ ቃል ገቡ።

20. ቡድን የጂን (አጋንንት) ሙስሊም ሆኑ።

21. የሚለው ሀሳብ ጂን እስልምናን የተቀበሉና በቁርኣን ያስተማሩ እና *ሀዲሶች* እያንዳንዱ ሰው የታወቀ መንፈስ እንዳለው፣ ሀ *መደበቅ.*

22. ለሐዋርያው ፍጹም ታዛዥ በመሆን ጦርነትን መግጠም ነው።

23. ሳይገታ ሰበከና አብዛኞቹ የመዲና አረቦች እስልምናን ተቀበሉ።

24. እስልምናን የካዱት ሰዎች በመጨረሻው ዓለም ስቃይ አላቸው።

25. እርድ።

26. *ፊትና።*

27. *ፊትና* ከእስልምና ተቃራኒ።

28. ሰዎች ወደ እስልምና እንዳይገቡ የሚያደናቅፉ ነገሮች መኖር።

29. መታገልና መገደል ይገባሃል።

30. ምክንያቱም እስልምናን የመካድ ጥፋቱ ከሞት የከፋ ነው።

31. በሚሊዮን የሚቆጠሩ ሙስሊሞች እየሞቱ ነው ነገር ግን በደርዘን የሚቆጠሩ ሙስሊም ያልሆኑ ሰዎች ብቻ ናቸው።

32. ከሞቱት ሰዎች ሳይቀር ቅጣትንና ፍርድን ፈለገ።

33. ውድቅ የመሆን ጥላቻ።

34. እንደ የበታችነት የበላይ ለመሆን በመብቃታቸው በቋሚነት ጥፋተኛ ተባሉ።

35. ጨካኝ ምላሾች ለፊትና።

36. አላህ እንዲታዘዘው ከልክሎታል።

37. ባገኛችሁበት ሁሉ ግደላቸው።

38. ከፊሎቹ ያምኑ ነበር፣ አንዳንዶቹ አላመኑም፣ እስልምና ግን ይባርካቸዋል።

39. እንደ አይሁዶች ሰላትንና ዘካን ምጽዋትን አበረታቷል፡ ጸሎቱን ወደ አል-ሻም (ሶሪያ ማለትም ኢየሩሳሌም) አቀረበ፡ ትምህርቱም ከነሱ ጋር አንድ ነው አለ።

40. በተጨመሩ ትችቶቻቸው ላይ ለራስ ማረጋገጫ።

41. አይሁድን አታላዮች ብሎ ጠርቷቸዋል፣ መጽሐፋቸውንም አጭበርብረዋል አለ።

42. ጸረ-አይሁድ መልዕክቶች፡-

- ሱራ 4፡46። አይሁዶች ተረግመዋል።
- ሱራ 7፡166፣ ወዘተ አይሁዶች ጦጣዎችና አሳማዎች ነበሩ።
- ሱራ 5፡70 አይሁዶች ነብይ ገዳዮች ነበሩ።
- ሱራ 5፡13 አይሁዶች በአላህ ደነደነ።
- ሱራ 2፡27። አይሁዶች ተሸናፊዎች ነበሩ።

43. የአይሁድ እምነት።

44. አስፈራራና ከዚያም አባረራቸው።

45. ምክንያቱም እየገደላቸው ነበርና እስልምናን መቀበሉ ብቻ ሊጠብቃቸው ይችላል።

46. ከሰሳቸው፣ አጠቃቸው፣ አባረራቸው፣ ዕቃቸውንም እንደ ምርኮ ወሰደ።

47. ከከበባቸው በኋላ ወንዶቹን ጨፈጨፈ፣ ሴቶቹንና ሕጻናቱን ባሪያ አድርጎ ሠራ።

48. ወረራቸውና አሸነፋቸው ግን 'ሦስተኛውን ምርጫ' አቀረበላቸው፡ እንደ መኖር የሚለው ጉዳይ ነው።.

49. ሁለቱም አይሁዶችና ክርስቲያኖች።

50. እራስን ከመቃወም ወደ ራስን ማረጋገጥ እስከ ማጥቃት።

51. የከሓዲዎች ሽንፈትና ውርደት።

52. አንድ ርዕዮተ ዓለምና ወታደራዊ ፕሮግራም።

53. 'አስጠንቃቂ' ብቻ ከመሆን ይልቅ፣ ሕይወታቸውን እየመራ የአማኞች አዛዥ ሆነ።

54. አላህን የመታዘዝ መንገድ ሙሐመድን መታዘዝ ነው።

55. እነሱ የተመሰረቱት ሙሐመድ ውድቅ ለማድረግ በሰጠው ምላሽ ዝግመተ ለውጥ ላይ ነው።

56. የሙሐመድ ችግሮች በሸሪዓ ለዓለም ተላልፈዋል።

57. *የሸሃዳ ቃሎች።*

58. ቁርአን የአላህ ቃል መሆኑን፡ና ቁርዓን ስለ ሙሐመድ የሚናገረው።

59. በማንበብ ላይ*ሸሃዳ* የሙሐመድን መንፈሳዊ ችግሮች በሙስሊሞች ላይ ለመጫን ለመንፈሳዊ ባለ ሥልጣናትና ኃይልን ይሰጣል።

60. [ተሳታፊዎች ያጋጠሟቸውን አሉታዊ ገጽታዎች ክብ ቅርጽ ይኖራቸዋል።]

61. ይክዱታል።

62. ተበርዟል ይላሉ።

63. አጥፋቸው።

64. ቁርአን የአላህ ቃል ነው የሚለው እምነት።

65. አለመረጋጋት፣ ማስፈራራት፣ ተጋላጭነትና በራስ መተማመን ማጣት።

ትምህርት 5 መልሶች

1. መገፋት።
2. አራት መንገዶች፡ 1) የሕገወጥነት ውርደት። 2) በጣም ትሁት ልደት። 3) ሄሮድስ ሊገድለው ሞከረ። 4) ወላጆች እንደ ስደተኛ ወደ ግብፅ ተሰደዱ።
3. ፈሪሳውያን በሚከተሉት ጥያቄዎች ክርስቶስን ተቃወሙት
   - ማርቆስ 3፡2፣ የሰንበትን ሕግ መጣስ።
   - ማርቆስ 11፡28 ሥልጣኑ።
   - ማር 10፡2 ፍቺ።
   - ማር 12፡15 ለቄሳር ግብር መክፈል።
   - ማቴዎስ 22፡36 ትልቁ ትእዛዝ።
   - ማቴዎስ 22፡42 መሲሑ።
   - የዮሐንስ ወንጌል 8፡19 የኢየሱስ አባትነት።
   - ማቴዎስ 22፡23-28 ትንሳኤ።
   - ማር 8፡11 ተአምራት።
   - ማርቆስ 3፡22 ሰይጣንን 'ያለን'፡ በሰይጣን ኃይል ተአምራትን ማድረግ.
   - ማቴዎስ 12፡2፣ የደቀ መዛሙርቱ ምግባር።
   - የዮሐንስ ወንጌል 8፡13 ልክ ያልሆነ ምስክርነት መስጠት።
4. ኢየሱስ ያጋጠመው ተቃውሞ፡-
   - ማቴ 2፡16 ሄሮድስ ሊገድለው ሞከረ።
   - ማርቆስ 6፡3 ወዘተ ናዝራውያን ሊገድሉት ሞከሩ።
   - ማርቆስ 3፡21 ቤተሰብ ሰደቡት።
   - የዮሐንስ ወንጌል 6፡66 ብዙ ተከታዮች ጥለውት ሄዱ።
   - ዮሐንስ 10፡31 ብዙ ሰዎች ሊወግሩት ሞከሩ።
   - ዮሐንስ 11፡50 መሪዎች እሱን ለመግደል አሴሩ።

- ማርቆስ 14፡43-45 አስቆሮቱ ይሁዳ አሳልፎት ሰጠ።
- ማርቆስ 14፡66-72 በጴጥሮስ አላውቀውም ተባለ።
- ማርቆስ 15፡12-15 ብዙ ሰዎች የእርሱን ሞት ጠየቁ።
- ማርቆስ 14፡65 በአይሁድ መሪ ተሳለቁበት።
- ማርቆስ 15፡16-20 በወታደሮች ይሰቃያሉ።
- ማርቆስ 14፡53-65 ... በሐሰት ሞት ተፈርዶበታል።
- ዘዳግም 21:23 በመስቀል የተረገመ።
- ማርቆስ 15፡21-32 ወዘተ... ከሌቦች ጋር የሚደርስ አሰቃቂ ሞት።

5. ስድስት የኢየሱስ ምላሾች፡- 1) ኢየሱስ ጠበኛ ወይም 2) አማጺ ወይም 3) በቀለኛ ወይም 4) ጨሂ ተነዛናኝ አልነበረም። 5) ሲከሰስ ዝም አለ። 6) ሊገድሉት የሚፈልጉትን በታዎች ለቅቆ ዘወር ብሏል።
6. ፈተናውን አሸንፏልና በመገፋት አልተሸነፈም።
7. ምክንያቱም እሱ በጣም ደህንነቱ የተጠበቀና ከራሱ ጋር ምቹ ነበር።
8. በኢሳያስ ስቅዩ ባርያ ተብሎ ተጠርቷል።
9. በመስቀል ሞት።
10. ግቦቹን ለማሳካት የኃይል አጠቃቀም።
11. እንደ ምሳሌያዊ፣ በቤተሰብ መካከል መለያየትንና ምናልባትም ስደትን ያመጣል።
12. መሲሑ ዓመፅን፣ ወታደራዊ ኃይልን ወይም የፖለቲካ አማራጮችን ተጠቅሟል—መንግሥቱ አካላዊ ነው የሚለውን ሐሳብ ውድቅ አድርጎታል።
13. እንዳይገድሉ መከልከላቸውን።
14. ክርስቶስ ሌሎችን እንዴት መያዝ እንዳለበት አስተምሯል፡-
    - የማቴዎስ ወንጌል 5፡38-42 ስለ ክፉ ነገር በጎነትን አሳይ።
    - ማቴዎስ 7፡1-5 ስለ መፍረድ በሌሎች ላይ አትፍረዱ።
    - ማቴዎስ 5:43፣ ስለ ጠላቶች ውደዱ።
    - የማቴዎስ ወንጌል 5፡5 ስለ ትህትና ያሸንፋል።

- የማቴዎስ ወንጌል 5:9፣ የሚያስታርቁን በተመለከተ፡ የእግዚአብሔር ልጆች ይባላሉ።
- 1ኛ ቆሮንቶስ 4፡11-13፣ ወዘተ፣ ስለ ስደት፡ ክርስቲያኖች ከባድ ፈተናዎችን መቋቋም አለባቸው እንጂ አጸፋውን አይመልሱ።
- 1ኛ የጴጥሮስ መልእክት 2፡21-25 ስለኛ ምሳሌ፡ ኢየሱስ ሌሎችን በመውደድ ምሳሌያችን ነው።

15. መገረፍ፣ ጥላቻ፣ ክህደትና ሞት እንደሚደርስባቸው።
16. ያለ ምሬት ለመራመድ።
17. የሳምራዊት መንደር ሊቀበለው ፈቃደኛ ባልሆነ ጊዜ።
18. በኃይል ሲሰደዱ፡ 1) ወደ ሌላ በታ ሽሹ። 2) አትጨነቁ ነገር ግን በመንፈስ ታመን። 3) አትፍሩ.
19. ሲሰደድ ለመደሰት።
20. የዘላለም ሕይወት ተስፋ።
21. ሦስት ውጤቶች፡ 1) ሰዎች ከእግዚአብሔርና እርስ በርሳቸው የተራራቁ ናቸው። 2) ሰዎች ከእግዚአብሔር ፊት ተገለሉ። 3) ሰዎች ለውድቀት እርግማን ተዳርገዋል።
22. የኢየሱስ ክርስቶስ ትስጉትና መስቀል።
23. ኢየሱስ ለመስቀል መገዛት.
24. የአጥቂዎቹን ጥላቻ ወስዶ ነፍሱን ለዓለም ኃጢአት መሥዋዕት አድርጎ ሰጠ።
25. ኃጢአትን ለማስተሰረይ ምሳሌያዊ ደም መፍሰስ፡ና ወደ ኢሳይያስ 53 ስለ ስቅዩ አገልጋይ ትንቢት።
26. ከእግዚአብሔር ጋር መታረቅ።
27. ከሰዎች፣ ከመላእክት ወይም ከአጋንንት ክስ።
28. የእርቅ ሚኒስቴር።
29. በጉልበት እራሱን ይወቅስ።
30. በትንሣኤውና በዕርገቱ።
31. ቪዲኬሽን።

32. መከራን የክርስቶስን መከራ የመካፈል መንገድ አድርገው ይመለከቱታል።

33. ሙሐመድ በግል አጠፋቸውና ኢሳ ወደ ምድር ሲመለስ ተመሳሳይ ነገር እንደሚያደርግ ተንብዮ ነበር።

34. ሙስሊም ያልሆኑ ሰዎች እምነታቸውን እንዲጠብቁ የሚያስችል የዚማ 'ሦስተኛ ምርጫ'።

35. ሁሉንም ሃይማኖታዊ ምልክቶች ከልብሱ ላይ ለማስወገድ ተገደደ።

ትምህርት 6 መልሶች

1. የሙሐመድ "የሰበከውን እምነት በሰይፍ እንዲያሰራጭ ትእዛዝ"።
2. ከተቀየረ ወይም ጦርነት በኋላ ሰስተኛ ምርጫ አለ፡ እጅ መስጠትና በሙስሊም ጥበቃ ስር መኖር።
3. ወደ እስልምና መለወጥ፡ መገደል፡ ወይም እጅ መስጠት (እና በውርደት መኖር)።
4. ሰዎች አላህ ብቻ መመለክ እንዳለበት እስኪመሰክሩና ሙሐመድም የአላህ መልእክተኛ እስከሆኑ ድረስ ተዋጉ (*ሸሃዳ እንደሚል*)።
5. እስልምናን ተቀበል ወይም ጂዚያን ጠይቅ ወይም ከሓዲዎችን ተዋጉ።
6. የግብር ክፍያ (*ጂዝያ*)ና በመዋረድ "ትንሽ"
7. የ*ዚማ* ቃል ኪዳን።
8. *ጉዳዩ ነው።.*
9. ሁለት መርሆች፡ 1) እስልምና በሌሎች ሃይማኖቶች ላይ ድል መንሳት አለበት። 2) ሙስሊሞች እስልምናን ለማስከበር በስልጣን ላይ መሆን አለባቸው።
10. ጭንቅላታቸውን ለድል አድራጊ ሙስሊሞች መሆናቸውን የሚቀበል የጭንቅላት ግብር ነው፡- ግብሩ ላለመታረድ ካሳ ነው።
11. ለሙስሊሞች ጥቅም።
12. በዚያ ዓመት ራሳቸውን እንዲለብሱ ለተፈቀደላቸው ማካካሻ ነው.
13. የ*ጂሃድ* ጦርነት፣ ዘረፋ፣ መደፈርና ሞት እንደገና ይጀምራል።
14. እነዚያን የተቃወሙትና አመጸኞች ቅጣቱ *ጂሃድ* ነው።

15. ለመገደል ወይም ለመያዝ በነፃ ይገኛል።

16. *የዚማ* ቃል ኪዳን በመጣስ ክስ የተነሳ እልቂቶች።

17. ሱልጣኑ አይሁዶችን በግራናዳ ቪዚየር ቦታ ሾሟቸው።

18. ክርስቲያኖች መገዛታቸውን ትተው ጥበቃቸውን በመተው ተከሰው ነበር። ጥቂቶች ሕይወታቸውን ለማትረፍ ወደ እስልምና ገብተዋል።

19. የአምልኮ ሥርዓቱ የተከበረው ክፍያ በሚከፍልበት ጊዜ *ጂዝያ* ግብር ነው። አንገቱ ላይ አንድ ወይም ሁለት ምቶች አንዳንዴም የአምልኮ ሥርዓትን ማነቆን ያካትታል።

20. የሚለውን ለመግለፅ የታሰበ ነው። *ጉዳዩ* የህብረተሰቡ ታዛዥ የጥቃት መቀበል *ጂሃድ* የእነርሱን ቅድመ ሁኔታ ከጣሱ *ዚማ* የወንዶች የራስ መቆረጥ እስከና ጨምሮ።

21. የጭንቅላት መቆረጥ እርግማን።

22. እንደ መናፍስታዊ ማህበረሰቦች የደም ቃል ኪዳን ወይም የደም መሃላ።

23. ለራሱ የሞት ቅጣት እራስን እርግማንና ፍቃድ።

24. ምስጋናና ትሁት ዝቅተኛነት።

25. ምሳሌዎች፡-

- የዚሚዎች ምስክር፡ *ሸሪዓ* ፍርድ ቤቶች ላይ ተቀባይነት አላገኘም።
- የዚሚዎች ቤቶች፡ ከሙስሊሞች ቤቶች አይበልጡም።
- የዚሚዎች ፈረሶች፡ ዲሚስ ፈረስ ላይ እንዲወጣ አልተፈቀደለትም።
- የዚሚዎች በመንገድ ላይ ለሙስሊሞች ቦታ መስጠት ነበረበት።
- ለዚሚዎች ራስን መከላከል፡ አይፈቀድም።
- የዚሚዎች ሃይማኖታዊ ምልክቶችን በአደባባይ ማድረግ አይፈቀድም።
- የዚሚዎች አብያተ ክርስቲያናት፡ ምንም ጥገና የለም አዲስ የቤተ ክርስቲያን ሕንፃዎች የሉም።
- የዚሚዎች የእስልምና ትችት፡ አይፈቀድም።
- የዲሚሚስ ቀሚስ፡ ሙስሊሞችን መምሰል አይፈቀድም።

- የተገዢዎች ጋብቻ፡- ሀጉዳዩ ሰው ሙስሊም ሴት ማግባት አይችልም ሙስሊም ወንድ ካገባ ሀጉዳዩ ሴት፣ ልጆቹ ሙስሊም ይሆናሉ።

26. እንደሚከፍሉ ጂዝያና "ትንሽ" እንዲሆኑ።
27. እንደ ነፍስ ግድያ።
28. አጠቃላይ ሁኔታዎች ይህም የዚማ ቃል ኪዳን ያስገኛል።
29. በመገዛት ውርደትን ለመላመድ።
30. የበታችነት ስሜት፣ ድብቅነት፣ ተንኮለኛነት፣ ክፋትና ፍርሃት።
31. እንደ ጌቶችና ገዥዎች ሃይማኖት።
32. የእነሱ የውሸት የበላይነት ስሜትና ሃይማኖታዊ ጥበቃ ሙስሊሞችን ያዳክማልና እውነታውን ለመቀበል አስቸጋሪ ያደርጋቸዋል.
33. ለባርነት፡- ባርነት በአሜሪካ የእርስ በርስ ጦርነት ተወገደ፣ ሆኖም ግን አስጸያፊ ዘረኝነት ከመቶ ዓመት በላይ በኋላ ቀጥሏል።
34. ምዕራባውያን ለእስልምና ስልጣኔ ባለውለታ ናቸው የሚለው።
35. የአውሮፓ አገሮች።
36. የሸሪዓ።
37. አምስት ውጤቶች፡ 1) የቆሰለ መንፈስ። 2) የጥፋት መንፈስ። 3) የተጎጂ አስተሳሰብ. 4) የዓመፅ መንፈስ። 5) ሌሎችን የመግዛት ፍላጎት።
38. የሙሐመድ የተጨቆነ መንፈሳዊ ሁኔታ የሌሎችን ዝቅጠት ፈለገ።
39. ለመናደድ ፈቃደኛ አልሆነም፣ ዓመፅ ለማድረግ ፈቃደኛ አልሆነም፣ ሌሎችን ለመቆጣጠር ፈቃደኛ አልሆነምና የቆሰለ መንፈስ ለመከተል ፈቃደኛ አልሆነም።
40. ከክርስቲያኖች መካከል አንዳቸውም ቢሆኑ መንፈሳዊ እስራቸውን አልተረዱም ነበር። ሁሉም ነፃ እንዲወጣ ጸለየ፡ ሲጠናቀቅ ሁሉም በጣም ተደሰቱ።
41. የጂሃዲ ጥቃቶችን መፍራት፣ ያለፈው የጂሃዲስቶች ጉዳት፣ ያለፈው ቤተሰብዎ ማስፈራሪያ።
42. መጀመሪያ የተነደፉት ን ለመሰረዝ ነው።ዚማ ቃል ኪዳን፣ በሕይወታችን ላይ ያለውን የይገባኛል ጥያቄ በማፍረስ ሁለተኛ ከዚማ የሚመጡ እርግማንን ሁሉ ውድቅ ለማድረግና ለማፍረስ።

43. ሰዎች ከእነዚህ ተጽእኖዎች ነፃ እንዲሆኑ ይረዳሉ።

ትምህርት 7 መልሶች

1. እውነትን ለመውደድና እውነቱን ለመናገር የተረጋገጠ እምነት።
2. ምክንያቱም እግዚአብሔር ዝምድናን የሚፈጠር ነው።
3. መዋሸት።
4. ሰዎችን ወደ ጥፋት ይመራል።
5. የተፈቀዱ የውሸት ዓይነቶች: በጦርነት ውስጥ፣ ለሚስት፣ ጥበቃ ለማግኘት፣ ለመከላከል *ማህበረሰብ*እና በአደጋ ጊዜ ጥበቃ ለማግኘት (*ታቂያህ*).
6. እምነትህን እንደካድክ ለማስመሰል።
7. የእነሱ የበላይነትና ሙስሊም ካልሆኑት ሰዎች የተሻሉ ናቸው።
8. ሙሐመድ።
9. የክብርና የውርደት ፅንሰ-ሀሳቦች።
10. የላቀ ስሜት ስሜታዊ የዓለም እይታ።
11. ምክንያቱም በ ውስጥ እርስ በርስ የሚጋጩ መግለጫዎች አሉ*ሀዲሶች*ስለ መርገም.
12. ሙስሊም ያልሆኑትን መሰደብ።
13. ጥላቻ፣ ደስታና መንፈሳዊ “ክስ”።
14. ሁለት ሰዎችን የሚያገናኝ ቃል ኪዳን።
15. ይቅርታ አለማድረግ በሁለት ሰዎች መካከል የነፍስ ትስስር እንዲኖር ያደርጋል።
16. [ተማሪዎች ጸሎቱን በማገናዘብ እርምጃዎቹ ተግባራዊ የሚሆኑባቸውን ነጥቦች ለራሳቸው ለይተው ያውቃሉ።]
17. የተወገዘ:- ሌሎችን የመርገም ኃጢአት፣ እርግማን፣ የሌሎችን መጥላት፣ የተለማመደው ስሜት፣ የጥላቻና የእርግማን አጋንንት፣ ከኢማሞችና ከሌሎች ጋር ያሉ ፈሪሃ አምላክ የሌላቸው ግንኙነቶች፣ እነዚህን የነፍስ ትስስር የሚጠብቁ የአጋንንት ስራዎች። የተሰበረ፡ ፈሪሃ አምላክ የሌላቸው

መንፈሳዊ ኃይሎች፣ እርግማኖች፣ ፈሪሃ አምላክ የሌላቸው የነፍስ ትስስር።

18. ከእርግማን ነፃ መውጣት፣ ሰላም፣ ገርነት፣ የመበረክ ስልጣን። እነዚህ በረከቶች የእርግማንና የጥላቻ ተቃራኒዎች ናቸው።

19. ራሴን እንድረግም የገፋፉኝ ቅድመ አያቶች፣ አባት፣ ኢማሞች፣ የሙስሊም መሪዎችና ሌሎችም ነበሩ።

20. የእሱ አፓርታማ በእርግማን ውስጥ ሊሆን ይችላል ብሎ አሰበ።

21. እርግማን እንዴት እንደሚሰብር አያውቅም ነበር.

22. በቤቱ ላይ ያሉትን እርግማኖች ለማፍረስ በኢየሱስ ስም ስልጣን መያዝ አስፈልጎት ነበር።

23. እርግማን እያጋጠማቸው ነው።

24. ዘጠኙ እርምጃዎች፡ 1) ተናዘዙ ንስሐም ግቡ። 2) ፈሪሃ አምላክ የሌላቸውን ነገሮች ያስወግዱ. 3) ሌሎችንና እራስዎን ይቅር ይበሉ. 4) ስልጣንህን በክርስቶስ ውሰድ። 5) እርግማኑን ይክዱና ያፈርሱ። 6) በክርስቶስ ያለውን ነፃነት አውጁ። 7) አጋንንትን እንዲወጡ አዘዙ (ማስወጣት)። 8) በረከቶችን አውጁ። 9) እግዚአብሔርን አመስግኑ።

ትምህርት 8 መልሶች

1. አራት ምክንያቶች፡ 1) የማህበረሰብ ማጣት ህመም። 2) ከእስልምና የሚነሱ መሰናክሎችና መንገዶች። 3) ቀጥተኛ ስደት. 4) በክርስቲያኖችና በቤተክርስቲያን ላይ ተስፋ መቁረጥ።

2. አብያተ ክርስቲያናት ከእስልምና የተመለሱትን በፍርሃትና በ*ዚማ* ደንቦች።

3. ይረዱና ውድቅ ያድርጉ *ዚማ* ቃል ኪዳን።

4. ፍርሃት፣ በራስ የመተማመን ስሜትና ገንዘብን መውደድ፣ የመገለል ስሜት፣ የተጎጂነት ስሜት፣ መበሳጨት፣ ሌሎችን ማመን አለመቻል፣ ስሜታዊ ህመም፣ ወሲባዊ ኃጢአት፣ ሐሜትና ውሸት።

5. የእስልምና ቁጥጥር ተጽእኖ።

6. ሌሎች ይቀናቸዋል።

7. በሌሎች ክርስቲያኖች ላይ ተናደደ።

8. አብያተ ክርስቲያናት ከሌላው እንደሚሻል በማመን ከእያንዳንዱ ቤተ ክርስቲያን ጋር ይወዳደራሉ።

9. በር ተከፍቶ ቤቱ ባዶ ቀረ።

10. ጤናማ ክርስቲያኖች።

11. ልማዶችና የአስተሳሰብ መንገዶች መለወጥ አለባቸው.

12. ጳውሎስ ቲቶ እያደገ እንዲሄድ ማበረታታት ይፈልጋል።

13. ጳውሎስ ክርስቲያኖችን ይጠላ ነበር።

14. በፍቅር፣ በእውቀትና በጥልቀት በማደግና ጥሩ ፍሬ በማፍራት።

15. [ተሳታፊዎች የተመለከቱትን አሉታዊ ተፅእኖዎች ሪፖርት አድርገዋል።

16. ክዶ የትውልድ እርግማን ሰበረ። ከጭንቀት የመታከም ዝንባሌም ተፈወሰ።

17. ገጠመ ሁለቱም በሮቹ።

18. ሰይጣን በአማኙ ላይ የሚጠቀምባቸውን ክፍት በሮች ዝጋ።

19. ነፍስ የሕይወትን ውኃ ለመያዝ ታስባለች፡ ነገር ግን በጎን በኩል ክፍተቶች ካሉ፡ የሚፈለገውን ያህል ውኃ መያዝ አይችልም።

20. ለክርስቶስ ለመኖር ለሚፈልጉ እስልምና ዳራ የመጣ ክርስቲያኖች ተመሳሳይ መሰናክሎችና የነፍስ ጉዳት።

21. የላቀ ስሜት እንዲሰማቸው ይረዳቸዋል.

22. አብያተ ክርስቲያናት አብረው ለመስራት ችግር አለባቸው። ሌሎች በአገልግሎት ሲገፉ ሰዎች ይቀናሉ። ሰዎች ጥቃት ይደርስብናል ብለው ስለሚያስቡ መሪ ሆነው ማገልገል አይፈልጉም።

23. ስድስት ትምህርቶች፡- 1) የአገልጋዩን ልብ ዋጋ መስጠት። 2) እርስዎ በሚናገሩት ወይም በሚያደርጉት ወይም ሌሎች ስለእርስዎ በሚናገሩት ወይም በሚያስቡበት ሳይሆን ማንነትዎን በክርስቶስ ማግኘት። 3) በድክመቶችዎ መኩራራትን መማር። 4) በሌሎች ስኬቶች መደሰትን መማርና ሲሰቃዩ አብረዋቸው ማዘን። 5) እውነትን በፍቅር እንዴት መናገር እንዳለብን መማር። 6) ስለ ሐሜት ጎጂ ውጤቶች መማር።

24. ሰዎች ችግሮቻቸውን ስለሚደብቁና በእነርሱ ላይ እርዳታ ስለማይፈልጉ ማደግ አይችሉም።

25. ስድስት ርዕሰ ጉዳዮች፡- 1) ይቅርታ። 2) አለመቀበልና ጥፋት. 3) እምነት መገንባት. 4) ጥንቆላን መካድ. 5) ሴቶችና ወንዶች እርስ በርሳቸው በመከባበርና እርስ በእርሳቸው እውነትን በመናገር. 6) ወላጆች ልጆቻቸውን ከመሳደብ ይልቅ ይባርካሉ።

26. ስለዚህ ሰዎች መላውን የዓለም እይታቸውን እንደገና መገንባት ይችላሉ።

27. ስቲብ ለውጦችን በፍጥነት አድርጓል ነገር ግን እነሱን ማቆየት አልቻለም። ቼሪ ቀስ በቀስ የተለወጡ ሰዎችን አድርጓል ነገር ግን ከክርስቶስ ጋር ቀጡ። ሰዎች ኢየሱስን ለመከተል ሲወስኑ ምን እንደሚያደርጉ በሚገባ ተረድተው ስለነበር የቼሪ አካሄድ የተሻለ ውጤት አስገኝቷል።

28. ስድስት ደረጃዎች፡- 1) ሁለት መናዘዝ። 2) መዘር. 3) ጥያቄዎች. 4) ታማኝነትን ማስተላለፍ. 5) ቃል ኪዳንና ማስቀደስ. 6) መግለጫ.

29. ደረጃዎች 4-6።

30. ሰይጣን።

31. እስልምናን ለመካድ መግለጫና ጸሎትን በመጸለይ እስልምናን ካዱ ሸሃዳና ኃይሉን ሰበሩ'

32. ተጨማሪ የበሰሉ እስልምና ዳራ የመጡ ክርሲያኖች ፓስተሮች።

33. በጣም ጥሩ ሰው እንዳለህ ለማረጋገጥና ለመሪነት ዝግጁ እንዲሆኑ ለመርዳት።

34. ትሕትናን አይማሩም፣ በሌሎች ዘንድ ውድቅ ሊደረጉ ይችላሉ።

35. በመደበኛነት: ቢያንስ በሳምንት አንድ ጊዜ።

36. መጽሐፍ ቅዱስን በተግባራዊ የዕለት ተዕለት ተግዳሮቶች ላይ ተግባራዊ ማድረግ። ይህ ባህሪያቸው የክርስቶስን እንዲመስሉ ይረዳቸዋል።

37. ለሠልጣኙ ግልጽነትን ለመምሰል።

38. እፍረትን ለማስወገድ።

39. ስለዚህ ፈታኝ ጉዳዮችን መቋቋምን መማር ይችላሉ።

40. እስራት ካልተወገደና ቁስሎች ከተፈወሱ፣ ይህ የአንድን ሰው የአገልግሎት ፍሬያማነት ይገድባል። እንዲሁም፣ አንድ ሰው ነፃ ከወጣ ሌሎች ነፃ እንዲሆኑ እንዴት መርዳት እንዳለበት በተሻለ ያውቃል።

41. ስለዚህ በአገልግሎት መጽናትና እምነት ሊጣልባቸው ይችላሉ።

42. አገልጋይ-ልብ የጋራ ፍቅርና መከባበር።

43. ስለዚህ ወሳኝ ግብረ መልስ መቀበልና በብስለት ማደግ እንችላለን።

44. ለሠልጣኙ ራስን ማወቅን ሞዴል ማድረግ።

45. ምክንያቱም ሊያስወግዱት አይችሉም።

46. እግዚአብሔርን ለማክበር፣ ለቤተክርስቲያን የእግዚአብሔርን በረከት ተቀበል ትህትናን ተማር።

www.ingramcontent.com/pod-product-compliance
Lightning Source LLC
Chambersburg PA
CBHW070139100426
42743CB00013B/2765
* 9 7 8 1 9 2 3 0 6 7 1 6 5 *